പുതുസാഹിത്യ സിദ്ധാന്തങ്ങളും പ്രയോഗമാതൃകകളും

ഡോ. ജെൻസി കെ. എ.

കെ.കെ. ആന്റണിയുടേയും എ.വി. അച്ചുമണി ടീച്ചറുടേയും മകളായി തൃശൂർ ജില്ലയിലെ വെങ്കിടങ്ങിൽ ജനനം. ഏനാമാക്കൽ സെന്റ് ജോസഫ്സ് ഹൈസ്ക്കൂളിൽ നിന്നും പ്രാഥമിക വിദ്യാഭ്യാസം പൂർത്തിയാക്കിയ ശേഷം ഗുരുവായൂർ ലിറ്റിൽ ഫ്ളവർ കോളേജിൽ നിന്നും പ്രീഡിഗ്രിയും തുടർന്ന്, തൃശൂർ വിമലാകോളേജിൽ നിന്ന് മലയാളസാഹിത്യത്തിൽ ബിരുദവും ശ്രീശങ്കരാചാര്യ സംസ്കൃത സർവ്വകലാശാലയുടെ തൃശൂർ കേന്ദ്രത്തിൽ നിന്ന് മലയാളത്തിൽ ബിരുദാനന്തര ബിരുദവും നേടി. യു.സി.ടി.ഇ. തൃപ്പൂണിത്തുറയിൽ നിന്ന് ബി.എഡ് കോഴ്സും പാസ്സായി. 'എഴുത്തിന്റെ ഭിന്നമുഖങ്ങൾ പി.കെ. ബാലകൃഷ്ണനിൽ' എന്ന വിഷയത്തിൽ ജൂനിയർ റിസർച്ച് ഫെല്ലോഷിപ്പോടെ മഹാത്മാഗാന്ധി സർവ്വകലാശാലയിൽ നിന്നും പി.എച്ച്.ഡി. ബിരുദം നേടി. കേരള സാഹിത്യഅക്കാഡമിയുടെ 2006ലെ സി. ബി. കുമാർ പ്രബന്ധസമ്മാനവും 2008-ലെ തുഞ്ചൻ പ്രബന്ധ അവാർഡും നേടിയിട്ടുണ്ട്. 'മലയാളസാഹിത്യവും സംവേദനത്വവും', 'കവിതയും കലാനുഭൂതിയും' എന്നീ നിരൂപണസമാഹാരങ്ങൾ പ്രസിദ്ധീകരിച്ചിട്ടുണ്ട്. 'മഴ പൊഴിഞ്ഞ വഴികൾ', 'കെ.ജി.എസ്. കവിത; പാഠങ്ങൾ പാഠഭേദങ്ങൾ' എന്നീ നിരൂപണഗ്രന്ഥങ്ങൾ എഡിറ്റ് ചെയ്തു. ഇപ്പോൾ ഇരിങ്ങാലക്കുട സെന്റ് ജോസഫ്സ് കോളേജിൽ മലയാളവിഭാഗം മേധാവിയായി പ്രവർത്തിച്ചു വരുന്നു.

ഭർത്താവ്: പോൾ ജെ. അക്കര
മക്കൾ: റെയ്ഫൽ പോൾ, സാവിയോ പോൾ

വിലാസം:
അക്കര ഹൗസ്, പഴമുക്ക്
ഒല്ലൂർ പി.ഒ., തൃശൂർ
പിൻ: 680306
jencyka@stjosephs.edu.in

പുതുസാഹിത്യ സിദ്ധാന്തങ്ങളും പ്രയോഗമാതൃകകളും

പഠനങ്ങൾ

എഡിറ്റർ:

ഡോ. ജെൻസി കെ. എ.

FEMINGO BOOKS
2023

വില: **250** രൂപ

Puthu saahithya sidhanthangalum
prayoga mathrukakalum
Editor: Dr.Jency K. A.

Malayalam Studies

Published by:-
FEMINGO BOOKS
femingobooks@gmail.com
Ph: 90740 98776, 8301034604

Cover Design:
Maxlab

Printed in India
at Max

Edition:
First Editon October 2023

Price: Rs. 250

ISBN: 978-93-91085-97-1

പ്രസാധകക്കുറിപ്പ്

പാശ്ചാത്യവും പൗരസ്ത്യവുമായ സാഹിത്യദർശനങ്ങളെ ആഴത്തിൽ പഠിച്ച്, ഭാഷയുടെ വിവിധതലങ്ങൾ വിശദീകരിക്കുന്ന ധാരാളം പഠനങ്ങൾ ഉണ്ടാകുന്നുണ്ടെങ്കിലും അവ പുസ്തകരൂപത്തിൽ പുറത്തുവരുന്നതും ചർച്ചകൾക്കു വിധേയമാക്കുന്നതും പൊതുവേ കുറവാണ്. ഈ സാഹചര്യത്തിൽ വിവിധ അദ്ധ്യാപകരും ഗവേഷകരും തയ്യാറാക്കി, ഡോ. ജെൻസി കെ.എ. സമാഹരിച്ച് എഡിറ്റ് ചെയ്ത, സാഹിത്യദർശനങ്ങളെക്കുറിച്ചുള്ള പതിനഞ്ചു ലേഖനങ്ങൾ ഉൾക്കൊള്ളുന്ന പുതു സാഹിത്യസിദ്ധാന്തങ്ങളും പ്രയോഗമാതൃകകളും എന്ന ഈ പുസ്തകം ഏറെ അഭിമാനത്തോടെ ഞങ്ങൾ പ്രസിദ്ധീകരിക്കുകയാണ്. മലയാളസാഹിത്യഗവേഷണരംഗത്ത ഒരു വഴികാട്ടിയാകട്ടെ ഈ പുസ്തകം എന്നു പ്രത്യാശിക്കുന്നു.

ദുർഗ മനോജ്
ഫെമിൻഗോ ബുക്സ്

വിഷയസൂചിക

മുഖക്കുറിപ്പ്

ഇരിങ്ങാലക്കുട സെന്റ് ജോസഫ്സ് കോളേജിലെ മലയാള വിഭാഗം, 2023 ഫെബ്രുവരി 23, 24 തീയതികളിലായി നടത്തിയ 'നവസിദ്ധാന്തങ്ങൾ പ്രസക്തിയും സാധ്യതയും', എന്ന ദ്വിദിന ദേശീയ സെമിനാറിൽ അവതരിപ്പിക്കപ്പെട്ട പ്രബന്ധങ്ങളാണ് പുസ്തകരൂപത്തിൽ ഇവിടെ പ്രസിദ്ധീകരിക്കുന്നത്. പാശ്ചാത്യവും പൗരസ്ത്യവുമായ സാഹിത്യസിദ്ധാന്തങ്ങൾ അനുനിമിഷമെന്നോണം മലയാള സാഹിത്യത്തിലും ഗവേഷണ രംഗത്തും ഇടം കണ്ടെത്തിക്കൊണ്ടിരിക്കുകയാണ്. യാഥാർത്ഥ്യത്തിന്റെ പ്രതിനിധാനങ്ങളെന്ന നിലയിലും വിമർശനാത്മകമായ പ്രത്യയശാസ്ത്രങ്ങളെ പരിചയപ്പെടുത്തുന്ന രീതിയിലും ഗവേഷണ പ്രവർത്തനങ്ങൾ വർദ്ധിച്ചു കൊണ്ടിരിക്കുന്ന കാലഘട്ടമാണിത്. പുതു സാഹിത്യസിദ്ധാന്തങ്ങളും പ്രയോഗ മാതൃകകളും എന്ന നിരൂപണഗ്രന്ഥം നിരന്തര വായനയുടെയും പഠനത്തിന്റെയും വെളിച്ചത്തിൽ പുതു സിദ്ധാന്ത പരിസരങ്ങളിലൂന്നി നിന്ന് തയ്യാറാക്കിയ പതിനഞ്ച് പ്രൗഢപ്രബന്ധങ്ങൾ കൊണ്ട് സമ്പന്നമാണ്. അധീശത്വത്തിന് എതിരായുള്ള പോരാട്ടങ്ങളിൽ നാം എത്തിച്ചേരുന്ന വിവിധ ഇടങ്ങളിൽ നിന്നുകൊണ്ടാണ് ഈ ലേഖനങ്ങൾ നമ്മോട് സംവദിക്കുക. ട്രോമാതിയറിയുടെ സൗന്ദര്യശാസ്ത്രം, ഭാഷാശാസ്ത്രം, സാമൂഹികഭാഷാശാസ്ത്രം, ധൈഷണികഭാഷാശാസ്ത്രം, ചിത്രകലാനിരൂപണം, പരിസ്ഥിതി അവബോധത്തെക്കുറിച്ചുള്ള പുതിയ ചിന്തകൾ, ഹരിതഭാഷാവിചാരം സാഹിത്യത്തിനു നൽകുന്ന സംഭാവനകൾ, കീഴാളതയുടെ വീണ്ടെടുക്കലും പ്രതിരോധവും, സാഹിത്യത്തിലെ ഇടങ്ങളെക്കുറിച്ചുള്ള അന്വേഷണങ്ങൾ, സെന്റിമെന്റൽ അനാലിസിസിനെ കുറിച്ചുള്ള അന്വേഷണങ്ങൾ, മനഃശാസ്ത്രനിരൂപണവും ആദ്യകാല ചെറുകഥകളുമായിട്ടുള്ള ബന്ധം, ആഖ്യാനശാസ്ത്രം, പ്രതീകാത്മകത, വിമർശനാത്മക വ്യവഹാരാപഗ്രഥന പഠനങ്ങൾ തുടങ്ങി നിരവധി മേഖലകളിൽ ആഴപ്പെട്ടുവരുന്ന പഠനപദ്ധതികൾ ഈ ഗ്രന്ഥത്തിൽ കാണാൻ കഴിയും. സൈദ്ധാന്തിക തലത്തിൽ നിന്നുകൊണ്ട് കൃതികളെ പഠിക്കുകയും വിശകലനം ചെ

യ്യുകയും വ്യാഖ്യാനിക്കുകയും വിലയിരുത്തുകയും പ്രയോഗമാതൃകകൾ നല്കുകയും ചെയ്തു കൊണ്ടാണ് നിരൂപണം മുന്നോട്ടു പോകുന്നത്. മലയാള സാഹിത്യത്തിൽ ഗവേഷണം ചെയ്യുന്ന പഠിതാക്കൾക്ക് ആവശ്യമായ ഒരു കൈപുസ്തകമായി ഇത് മാറും എന്നതിൽ യാതൊരു സംശയവുമില്ല. ഹരിതലക്ഷകങ്ങൾ, ജന്തു ലക്ഷകങ്ങൾ, വൈകാരിക ലക്ഷകങ്ങൾ, ശരീരലക്ഷകങ്ങൾ തുടങ്ങി ഭാഷാശാസ്ത്ര മേഖലകളുടെ വിവിധ തലങ്ങളെയും അനാവരണം ചെയ്യുന്ന പഠനങ്ങൾ ഈ ഗ്രന്ഥത്തിന്റെ പ്രത്യേകതയാണ്.

ഉടലറിവിനെയും ധൈഷണിക ഭാഷാ ശാസ്ത്രത്തെയും മുൻനിർത്തി ഡോ. പി. എം. ഗിരീഷ് രചിച്ചിരിക്കുന്ന പ്രബന്ധത്തിൽ, ഭാഷയിൽ വ്യവസ്ഥാപിതമായിരിക്കുന്ന വാച്യാർത്ഥരൂപങ്ങളെ പൊളിച്ചിടുന്നുണ്ട്. നിരവധി കൃതികളിൽ നിന്നും ഉദാഹരണങ്ങൾ നൽകിക്കൊണ്ടാണ് ലേഖനം മുന്നോട്ടു പോകുന്നത്. അർത്ഥരൂപീകരണത്തിൽ ഭാഷയ്ക്കും ധൈഷണികവൃത്തിക്കും ഉള്ള പങ്കിനെ കൃത്യമായി അളന്നെടുക്കുന്ന കൃതികളാണ് ഈ പ്രബന്ധത്തിൽ ഡോ. പി.എം. ഗിരീഷ് പഠനത്തിനായി തിരഞ്ഞെടുത്തിരിക്കുന്നത്.

മലയാളസാഹിത്യത്തിൽ അത്രമേൽ പരിചിതമല്ലാത്ത ട്രോമാ തിയറിയെക്കുറിച്ച് ഡോ. തോമസ് സ്കറിയ എഴുതിയ ലേഖനം മനഃശാസ്ത്രപഠനത്തെ ആഘാതശാസ്ത്രത്തിന്റ പിൻബലത്തിൽ വായിച്ചെടുക്കുന്ന ലേഖനമാണ്. ആധുനികതയുടെ തുടക്കമായി വിമർശകർ വിശേഷിപ്പിച്ചിരിക്കുന്ന ഈ തിയറിയെ പുതിയ സാഹിത്യ കാലാവസ്ഥകളുമായി കൂട്ടിയോജിപ്പിക്കാനും കോവിഡിനു ശേഷം രൂപപ്പെട്ട സംഘർഷങ്ങളെ വിലയിരുത്തി പ്രീ ട്രോമാറ്റിക്സ് തുടങ്ങിയ പുതിയ ചിന്തകളിലേക്ക് കൊണ്ടെത്തിക്കാനും ശ്രമിക്കുന്ന പഠനമാണിത്. മനസ്സിന്റെയും ഓർമ്മകളുടെയും പ്രക്രിയകളെ കുറിച്ചുള്ള ന്യൂറോബയോളജിക്കൽ സിദ്ധാന്തങ്ങളെ മുൻനിർത്തി കൃതികൾ വ്യാഖ്യാനിക്കാനുള്ള ശ്രമമാണ് അദ്ദേഹം നടത്തുന്നത്.

എം.ടി.യുടെ ഷെർലക് എന്ന കൃതിയിലെ ഇടങ്ങളെ മുൻനിർത്തിയുള്ള പഠനം സ്പേസ് എന്ന ലെഫബ്രെയുടെ സിദ്ധാന്തവുമായി ബന്ധപ്പെടുന്ന ലേഖനമാണ്. സാമൂഹിക ഇടങ്ങൾ സാമൂഹിക ഉൽപ്പന്നങ്ങളായി മാറി സാഹിത്യകൃതികളിൽ പ്രവർത്തിക്കുന്നത് എങ്ങനെയെന്ന അന്വേഷണം പുതുമ നിറഞ്ഞ സൈദ്ധാന്തിക പരിസരമാണ് പങ്കുവെക്കുന്നത്.

ദൈവത്തിന്റെ കണ്ണ് ഒരു ഫോക് അന്വേഷണം എന്ന പ്രബന്ധത്തിൽ ഡോ. മെറിൻ ഫ്രാൻസിസ് കാഴ്ചകളെയും കേൾവികളെ

യും നിഷ്പ്രഭമാക്കുന്ന അതീത ലോകങ്ങൾ എൻ. പി. മുഹമ്മദിന്റെ നോവലിൽ എങ്ങനെ അടയാളപ്പെടുത്തപ്പെട്ടിരിക്കുന്നു എന്ന് വിശദീകരിക്കാൻ ശ്രമിക്കുന്നു. മുസ്ലിംഭാഷയും ആചാരാനുഷ്ഠാനങ്ങളും, പാരമ്പര്യവും സ്വത്വബോധവും വിട്ട് കൃതിയുടെ ആന്തരികതലങ്ങളെ സ്വാധീനിക്കുന്ന രീതിയിൽ പ്രവർത്തിക്കുന്നത് എങ്ങനെയെന്ന് വിശദീകരിക്കുകയാണ് ഈ പ്രബന്ധത്തിൽ.

ഫ്രോയിഡിന്റെ മനഃശാസ്ത്ര തത്വങ്ങളെ മുൻനിർത്തി ഡോ. അമ്പിളി എം. വി. ആദ്യകാല ചെറുകഥകൾ പഠിച്ചിരിക്കുന്നു. ജീവിതത്തിന്റെ സമസ്ത തലങ്ങളെ സ്പർശിച്ചുകൊണ്ട് സ്ത്രീ സാഹിത്യ ലോകത്ത് ഇടപെടുമ്പോൾ അവരുടെ നിലപാടുകളും കാഴ്ചപ്പാടുകളും പുതുക്കി എടുക്കേണ്ടതുണ്ട്. ആദ്യകാല കഥകളിൽ എത്രമാത്രം തുറന്നെഴുത്ത് സാധ്യമായിട്ടുണ്ട് എന്നും അവർ തുറന്നെഴുതാൻ ശ്രമിക്കാതിരുന്ന കാര്യങ്ങളിലൂടെ സഞ്ചരിക്കുമ്പോൾ ഏതെല്ലാം രീതിയിലാണ് മനഃശാസ്ത്രപരമായി തുറന്നെഴുത്ത് പ്രകടമാകുന്നതെന്നും ചർച്ച ചെയ്യുന്നുണ്ട് ലേഖനത്തിൽ.

'എൻമകജെ'യിൽ ഉയരുന്ന പരിസ്ഥിതി അവബോധത്തിന്റെ നവകാഹളം എന്ന വിഷയത്തെ മുൻനിർത്തി ഡോ. ജോജി മാടപ്പാട്ടും എബ്രഹാം കെ.ജെയും രചിച്ച പ്രബന്ധം പാരിസ്ഥിതിക വിമർശനത്തിന്റെ പശ്ചാത്തലത്തിൽ എൻമകജെ എന്ന നോവലിനെ വായിക്കുകയാണ്. മനുഷ്യകേന്ദ്രീകൃതമായ ഇടങ്ങൾക്ക് പകരം പ്രകൃതി കേന്ദ്രീകൃതമാകുന്ന പാരിസ്ഥിതികവാദത്തിനാണ് ഈ പ്രബന്ധം ഊന്നൽ നൽകുന്നത്. കീടനാശിനികളും കോർപ്പറേറ്റ് സംവിധാനങ്ങളും സാധാരണ മനുഷ്യന്റെ ശബ്ദങ്ങളെ ദുർബലമാക്കിക്കൊണ്ട് കടന്നുകയറുന്നത് എങ്ങനെയെന്ന് നോവലിലൂടെ തിരിച്ചറിയുവാനുള്ള ഒരു ശ്രമം ഇവിടെ നടത്തുന്നുണ്ട്. ഹരിത ഭാഷാവിചാരം പരികല്പനയും സാധ്യതയും എന്ന വിഷയത്തിൽ പ്രജിത്ത് എം.പി. തയ്യാറാക്കിയ പ്രബന്ധം ധൈഷണിക ഭാഷാശാസ്ത്രവും സാമൂഹ്യശാസ്ത്രവുമൊക്കെ പഠനമേഖലകളായി വരുന്ന പ്രബന്ധമാണ്. ഭാഷാശാസ്ത്ര വായനയാണ് ഈ ഗ്രന്ഥത്തിൻറെ ഉള്ളടക്കം. സംസ്കാരവും ഭാഷയും പരിസ്ഥിതിയുമായുള്ള ബന്ധം ലളിതമല്ല എന്ന് സ്ഥാപിക്കുകയാണ് ഈ പ്രബന്ധം. അതിനായി ഗായതത്വവും ഡെയ്സി ലോകവും വിശകലനം ചെയ്യാനും ഭാഷാവംശനാശത്തെ പരാമർശിക്കാനും അദ്ദേഹം മറക്കുന്നില്ല. സാഹിത്യ വായനയിൽ കണ്ടെത്തുന്ന ഹരിതവിചാര മാതൃകകളെ ക്രോഡീകരിക്കുവാനും ലേഖനത്തിൽ ശ്രമിക്കുന്നുണ്ട്.

ചിത്രകലാനിരൂപണത്തിന്റെ മേഖലയിൽ വരുന്ന എണ്ണം പറഞ്ഞ പ്രബന്ധമാണ് ധൈഷണിക ഭാഷാശാസ്ത്ര വായനയിലൂടെ അഫ്സൽ ഷാഹിദ് എ. നടത്തുന്നത്. ചിത്രകലയുടെ മേഖലയിൽ ഭാഷാശാസ്ത്രം പ്രവർത്തിക്കുന്നത് എങ്ങനെയെന്ന് കണ്ടെത്താനുള്ള മനോഹരമായ ഒരു ശ്രമമാണിത്. മനുഷ്യബുദ്ധിയുമായി ബന്ധപ്പെട്ട ധൈഷണിക പ്രവർത്തനങ്ങളിലൂടെ സംവേദനം ചെയ്യപ്പെട്ട പല നവീന ലക്ഷകങ്ങളും ചിത്രകലയിൽ പ്രവർത്തിക്കുന്നതെങ്ങനെയെന്ന് വിശദീകരിക്കാനാണ് ഈ പ്രബന്ധം ശ്രമിക്കുന്നത്. മദനന്റെ വരകളിൽ തെളിയുന്ന ജന്തുലക്ഷകങ്ങളും ശരീര ലക്ഷകങ്ങളും പുരുഷ കേന്ദ്രീകൃതമാണ് എന്ന കണ്ടെത്തലാണ് ഈ പ്രബന്ധത്തിൽ നിർവഹിക്കുന്നത്.

കെ.ആർ. മീരയുടെ തിരഞ്ഞെടുത്ത കൃതികളെ ആസ്പദമാക്കി വിമർശനാത്മക വ്യവഹാരാപഗ്രഥനത്തിന്റെ സാധ്യതകൾ പരിശോധിക്കുന്ന നിധിന അശോകന്റെ പ്രബന്ധം കെ. ആർ. മീരയുടെ എഴുത്തുകളിലെ അധികാരത്തിന്റെ സൂക്ഷ്മ സംവേദനം വ്യക്തമാക്കുന്ന ഭാഷയെ അപഗ്രഥിക്കാനാണ് ശ്രമിക്കുന്നത്. സ്ത്രീകളുടെ ഉന്നമനം എന്ന രീതിയിൽ പ്രസ്താവിക്കപ്പെടുന്ന കാര്യങ്ങൾ സ്ത്രീകളിൽ വിമർശനാത്മകമായി എത്തരത്തിൽ വിപരീതമാകുന്നു എന്ന് പഠിച്ചെടുക്കുകയാണ് ഈ പ്രബന്ധത്തിന്റെ ലക്ഷ്യം. സമൂഹാധികാരവും പുരുഷാധികാവും സ്ത്രീപക്ഷ എഴുത്തിൽ വിപരീതാർത്ഥത്തിൽ സമൂഹത്തിന്റെ അബോധതലങ്ങളിൽ പ്രത്യക്ഷപ്പെടുന്നുണ്ട്. അതു പഠിച്ചെടുക്കുകയാണ് ഇവിടെ ചെയ്യുന്നത്.

ജി.ശങ്കരക്കുറുപ്പിന്റെ എന്റെ വേളി എന്ന കവിതയെ മുൻനിർത്തി പ്രതീകാത്മകത എന്ന വിഷയത്തെ അപഗ്രഥിക്കാൻ ശ്രമിക്കുന്ന പഠനമാണ് ഡോ. മിജോയ് ജോസ് നടത്തിയിരിക്കുന്നത്. ഗോവർദ്ധന്റെ യാത്രകളിലെ ആഖ്യാനത്തെ പഠിക്കുന്ന ഡോ. ഷൈജി സി. മുരിങ്ങാത്തേരിയുടെ പ്രബന്ധം കഥാപാത്രം, ഇതിവൃത്തം, ദർശനം, ഭാഷ, കാലം, സ്ഥലം എന്നീ ആഖ്യാന ഘടകങ്ങളെ ഇഴപിരിച്ച് അന്വേഷിക്കുകയാണ്. കാലം തളംകെട്ടിക്കിടക്കുന്ന പാതയിലൂടെയാണ് ഗോവർദ്ധന്റെ യാത്രയുടെ ആഖ്യാനം സാഹിത്യകൃതിയിൽ നിർവഹിച്ചിരിക്കുന്നത് എന്ന് കണ്ടെത്തുകയാണ് രചയിതാവ് ചെയ്യുന്നത്.

കീഴാളതയുടെ വീണ്ടെടുക്കലും പ്രതിരോധവും, എം. ആർ. രേണുകുമാറിന്റെ കവിതയിൽ എങ്ങനെയാണ് സംഭവിക്കുന്നത് എന്ന് വിദ്യ എം. വി. വ്യക്തമാക്കുന്നുണ്ട്. കീഴാളപ്രതിനിധാനങ്ങളെ

രേണുകുമാറിന്റെ ആഖ്യാനപരിസരത്തിൽ നിന്ന് കണ്ടെടുക്കുകയും ദയനീയത നിറഞ്ഞ കീഴാള ജീവിതം വീണ്ടെടുക്കുവാനുള്ള ശ്രമം കവി നടത്തുന്നതെങ്ങനെയെന്നു കവിതയുടെ വരികൾ അപഗ്രഥിച്ചുകൊണ്ട് വ്യക്തമാക്കാനും വിദ്യ എം.വി. ശ്രമിക്കുന്നു.

സാങ്കേതികവിദ്യയുടെയും ഭാഷാ ശാസ്ത്രത്തിന്റെയും പിൻബലമാണ് സെന്റിമെന്റൽ അനാലിസിസിന്റെ സാധ്യതകളെ വിലയിരുത്തുന്ന നിഷ കെ. ആറിന്റെ പ്രബന്ധത്തിൽ ഉൾക്കൊള്ളുന്നത്. വിപണിയിലെത്തുന്ന ഏത് വസ്തുവും എത്തരത്തിലാണ് വ്യക്തിയുടെ സെന്റിമെൻസിന് സ്വീകാര്യത ഉണ്ടാക്കുന്നത്? ഷോപ്പിംഗ് സൈറ്റുകളിലൂടയെല്ലാം സഞ്ചരിച്ച് ഈ സ്വീകാര്യതയുടെ അടിസ്ഥാനം എന്തെന്ന് അന്വേഷണാത്മകമായി പഠനം മുന്നോട്ടു കൊണ്ടുപോവുകയാണ് ലേഖിക ചെയ്യുന്നത്. ഇമോജികളും ഇമോട്ടിക്കോണുകളും സെന്റിമെന്റൽ അനാലിസിസിൽ നിർവഹിക്കുന്ന പങ്കിനെ അപഗ്രഥിക്കുകയാണ്. വായനക്കാരുടെ വൈകാരിക പ്രതികരണങ്ങളിൽ ഊന്നിക്കൊണ്ട് സെന്റിമെന്റൽ അനലിസ്റ്റുകൾ പ്രവർത്തിക്കുന്നത് എങ്ങനെയെന്ന് പഠിച്ചെടുക്കാൻ ഉള്ള ഗൗരവമായ ശ്രമം ഈ പ്രബന്ധത്തിൽ കണ്ടെത്താൻ കഴിയും.

കാലികപ്രസക്തമായ പഠനവും മനനവും ആണ് വായനയുടെയും നിരൂപണത്തിന്റെയും ജീവൻ. പാശ്ചാത്യസിദ്ധാന്തങ്ങളിൽ ഏറ്റവും പ്രധാനമായവയെ കണ്ടെത്തി അവയുടെ പഠനത്തിനും മനനത്തിനും ലേഖനകർത്താക്കൾ നടത്തിയിരിക്കുന്ന ശ്രമം എന്തുകൊണ്ടും ശ്ലാഘനീയമാണ്. പാരിസ്ഥിതിക വീക്ഷണം, ഇടം, ചിത്രകല വിമർശനാത്മക വ്യവഹാരാപഗ്രഥനം, ട്രോമാ തിയറി, ധൈഷണികത, കീഴാളത, സാഹിതീയാധുനികത തുടങ്ങിയ വിഷയങ്ങളിൽ പ്രത്യേക പ്രയോഗമാതൃകകൾ നൽകിക്കൊണ്ടാണ് ഈ ഗ്രന്ഥം മുന്നോട്ടുപോകുന്നത്. എഴുത്തും വായനയും വ്യത്യസ്തമായ ഭാവുകത്വപരിണാമങ്ങൾക്ക് വിധേയമായിക്കൊണ്ടിരിക്കുന്ന ഇക്കാലഘട്ടത്തിൽ ഭാഷാ സാങ്കേതികതകളുടെ പുതിയ ഇടങ്ങൾ തേടാൻ സഹായിക്കുന്ന ഈ ഗ്രന്ഥം വായനക്കാരുടെ അംഗീകാരത്തിനും മനനത്തിനുമായി സവിനയം സമർപ്പിക്കുന്നു.

ഡോ. ജെൻസി കെ. എ.
മലയാളവിഭാഗം മേധാവി,
സെന്റ് ജോസഫ്സ് കോളേജ് (ഓട്ടോണമസ്),
ഇരിങ്ങാലക്കുട.

1

ധൈഷണികസാഹിത്യവിമർശം

പി.എം. ഗിരീഷ്

ആമുഖം

സാഹിത്യത്തെ ഭാഷാശാസ്ത്രദൃഷ്ടിയിൽ വായിക്കുന്ന രീതി ഏറെക്കുറെ മലയാളത്തിലും പരിചിതമാണ്. ശൈലീവിജ്ഞാനം ഉദാഹരണം. ഒരുപാടു കൃതികൾ ഇതിന്റെ അടിസ്ഥാനത്തിൽ മലയാളത്തിൽ വായിക്കപ്പെട്ടിട്ടുണ്ട്. മൂല്യനിർണയത്തെക്കാൾ കാവ്യഭാഷയുടെ ഘടകങ്ങളെ വിലയിരുത്താനാണ് പൊതുവെ ശൈലീവിജ്ഞാനം ശ്രമിക്കുന്നത്. കാവ്യസന്ദർഭത്തെ അടിസ്ഥാനമാക്കി കാവ്യപ്രയോജനത്തെ നിർവചിക്കാനുള്ള ശ്രമവും ചിലർ നടത്തുന്നുണ്ട്. 'ഭാഷാശാസ്ത്രത്തിൽനിന്ന് ആവിർഭവിച്ച ശൈലീവിജ്ഞാനത്തിന്റെ പ്രധാന പരിമിതി; സ്വനിമം, വാക്യം എന്നിങ്ങനെയുള്ള കാവ്യഭാഷാതലങ്ങളെ അപഗ്രഥിക്കാനുള്ള ശ്രമമായി അതു മാറി എന്നുള്ളതാണ്' (Stockwell, 2002:13). മാത്രമല്ല ശൈലീവിജ്ഞാനം സാഹിത്യത്തെ അപസാന്ദർഭീകരിക്കുകയും ചെയ്തു. സാഹിത്യത്തെയും ഭാഷയെയും സാമൂഹ്യബാഹ്യമായി കാണുന്ന രീതിയാണ് അപസാന്ദർഭീകരണം.

ശൈലീവിജ്ഞാനത്തിൽനിന്ന് തികച്ചും ഭിന്നമായ രീതിയാണ് ധൈഷണികകാവ്യശാസ്ത്രത്തിന്റേത്. മസ്തിഷ്കഗവേഷണത്തിലെ പുത്തൻ അറിവുകൾ പ്രയോജനപ്പെടുത്തികൊണ്ട് വളർന്നുവരുന്ന ധൈഷണികശാസ്ത്രത്തിന്റെയും ധൈഷണികഭാഷാശാസ്ത്രത്തിന്റെയും അടിസ്ഥാനത്തിൽ സാഹിത്യത്തെ വിശകലനം ചെയ്യാനുള്ള നൂതന സാഹിത്യവിമർശനരീതിയാണ് ധൈഷണികകാവ്യശാസ്ത്രം അഥവാ ധൈഷണികസാഹിത്യവിചാരം. വായനയിലെ ധൈഷണികതയെയാണ് ഈ സമീപനം കേന്ദ്രീകരിക്കുന്നത്. ഒരു പ്രത്യേക ധാരണയിൽ വായനക്കാർ എങ്ങനെ എത്തിച്ചേരു

ന്നുവെന്ന കാര്യത്തെ യുക്തിപരമായി വിശദീകരിക്കാൻ ധൈഷണികകാവ്യശാസ്ത്രം ശ്രമിക്കുന്നു. അമേരിക്കൻ സാഹിത്യസമീപനത്തെയാണ് ധൈഷണികകാവ്യശാസ്ത്രം പിന്തുടരുന്നതെങ്കിലും ലോകപ്രതിനിധാനം, വായനക്കാരുടെ വ്യാഖ്യാനം, മൂല്യനിർണയം എന്നിവയോടൊപ്പം പാരമ്പര്യമായി സാഹിത്യവിമർശനം പിന്തുടർന്ന ആഖ്യാനം, ഇതിവൃത്തം, പാത്രഘടന, ഊന്നം മുതലായ പലതിനെയും ഉൾക്കൊള്ളാനും ശ്രമിക്കുന്നുണ്ട്. ഇക്കാര്യം സ്റ്റോക്വൽ(2002) ഇപ്രകാരം നിരീക്ഷിക്കുന്നു: 'സാഹിത്യവായനയുടെ പ്രധാനമേഖലകളായ ഊന്നം, സാഹിത്യപരത, കഥാപാത്രം, ആഖ്യാനം, ലക്ഷകം, കഥാതന്തു എന്നിവയെ ധൈഷണികകാവ്യശാസ്ത്രം പരിഗണിക്കുന്നുണ്ട്.'

എൺപതുകളിൽ ആരംഭിച്ച ഈ സമീപനം ആദ്യകാലത്ത് ധൈഷണികഭാഷാശാസ്ത്ര പരികല്പനകളെയായിരുന്നു സമ്പൂർണമായും സാഹിത്യവിശകലനത്തിനായി ഉപയോഗിച്ചിരുന്നത്. ടസ്രർ മുതൽ പീറ്റർ സ്റ്റോക്ക് വെൽവരെയുള്ളവർ ചെയ്തിരുന്നത് ഇതായിരുന്നു. എന്നാൽ ഇപ്പോൾ ഇതിന്റെ സമീപനത്തിൽ വലിയ മാറ്റം സംഭവിച്ചിട്ടുണ്ട്. അറിവിന് ആധാരം ഉടലാണെന്ന ധൈഷണികശാസ്ത്രത്തിന്റെ കണ്ടുപിടിത്തം സാഹിത്യത്തിലും പ്രയോഗിക്കുന്ന തരത്തിൽ ധൈഷണികസാഹിത്യവിചാരം മുന്നേറിയിട്ടുണ്ട്.

ഉടലറിവ്

ശരീരവും അതിന്റെ രാഷ്ട്രീയവും ചർച്ചചെയ്യുന്ന രീതി മലയാളസാഹിത്യനിരൂപണത്തിലും സംസ്കാരപഠനത്തിലും താരതമ്യേന പുതിയ രീതിയാണ്. ശരീരത്തിന്റെ പ്രത്യയശാസ്ത്രപാരായണമെന്ന് ഈ രീതിയെ പൊതുവെ വിശേഷിപ്പിക്കാം. ഇതിൽനിന്ന് തികച്ചും വ്യത്യസ്തമായ രീതിയിലാണെങ്കിലും ധൈഷണികസാഹിത്യവിചാരവും ശരീരത്തിലാണ് ശ്രദ്ധകേന്ദ്രീകരിക്കുന്നത്; എന്നുവെച്ചാൽ ഉടലറിവിൽ. ശരീരത്തിൽ നിന്നാണ് അർത്ഥം ഉത്പാദിപ്പിക്കപ്പെടുന്നത് എന്നതാണ് പ്രധാന നിരീക്ഷണം. അക്കാര്യം സാഹിത്യപഠനത്തിൽ എത്രമാത്രം പ്രസക്തമാണെന്ന് അന്വേഷിക്കുന്നു. ശരീരാധിഷ്ഠിതജ്ഞാനമാണ് ഉടലറിവ്. മനുഷ്യശരീരത്തിന്റെ ഏകതാനസ്വഭാവമാണ് സവിശേഷമായൊരു ലോകബോധം മനുഷ്യന് നൽകുന്നത്. അതായത് നമ്മുടെ ശരീരസ്വഭാവത്തിന്റെ മാധ്യമത്തിലൂടെയാണ് നാം ലോകത്തെ മനസ്സിലാക്കുന്നത്.

ശരീരം അറിവാണ്. അറിവിന്റെ നിയാമകവും നിദാനവും ശരീരമാണ്. ശരീരസ്വഭാവമാണ് അറിവിന്റെ മാധ്യമമാകുന്നത്. നമ്മുടെ

അനുഭവങ്ങൾ മൂർത്തീകരിക്കപ്പെടുന്നത് ശരീരം വഴിയാണ്. ശരീരത്തിന്റെ പ്രകൃതി, നാഡീകോശങ്ങളുടെ ഇണക്കിച്ചേർക്കൽ എന്നിവ വഴിയാണ് അനുഭവങ്ങൾ നാം അറിയുന്നത്. ഇതിനെ ധൈഷണികബോധം എന്നു വിളിക്കാം. ഈ ധൈഷണികബോധം അഥവാ ശരീരത്തിലൂടെ ആർജ്ജിക്കുന്ന അനുഭവങ്ങളാണ് നമ്മുടെ സങ്കല്പനത്തെയും വീക്ഷണത്തെയും നിർണയിക്കുന്നത്.

ഉടലറിവിനെയും ധൈഷണികഭാഷാശാസ്ത്രത്തിന്റെ ചില പ്രധാന പഠനമേഖലകളെയും സമന്വയിപ്പിച്ചുകൊണ്ട് മലയാളസാഹിത്യത്തിന്റെ അടിസ്ഥാനത്തിൽ ധൈഷണികസാഹിത്യസമീപനത്തെ പരിചയപ്പെടുത്തുകയാണ് പ്രബന്ധലക്ഷ്യം.

കൃതിയുടെ മനഃശ്ശാസ്ത്രവായന മാത്രമല്ല ധൈഷണികകാവ്യശാസ്ത്രം. കൃതിയുടെ അർഥം എന്താണെന്ന ചോദ്യം കാവ്യപ്രയോജനത്തെക്കുറിച്ചുള്ള ചോദ്യംകൂടിയാണ്. ആദ്യം കാവ്യത്തിന്റെ അർഥം ആരായുന്നു; ശേഷം പ്രയോജനവും. സാമൂഹികസന്ദർഭത്തിന് ധൈഷണികകാവ്യശാസ്ത്രം വലിയ പ്രാധാന്യം നൽകുന്നുണ്ട്. എഴുത്തുകാരുടെ വൈയക്തികവും സാമൂഹികവുമായ സാഹചര്യത്തെയാണ് പ്രധാനമായും പരിഗണിക്കുന്നത്.

പാഠം: ധൈഷണികവൃത്തികളുടെ ആവിഷ്കാരം

ധൈഷണികവൃത്തികൾ സർഗാത്മകതയുടെ ഭാഗമാകുന്നത് എങ്ങനെ എന്ന് ഈ ശാഖ അന്വേഷിക്കുന്നു. അതിനാൽ സാഹിത്യവിമർശനത്തിൽ ഇതുവരെ കാണപ്പെടാത്ത പലതലങ്ങളും കാണിച്ചുകൊടുക്കാൻ ഈ സാഹിത്യസമീപനത്തിന് കഴിയുന്നു. അനുദിനം വികസിച്ചുവരുന്ന സാഹിത്യസമീപനമാണിത്.

ഭാഷയുടെ സവിശേഷവ്യവഹാരമാണ് സാഹിത്യം. ഭാഷ ധൈഷണികവൃത്തിയായതിനാൽ ഭാഷയുമായി ബന്ധപ്പെടുന്ന പൊതു ധൈഷണികവൃത്തികളായ വസ്തു-പശ്ചാത്തലബന്ധം, ലക്ഷകം, ഉപാദാനലക്ഷണ, സദൃശ്യസൃഷ്ടി തുടങ്ങിയവ സാഹിത്യത്തിലും പ്രസക്തമാണെന്ന ചിന്താഗതിയോടെ ആരംഭിച്ച സാഹിത്യവിമർശനമാണ് ധൈഷണികസാഹിത്യവിചാരം. ഈ ധൈഷണികവൃത്തികൾ സാഹിത്യത്തിൽ എങ്ങനെ ഇടപെടുന്നുവെന്ന് മലയാളസാഹിത്യത്തിൽനിന്ന് ഉദാഹരണങ്ങൾ എടുത്തു പരിശോധിക്കുകയാണ് ചെയ്യുന്നത്. സാഹിത്യസിദ്ധാന്തപരിചയപ്രബന്ധമെന്ന നിലയ്ക്ക് ഏതെങ്കിലുമൊരു കൃതിയെ സമ്പൂർണമായി പഠിക്കാൻ ഉദ്ദേശിക്കുന്നില്ല. കൃതികളുടെ സമ്പൂർണ പഠനം ഓരോ ധൈഷണികവൃത്തിയുടെയും അടിസ്ഥാനത്തിൽ പഠിക്കാവുന്നത്. അത്ത

രം ചില ശ്രമങ്ങൾ മലയാളത്തിൽ ഇതിനകംതന്നെ ഉണ്ടായിട്ടുണ്ട്.

വസ്തു-പശ്ചാത്തലബന്ധവും സാഹിത്യസങ്കല്പനവും ഒരു വസ്തുവിനെ അതിന്റെ പശ്ചാത്തലത്തിന്റെ അടിസ്ഥാനത്തിൽ മനസ്സിലാക്കുകയെന്നത് ബുദ്ധിയുടെ ലക്ഷണമാണ്. ഏതെങ്കിലുമൊരു ദൃശ്യം കാണുമ്പോൾ ചില വസ്തുക്കൾ മുഴച്ചുനിൽക്കുകയും ബാക്കിയുള്ളവ അവയുടെ പശ്ചാത്തലം പോലെ നിൽക്കുകയും ചെയ്യും. ഇത് ദൃശ്യപരമായ ധാരണയാകുന്നു. സൂര്യൻ എന്ന വസ്തുവിന്റെ പശ്ചാത്തലമാണ് ആകാശം. പ്രാമുഖ്യം സൂര്യന് നൽകുന്നതിനാലാണ് അതു വസ്തുവായി തോന്നുന്നത്. ചിലപ്പോൾ ദൃശ്യത്തിന്റെ ചില സവിശേഷതകൾ പശ്ചാത്തലത്തിന് എതിരായി നിൽക്കുകയും ചെയ്യാം.

ശ്രദ്ധയുമായി ബന്ധപ്പെട്ട കാര്യമാണ് വസ്തു-പശ്ചാത്തലബന്ധം. വസ്തുവിലാണ് സ്വാഭാവികമായും ഒരാളുടെ ശ്രദ്ധ പതിയുക. ആവശ്യമുള്ളതുമാത്രം കാണുകയും കേൾക്കുകയും ചെയ്യുക, അതിൽമാത്രം ശ്രദ്ധ പതിപ്പിക്കുക എന്നത് മനുഷ്യബുദ്ധിയുടെ ലക്ഷണമാണ്. നമ്മുടെ ശ്രദ്ധ പതിയുന്ന സംഗതി വസ്തുവും ബാക്കിയെല്ലാം അതിന്റെ പശ്ചാത്തലവും ആകുന്നു. സാഹിത്യസൃഷ്ടിയിൽ ഇക്കാര്യത്തിന്റെ പ്രസക്തി പരിശോധിക്കാം.

'ഒന്നൊരു പാമ്പാട്ടി
മറ്റേതൊരു പാമ്പ്'

കുത്തനെയല്ലാത്ത വെയിലിൽ മുറ്റത്തു വീഴുന്ന നിഴലുകളെക്കുറിച്ചാണ് പറയുന്നത്. മകുടിയൂതുന്ന പാമ്പാട്ടി. തല പൊക്കിയാടുന്ന പാമ്പ്. അന്യോന്യം തൊടാത്ത രണ്ടു നിഴലുകൾ. എങ്കിലും അവ അന്യോന്യം ബന്ധപ്പെട്ടിരിക്കുന്നു. അവ രണ്ടും ഒരൊറ്റ നിഴലാണ്. എന്തെന്നാൽ നമ്മുടെ ഓർമകളിൽ, സംഭവങ്ങളുടെ സാധാരണലോകത്തിൽ, പാമ്പും പാമ്പാട്ടിയും ഒറ്റ ചിത്രമാണ്.' മേതിൽ രാധാകൃഷ്ണന്റെ 'കയറിന്റെ അറ്റം' എന്ന ചെറുകഥയുടെ ആരംഭം ഇങ്ങനെയാണ്. മകുടി എന്ന് കേൾക്കുമ്പോൾ പാമ്പാട്ടിയേയും പാമ്പാട്ടിയെന്ന് കേൾക്കുമ്പോൾ പാമ്പിനേയും ഓർക്കുന്നത് സ്വാഭാവികം. അവ പരസ്പരം ബന്ധപ്പെട്ടുകിടക്കുന്ന കാര്യങ്ങളാണ്. ഇവിടെ പാമ്പും പാമ്പാട്ടിയും ഒറ്റ ചിത്രമായി തോന്നുന്നത് അവ തമ്മിൽ സങ്കല്പനബന്ധമുള്ളതുകൊണ്ടാണ്. 'പാമ്പ്' എന്ന പശ്ചാത്തലവും 'പാമ്പാട്ടി'യെന്ന വസ്തുവും കൂടിചേർന്ന വസ്തു-പശ്ചാത്തലബന്ധമെന്ന ധൈഷണികവൃത്തിയിലൂടെയാണ് ഈ സങ്കല്പനം രൂപംകൊള്ളുന്നത്. മകുടിയും പാമ്പും എന്നിവയോടു

ഒരു വ്യക്തിയും ചേരുമ്പോൾമാത്രമേ പാമ്പാട്ടി എന്ന സങ്കല്പനമുണ്ടാവുകയുള്ളൂ. ഇക്കാര്യത്തെ ശരിവെയ്ക്കുന്ന രീതിയിലാണ് തുടർന്ന് മേതിൽ എഴുതുന്നത്: 'ഞാൻ പറയുന്നത് നിഴലുകളെക്കുറിച്ചാണ്. തലപൊക്കിയാടുന്നത് പാമ്പായതുകൊണ്ട് മറ്റേത് പാമ്പാട്ടിയാണെന്ന് നാം വിചാരിക്കുന്നു. മകുടിയൂതുന്നത് പാമ്പാട്ടിയാണെന്ന് നാം വിചാരിക്കുന്നു. മകുടിയൂതുന്നത് പാമ്പാട്ടിയായതുകൊണ്ട് മറ്റേത് പാമ്പാണെന്നും നാം വിചാരിക്കുന്നു'.

വസ്തു അതിനൊരു പശ്ചാത്തലം എന്ന രീതിയിലാണ് ചില സങ്കല്പങ്ങളെ മനസ്സിലാക്കുന്നതെന്നു പറഞ്ഞുവല്ലോ. അതിന് മികച്ച ഉദാഹരണമാണിത്. കഥയിലെ അടുത്ത വാക്യം ഇക്കാര്യത്തെ ഉറപ്പിക്കുന്നു: 'തല പൊക്കിയാടുന്നത് ഒരു പാമ്പല്ല, കയറാണ്. ആകെയാൽ മകുടിയൂതുന്നവൻ പാമ്പാട്ടിയല്ല.' പാമ്പ് എന്നതിനുപകരം കയറാകുമ്പോൾ വസ്തു-പശ്ചാത്തലബന്ധം മാറുന്നു. 'കയർ' എന്ന പശ്ചാത്തലത്തിൽ 'പാമ്പാട്ടി' എന്ന വസ്തു ചേർച്ചയില്ലാത്തതിനാൽ 'പാമ്പാട്ടി' എന്ന സങ്കല്പനം ലഭിക്കുകയില്ല. ഇപ്രകാരം വസ്തു-പശ്ചാത്തലബന്ധത്തിന് അർഥത്തിൽ വലിയ പ്രാധാന്യമുണ്ട്. 'ഇത്രയും കാരണങ്ങളോടെയാണ് ഞാൻ കയറിന്റെയും 'കയറാട്ടി'യുടെയും നിഴലുകളെക്കുറിച്ച് പറഞ്ഞുതുടങ്ങിയത്' എന്ന വാക്യത്തിലെ 'കയറാട്ടി' എന്നത് പുതുപദമാണ്. കയറിന്റെ പശ്ചാത്തലത്തിൽ 'കയറാട്ടി' എന്നൊരു പുതുപദസൃഷ്ടി നടത്തുകയാണ് മേതിൽ. മാത്രമല്ല പാമ്പാട്ടി എന്നതിന്റെ സദൃശ്യസൃഷ്ടിയാണ് 'കയറാട്ടി'. പാമ്പാട്ടി എന്ന മാതൃകയിൽനിന്ന് ഉരുവംകൊണ്ട പകർപ്പാണ് ഈ നൂതനപദസൃഷ്ടി. ഈ പദത്തിന് കഥയിൽ വളരെയധികം സാംഗത്യമുണ്ട്. കാരണം ഈ കഥ, റോപ്പ് മാജിക് അഥവാ കയർജാലവിദ്യ പ്രദർശിപ്പിക്കുന്ന പുലവനെക്കുറിച്ചുള്ളതാണ്. പുലവനും പുലവൻ അന്തരീക്ഷത്തിലേക്കുയർത്തുന്ന കയറിൽ വലിച്ചുകയറുന്ന ചെറുപ്പക്കാരനും ആൾക്കൂട്ടവുമാണ് കഥയെ നയിക്കുന്നത്. കയറിൽ കയറി അതിന്റെ അറ്റത്തുനിന്ന് അപ്രത്യക്ഷനാകുന്ന ചെറുക്കനെ അത്ഭുതത്തോടെയാണ് കാണികൾ വീക്ഷിക്കുന്നത്. ഓരോ അത്ഭുതത്തിലും അവർ 'ഓ' എന്ന വ്യാക്ഷേപകശബ്ദം ഉയർത്തുന്നുണ്ട്. ഫലപ്രദമായ രീതിയിലാണ് മേതിൽ ഇവിടെ വസ്തു-പശ്ചാത്തലബന്ധത്തെ ഉപയോഗിച്ചിരിക്കുന്നതെന്ന് കാണാം.

വി. കെ. എൻ. മറ്റൊരുതരത്തിൽ വസ്തു-പശ്ചാത്തലബന്ധത്തെ അവതരിപ്പിക്കുന്നത് നോക്കുക:

വി. കെ. എൻ. കഥകൾ ഭാഷകൊണ്ടുണ്ടാക്കുന്ന നർമംകൊണ്ടു ശ്രദ്ധേയമാണ്. വ്യത്യസ്ത വസ്തു-പശ്ചാത്തലങ്ങളെ സങ്കലനംചെയ്താണ് വി. കെ. എൻ. നർമം ഉണ്ടാക്കുന്നത്. നാമവും ക്രിയയും തമ്മിലുള്ള പൊരുത്തം ഇല്ലാത്തിടത്ത് പൊരുത്തമുണ്ടാക്കി ഹാസ്യമുണ്ടാക്കുന്നത് ദൃഷ്ടാന്തം. വസ്തു-പശ്ചാത്തലബന്ധത്തിലെ ആധാര-ആധേയഭാവങ്ങൾ മറിച്ചിട്ടിട്ടാണ് നർമം ഉണ്ടാക്കുന്നത്. ഉദാഹരണത്തിന് 'പ്രഭാഷണം' എന്ന കഥ നോക്കുക: 'കേരളം മൂന്നു മുറിയായി കിടന്ന കാലമായിരുന്നു. ഗോശ്രീ എന്ന കൊച്ചി. വേണാട് എന്ന തിരുവിതാംകൂർ, ബാർ അറ്റാച്ച്ഡ് ആയ മലകളുള്ള മലബാർ'. ഇവിടെ ഐക്യകേരളത്തിനു മുമ്പ് തിരുവിതാംകൂർ, കൊച്ചി, മലബാർ എന്നിങ്ങനെ മൂന്നായി കിടന്ന കേരളത്തെയാണ് വി. കെ. എൻ. വ്യത്യസ്ത വസ്തു-പശ്ചാത്തലബന്ധത്തോടുകൂടി ആവിഷ്കരിക്കുന്നത്. ഈ ജ്ഞാനപശ്ചാത്തലത്തെക്കുറിച്ച് അറിവില്ലാത്തവർക്ക് അത് മനസ്സിലാകുകയില്ല. ഭാഷകൾക്ക് തമ്മിൽ വസ്തു-പശ്ചാത്തലബന്ധം കല്പിക്കുന്ന രീതിയും വി. കെ. എൻ. കഥകളിൽ കാണാം. മലയാളമാകുന്ന പശ്ചാത്തലത്തിൽ സംസ്കൃതവും ഹിന്ദിയും തമിഴും ഇംഗ്ലീഷും വസ്തുക്കളായി കല്പിക്കുന്നതു കാണാം. 'ജവഹർലാൽ നെഹ്റുവും മൂകം കരോതി വാചാലനായിരുന്നു'. ഇവിടെ മൗനം വരിച്ച് വാചാലനായി എന്നാണ് അർഥം എടുക്കുക. വ്യാകരണസാധുക്കളായ വാക്യങ്ങളോ പ്രയോഗസാധുക്കളായ വാക്യങ്ങളോ കൂടാതെ ഇവയുടെ ചേരുവയായ മറ്റൊരു വാക്യഘടനയാണ് വി. കെ. എൻ. പ്രയോഗിക്കുന്നത്. അതാണ് ഹാസ്യം. ഒരു ഭാഷയിലെ പദത്തിന് മറ്റൊരു ഭാഷയിലെ വിപരീതാർഥം കൊടുത്തുകൊണ്ട് ഉണ്ടാക്കുന്ന നർമമാണ് വി. കെ. എൻ. നർമങ്ങളിൽ കേമം.

ഇനി, വസ്തു-പശ്ചാത്തലബന്ധത്തിന് കവിതയിൽനിന്നൊരു ഉദാഹരണം പരിശോധിക്കാം.

പി. എൻ. ഗോപികൃഷ്ണന്റെ 'ഞങ്ങളുടെ മാനിഫാസ്റ്റോ' എന്ന കവിത, വസ്തു- പശ്ചാത്തലബന്ധത്തെ ചിത്രീകരിക്കുന്നത് നോക്കുക:

'അന്നാ അത് വലിയ തെറ്റായിരുന്നു
സ്റ്റാലിനായിരുന്നു ശരി'

ഇതിലെ 'അന്ന', സ്റ്റാലിൻ നിഷ്കാസനംചെയ്ത കവയിത്രിയാണെന്ന് സ്റ്റാലിൻ എന്ന പദം പശ്ചാത്തലമായിട്ട് വരുമ്പോൾ മനസ്സിലാക്കാനാകും ആ ചരിത്രം ജ്ഞാനതലത്തിലുള്ളവർക്ക്. അ

തിനാൽ അടിക്കുറിപ്പ് ആവശ്യമില്ല. കവി അടിക്കുറിപ്പ് കൊടുക്കുന്നത് ആ ചരിത്രം അറിയാത്തവർക്ക് അർഥം പകർന്ന് കൊടുക്കാനാകുന്നു.

സങ്കല്പനലക്ഷകസിദ്ധാന്തം

ധൈഷണികാവ്യമീമാംസയിൽ ഏറ്റവും കൂടുതൽ ഉപയോഗിക്കപ്പെട്ടിട്ടുള്ള ധൈഷണിക ഭാഷാശാസ്ത്ര പരികല്പനയാണ് ലക്ഷകം. ചിന്തയെ ആവിഷ്കരിക്കാനുള്ള ഉപാധിയാണ് ലക്ഷകങ്ങൾ. സാമാന്യവ്യവഹാരത്തിലും വിശേഷവ്യവഹാരത്തിലും ധാരാളം ലക്ഷകങ്ങൾ ഉപയോഗിക്കുന്നുണ്ട്.

ധൈഷണികതയുടെ നിർമാണപ്രവർത്തനഘടകം ലക്ഷകമാണ്. ലക്ഷകത്തിന് രണ്ടു തലങ്ങളുണ്ട്. സ്രോതസ്തലവും ലക്ഷ്യതലവും. ലക്ഷകത്തിന്റെ വാച്യാർഥത്തിന്റെ ഉറവിടമാണ് സ്രോതസ്തലം. ലക്ഷകത്തിൽ ആവിഷ്കരിക്കപ്പെടുന്ന അനുഭവത്തിന്റെതാണ് ലക്ഷ്യതലം. യഥാർഥത്തിൽ ഇവ തമ്മിലുള്ള അടയാളപ്പെടുത്തലാണ് ലക്ഷകാത്മകചിന്തയിൽ നടക്കുന്നത്. ലക്ഷകങ്ങൾ മനുഷ്യന്റെ അനുഭവങ്ങളിൽനിന്നാണ് രൂപംകൊള്ളുന്നത് (Lakoff & Johnson, 2003). താരതമ്യം, വിധി, (വിലയിരുത്തൽ) എന്നിവ ലക്ഷകത്തിൽ ഉള്ളടങ്ങിയിട്ടുണ്ട്. കുമാരനാശാന്റെ വീണപൂവിൽനിന്ന് ഉദാഹരണമെടുത്ത് സ്രോതസ്തലവും ലക്ഷ്യതലവും വ്യക്തമാക്കാം.

'ലാളിച്ചു പെറ്റ ലതയൻപൊടു ശൈശവത്തിൽ/പാലിച്ചു പല്ലവപുടങ്ങളിൽവച്ചു നിന്നെ/ആലോലവായു ചെറുതൊട്ടിലുമാട്ടി, താരാ-/ട്ടാലാപമാർന്നു മലരേ, ദലമർമ്മരങ്ങൾ'

കുഞ്ഞിനെ പ്രസവിച്ചു ലാളനയോടെ പരിചരിക്കുന്ന കുടുംബാന്തരീക്ഷമാണ് ഇവിടെ സ്രോതസ്തലം. പ്രസവിച്ച്, മുലയൂട്ടി, താരാട്ടുപാടി ഉറക്കുക എന്നത് ഇവിടെ സസ്യങ്ങൾ ചെയ്യുന്നതായി അടയാളപ്പെടുത്തുന്നു. സസ്യവും വായുവുമൊക്കെ ചെയ്യുന്ന ഈ പ്രവൃത്തികളാണ് ലക്ഷ്യതലം. സ്രോതസ്തലങ്ങളെല്ലാം മനുഷ്യലോകമാകുന്നു. പെറ്റു ലാളിക്കുന്ന ലത- (അമ്മ), പല്ലവപുടങ്ങൾ - (കൈകൾ), ആലോലവായുവിന്റെ ചെറുതൊട്ടിൽ- (തൊട്ടിലാട്ടുന്നാൾ), ദലമർമരങ്ങൾ - താരാട്ടു പാടുന്നവർ. എന്നിങ്ങനെ രണ്ടിടത്തും മനുഷ്യന്റെ ക്രിയാവ്യാപാരമാണ് കാണുന്നത്. മാത്രമല്ല പുതുനിലാവ് കുളിക്കാനുള്ള ഇടമായും ബാലാതപം കളിക്കാനുള്ള ഇടമായും കിളികൾ കൂടെപാടുന്നവരായും താരങ്ങൾ

ലോകതത്ത്വം പഠിപ്പിക്കുന്നവരായും സങ്കല്പിക്കുമ്പോൾ ആശാൻ മനുഷ്യലക്ഷകങ്ങളെ വ്യാപിപ്പിക്കുകയാണ്. ഇവിടയൊന്നും സസ്യ ലോകം സ്രോതസ്തലമായി വരുന്നില്ല. കിട്ടാവുന്നതിൽവെച്ച് ഏറ്റവും മുന്തിയ കാര്യങ്ങളിൽ വിവരിക്കുന്നത് പതനത്തിന്റെ ആഴം ഉണർത്താനാകുന്നു. ബാല്യത്തിൽ കിട്ടാവുന്ന പരിഗണന സമ്പൂർണമായിരുന്നെന്ന് കാണിക്കാനാണ് ഇത്തരം ലക്ഷകങ്ങൾ ആശാൻ ഉപയോഗിച്ചത്.

ലക്ഷകത്തെ റഫീക് അഹമ്മദ് സങ്കല്പനം ചെയ്യുന്നത് മറ്റൊരു ഉദാഹരണം.

'ഭാഷാകലാപം കഴിഞ്ഞാറെ ഒരു ദിവസം
അഭയാർഥി ക്യാമ്പ് സന്ദർശിക്കുകയുണ്ടായി
മൂക്കും മുലയും അരിയപ്പെട്ട വാക്കുകൾ
മുണ്ഡനംചെയ്യപ്പെട്ടവ
വയറു പിളർന്ന് അർഥം ചോർത്തിക്കളഞ്ഞവ
കണ്ണുതുരന്നവ, പൊള്ളിച്ചവ'

റഫിക്ക് അഹമ്മദിന്റെ 'ഭാഷാന്തരം' എന്ന കവിതയിൽ വാക്കുകളെ മനുഷ്യരായി സങ്കല്പനം ചെയ്തിരിക്കുന്നു. സ്രോതസ്തലം മനുഷ്യരും ലക്ഷ്യതലം വാക്കുകളുമാണ്.

'ഭാഷാന്തരം' എന്ന കവിത ഏറെ ശ്രദ്ധേയമാണ്. ഭാഷയെ അമ്മയായും പോറ്റമ്മയായും തോഴിയായും രോഗിയായ ശപിക്കപ്പെട്ട സ്ത്രീയായും നർത്തകിയായും മലയാളകവികൾ അടയാളപ്പെടുത്തിയിട്ടുണ്ട്. ഇവിടെ പീഢിപ്പിക്കപ്പെട്ട സ്ത്രീയാണ് ഭാഷ. ജൈവികവും സാമൂഹികവുമായ തനിമ നഷ്ടപ്പെടുമ്പോൾ സ്ത്രീ നശിക്കുന്നു; ഭാഷ നശിക്കുന്നുവെന്ന വീക്ഷണമാണ് ഈ കവിതയുടെ ശക്തി. ഭാഷയാണ് സ്ത്രീയെന്നും സ്ത്രീക്ക് ഏൽക്കുന്ന പ്രഹരം ഭാഷയ്ക്ക് ഏൽക്കുന്ന പ്രഹരമാണെന്നും ഈ കവി(ത) തിരിച്ചറിയുന്നു. സമൂഹം, സ്ത്രീയുടെ അവസ്ഥ എന്നിവ സ്രോതസ്തലങ്ങളായും കലാപം, കയ്യേറ്റം എന്നിവ യഥാക്രമം ലക്ഷ്യതലങ്ങളായും വരുന്നതുകൊണ്ടാണ് ഇത്തരം വ്യഖ്യാനങ്ങൾ സാധ്യമാകുന്നത്.

ലക്ഷകം കൊണ്ട് നർമം ചമയ്ക്കാൻ മിടുക്കനാണ് വി. കെ. എൻ. മണിപ്രവാളശൈലിയിലുള്ള സ്ത്രീയുടെ അംഗപ്രത്യംഗ വർണനയുടെ ആധുനികരൂപമാണ് വി. കെ. എൻ കഥകളിൽ കാണുന്നത്. ഉദാഹരണത്തിന് 'കേണല്' എന്ന കഥ നോക്കുക: 'അവർ കുറുകെ നടന്നു വരാന്തയിലേക്കുള്ള വാതിൽ തുറന്നു. നടക്കു

മ്പോൾ പഞ്ചകല്യാണി തുളുമ്പുകയും ചിരിക്കുകയുമായിരുന്നു. അവരുടെ ഭാഗങ്ങൾ തുളുമ്പിത്തെറിച്ചേക്കുമെന്ന് തോന്നി പയ്യന്. ഇതേ കഥയിൽ കേണലിന്റെ ഭാര്യ എന്ന് പയ്യൻ കരുതുന്ന സ്ത്രീ കാലിന്മേൽ കാൽ കയറ്റിവെച്ചിരിക്കുന്നത് വർണിക്കുന്നത് ഇങ്ങനെ: 'അവർ ആ വിധം ഇരിക്കുമ്പോൾ എല്ലാം അതിർത്തിരേഖകളും അപ്രത്യക്ഷമാവുന്നു. തിരമാലകൾ പിന്നോട്ടു മറിയുന്നു. നിമ്നോന്നതമായ, ഫലഭൂയിഷ്ഠമായ, ഉഴുതുമറിച്ച മണ്ണിന്റെ മണമുയരുന്ന വസുന്ധര വാരവാരയായി കുത്തഴിഞ്ഞുകിടക്കുന്നു. പയ്യന്റെ ബോധം ഒരു മദ്യപനെപ്പോലെ പെരുമാറുന്നു'. സ്ത്രീയെ ഉഴുതുമറിച്ച നിലമായി 'ഇറോട്ടിക്കായി' അവതരിപ്പിക്കുകയാണ് വി. കെ. എൻ.

സദൃശസൃഷ്ടി

ഭാഷാപരിണാമത്തിന്റെ ഒരു രൂപമാണ് സദൃശസൃഷ്ടി. ഭാഷയിലെ ചില സാധാരണ പ്രയോഗങ്ങളെ അനുകരിച്ച് ചില വിരളപ്രയോഗങ്ങൾക്ക് രൂപംകൊടുക്കുന്ന പ്രക്രിയയാണിത്. സ്വനിമ-രൂപിമ-വാക്യ-അർഥതലത്തിൽ വരുന്നത് കൊണ്ടിതിനെ ഒരു പ്രത്യേക നിർമിതിയായി എടുക്കണം. മാത്രമല്ല, ഭാഷയിലെ ഒരു തുടർപ്രക്രിയയാതിനാൽ ഭാഷയുടെ ചലനാത്മകതയേയും ഇത് പ്രതിനിധീകരിക്കുന്നുണ്ട്.

മേതിലിന്റെ കഥയിലെ പാമ്പാട്ടി/കയറാട്ടി ദ്വന്ദ്വംപോലെ സദൃശസൃഷ്ടി ഒരു മാതൃകയുടെ പകർപ്പാണ്. അതിനാൽ അതിന് ഘടനാപരമായി രണ്ട് തലമുണ്ടെന്നു പറയാം

മാതൃക
പകർപ്പ്
ഘടനാപരം

ഭാഷയിൽ വ്യവസ്ഥാപിതമായ വാച്യാർഥരൂപങ്ങളാണ് 'മാതൃക', 'പകർപ്പ്' അതിന്റെ അനുകരണവും. ഉദാഹരണത്തിന് 'ഒരുത്തി' മാതൃകയും 'ഒരുത്തൻ' പകർപ്പുമാണ്. കാരണം സ്ത്രീ ലിംഗപ്രത്യയമായ -ത്തി എന്നത് ഒരു എന്ന സംഖ്യാവിശേഷണത്തോട് ചേർന്ന് (ഒരു+ത്തി=ഒരുത്തി) ആകുന്നത് വ്യാകരണാധിഷ്ഠിതമാണ്. എന്നാൽ ഒരു + ത്തൻ എന്നത് 'ഒരുത്തന്' ആകുകയില്ല. കാരണം -ത്തൻ എന്ന ഒരു പുലിംഗപ്രത്യയം മലയാളത്തിലില്ല.

ഏകാന്തതയെക്കുറിച്ച് ഒരു നോവൽകൂടി എന്ന നോവലിൽ വി. എച്ച്. നിഷാദ് അടയാളപ്പെടുത്തിയ രചനാതന്ത്രം സദൃശ്യസൃ

ഷ്ടിയിൽനിന്ന് ഉരുവം കൊണ്ടതാണ്. കാഴ്ചാലോകത്തിൽ നിന്ന് അന്ധതയുടെ തീരങ്ങളിലകപ്പെട്ട കവേരി എന്ന യുവതിയെ ആബിദ് എന്ന ചുറുചുറുക്കുള്ള ചെറുപ്പക്കാരൻ പ്രണയിച്ച് വിവാഹം കഴിക്കുന്നതാണ് ഈ നോവലിന്റെ പ്രമേയം. പ്രണയവും വിവാഹാനന്തരജീവിതവും സങ്കല്പനംചെയ്ത് അവതരിപ്പിക്കുന്ന രീതിയാണ് ഈ നോവലിന്റെ പുതുമ. ആഖ്യാനരീതിയിൽ സൗന്ദര്യശാസ്ത്രത്തിന്റെ വ്യത്യസ്ത ഉപകരണങ്ങൾവെച്ചുകൊണ്ടുള്ള പരീക്ഷണനോവലാണിത്. അതിനുവേണ്ടി ഈ എഴുത്തുകാരൻ പ്രധാനമായും ആശ്രയിക്കുന്നത് സദൃശസൃഷ്ടി എന്ന സങ്കേതത്തെയാകുന്നു.

പുകവലിയ്ക്ക് എതിരെയുള്ള ജനപ്രിയപരസ്യത്തിന്റെ 'മാതൃക'യിൽ നിഷാദ് തീർത്ത 'പകർപ്പ്' നോക്കുക:

'ഈ നോവലിന് ഇതെന്തുപ്പറ്റി
ചിലയിടത്ത് ചിത്രം
ചിലയിടത്ത് തിരക്കഥ
ചിലയിടത്ത് വക്കുപൊട്ടിയ വാക്കുകൾ
മിണ്ടാതെ സഹിക്കുന്നതെന്തിന്
വില കൊടുക്കേണ്ടിവരും
വലിയ വില കൊടുക്കേണ്ടിവരും'

സ്വനിമതലംമുതൽ വാക്യതലംവരെ സദൃശസൃഷ്ടികൾ നടത്താവുന്നതാണ്. കാർട്ടൂൺ, പരസ്യം, ചിത്രങ്ങൾ, ശൈലികൾ, പട്ടികകൾ, എന്നിങ്ങനെ പല മാതൃകകളുടെയും പകർപ്പിന്റെ അടിസ്ഥാനത്തിലാണ് ഈ നോവൽ സൃഷ്ടിച്ചിരിക്കുന്നത്.

ഉപാദാനലക്ഷണയുടെ സർഗസ്വഭാവം

മെറ്റോണമി എന്നതിന് ഉപാദാനബന്ധം എന്നാണ് പൊതുവെ മലയാളത്തിൽ പ്രയോഗിച്ചുവരുന്നത്. ഇവിടെ മെറ്റോണമിയെ കുറിക്കാൻ ഉപാദാനലക്ഷണ എന്ന പദമാണ് പ്രയോഗിക്കുന്നത്.വാച്യാർഥത്തിനുപുറമേ മറ്റൊരു ആശയത്തെക്കൂടി സൂചിപ്പിക്കുന്നതാണ് ഉപാദാനലക്ഷണ എന്ന് സാമാന്യമായി പറയാം (Croft, 2004 :48) ലക്ഷണയുടെ മറ്റൊരു തലംതന്നെയാണ് ഉപാദാനലക്ഷണയെന്നാണ് ക്രോഫ്ട് അർഥമാക്കുന്നത്. അംശ-സാകല്യബന്ധം, സാകല്യ-അംശബന്ധം എന്നിങ്ങനെ പലതരത്തിലും ഉപാദാനലക്ഷണ വരാം. ലക്ഷകത്തേക്കാൾ കൂടുതലായി ധൈഷണികതയുടെ അടിസ്ഥാനഘടകമായി വർത്തിക്കുന്ന സങ്കല്പനപ്രതി

ഭാസമാണ് ഉപാദാനലക്ഷണ. സങ്കല്പനവ്യവസ്ഥയെ ശക്തമായി ആവിഷ്കരിക്കുവാൻ ഉപാദാനലക്ഷണയ്ക്കു കഴിയുമെന്നാണ് ഇവിടെ അർത്ഥമാക്കുന്നത്. അർത്ഥവ്യാപനത്തിന്റെ അടിസ്ഥാന പ്രക്രിയകളിലൊന്നാണ് ഉപാദാനലക്ഷണയെന്നും അഭിപ്രായമുണ്ട് (Taylor,1989: 124). ഇതിൽനിന്ന് മനസ്സിലാക്കാവുന്ന കാര്യങ്ങൾ:

1. ഉപാദാനലക്ഷണ വാച്യാർത്ഥത്തിൽനിന്ന് പൂർണമായും ലക്ഷ്യാർത്ഥത്തിലേക്ക് മാറുന്നില്ല
2. ആശയങ്ങൾ ആവിഷ്കരിക്കുവാനുള്ള ധൈഷണികതയുടെ അടിസ്ഥാനവൃത്തിയാണ് ഉപാദാനലക്ഷണ
3. അർത്ഥവ്യാപനത്തിന് കാരണമാകുന്നു.

പുതുകവിതകളിലെ ഉപാദാനലക്ഷണ

ഉപാദനലക്ഷണ കാവ്യചിന്തകളെ ആവിഷ്കരിക്കാനുമുതകുമെന്ന് കാണാം. പുതുകവിതകളിൽനിന്ന് ചില ഉദാഹരണങ്ങൾ:

തുടർച്ചാഭംഗങ്ങളുടെ ചരിത്രമാണ് പുതുകവിതകളിലെ ഉപാദാനലക്ഷണകവിതകളുടെ പ്രമേയങ്ങൾ നിർവഹിക്കുന്നത്. ചരിത്രവും ഇവിടെ വ്യക്തിരാഷ്ട്രീയമായി മാറുന്നു. വ്യക്തിനിരീക്ഷണങ്ങൾക്കും വൈയക്തിക തത്ത്വചിന്തയ്ക്കുമാണ് ഈ കവികൾ ശ്രമിക്കുന്നത്. അതിനാൽ ഒരു നിരീക്ഷണമോ ചിന്താശകലമോ അവതരിപ്പിച്ച് കവി പിന്മാറുകയാണ്. അതിന് ഉതകുന്ന ഭാഷയെ കണ്ടെത്താനുള്ള ശ്രമമാണ് നടക്കുന്നത്. കവിതകൾ ഏകവിഷയകേന്ദ്രങ്ങൾ ആയതിനാലാണ് ഉപാദാനബന്ധങ്ങൾക്ക് പ്രസക്തി ഏറുന്നത്. വൈകാരികമായി തത്ത്വചിന്തയെയും മറ്റും അവതരിപ്പിക്കേണ്ടിവരുമ്പോൾ ഭാഷയുടെ സുതാര്യതയും ആവശ്യമായി വരുന്നു. മനുഷ്യന്റെ പൊതുധൈഷണികതയെയും ഭാഷയെയും ബന്ധിപ്പിക്കുന്ന ഘടകമാണ് ഉപാദാനലക്ഷണ.

ഉടലറിവും സാഹിത്യാർത്ഥവും

വസ്തു-പശ്ചാത്തലബന്ധം, ലക്ഷകം, ഉപാദാനലക്ഷണ, സദൃശ്യസൃഷ്ടി എന്നിങ്ങനെയുള്ള ധൈഷണികവൃത്തികളുടെ അടിസ്ഥാനത്തിൽ സാഹിത്യപാഠങ്ങൾ വിലയിരുത്തുമ്പോൾ അവ ഉടലറിവിന്റെ അർഥാവിഷ്കാരങ്ങളാണെന്ന് മനസ്സിലാക്കാനാകും. ഉടലും ചുറ്റുപാടുകളും തമ്മിലുള്ള ഇടപെടലുകളുടെ അടിസ്ഥാനത്തിലാണ് ഇവ നിലനിൽക്കുന്നത്.

ഉടലറിവിന്റെ ആഖ്യാനം സാഹിത്യവും വ്യാഖ്യാനം സാഹിത്യവിമർശവുമാകുന്നു. സാഹിത്യകൃതികളുടെയും മറ്റു കലകളുടെയും

സൃഷ്ടിയും ആസ്വാദനവുമായി ബന്ധപ്പെട്ടു ശരീരം ഇടപെടുന്നത് വികാരത്തിലൂടെയാണ്. അതിനാൽ വികാരത്തെ ധൈഷണികതലത്തിന്റെ അടിസ്ഥാനത്തിൽ വിശദമായി പഠിക്കേണ്ടതുണ്ട്.

വികാരവും സാർവലൗകികതയും

കലയുടെ സൗന്ദര്യശാസ്ത്രം ന്യൂറോ സയൻസിന്റെ ഭാഗമാണെന്ന തരത്തിലുള്ള അന്വേഷണം വി. എസ്. രാമചന്ദ്രനെപ്പോലുള്ള വിശ്വപ്രസിദ്ധ ന്യൂറോ ശാസ്ത്രജ്ഞർ നടത്തുന്നുണ്ട്. കലയെ മസ്തിഷ്കത്തിന്റെ ഉത്പന്നമായി കാണുന്ന ഈ വീക്ഷണം ശാസ്ത്രത്തോടൊപ്പം കലയേയും പരിഗണിക്കുന്നു. കലയ്ക്ക് സാർവലൗകികമായൊരു തലമുണ്ടെങ്കിലും സാംസ്കാരികവ്യതിയാനങ്ങൾ കലയെ വ്യത്യസ്തമാക്കുന്നുവെന്ന് രാമചന്ദ്രൻ നിരീക്ഷിക്കുന്നു. 'കലാവൈവിധ്യത്തിന്റെ തൊണ്ണൂറുശതമാനം സാംസ്കാരിക വൈവിധ്യത്തിലധിഷ്ഠിതമാണെന്നും പത്തുശതമാനം മാത്രമേ സാർവലൗകിമായ നിയമങ്ങളെ പാലിക്കുന്നുള്ളൂവെന്ന് അനുമാനിക്കാം' (രാമചന്ദ്രൻ, 2014:143).

'ബുദ്ധാ ഞാനാട്ടിൻകുട്ടി/ കല്ലേറുകൊണ്ടന്റെ/ കണ്ണുപോയ്
നിൻ ആൽത്തറ/കാണുവാനൊട്ടും വയ്യ'(എ. അയ്യപ്പൻ, ബുദ്ധനും ആട്ടിൻകുട്ടിയും)

മലയാളത്തിൽ മാത്രമൊതുങ്ങി നിൽക്കുന്ന കവിതയല്ലയിത്. ബുദ്ധൻ, ആട്, പീഡനം, കാരുണ്യം എന്നിങ്ങനെ സാർവലൗകിത അവകാശപ്പെടാവുന്ന കാര്യങ്ങൾ എ. അയ്യപ്പന്റെ 'ബുദ്ധനും ആട്ടിൻകുട്ടിയും' എന്ന കവിതയിലുണ്ട്. ബുദ്ധന്റെ ജീവിതകാലത്തും കരുണയും ത്യാഗവും വികാരങ്ങളായി അന്നേയുണ്ട്. 'വികാരങ്ങൾക്ക് പുരാതനസ്വഭാവമുണ്ടെന്നർഥം. അവ നിരന്തരം പരിണാമവിധേയമായികൊണ്ടിരിക്കുന്നുണ്ട്. വികാരങ്ങളെല്ലാംതന്നെ പുരാതന ജനിതകഗുണങ്ങൾ പ്രകാരം ആദിമമെന്ന് പറയാമെങ്കിലും മനുഷ്യരിൽ അവ പലപ്പോഴും യുക്തിപോലെ തന്നെ ഏറെ ആധുനികമായി കാണപ്പെടുന്നുവെന്നതാണ് സത്യം'(രാമചന്ദ്രൻ, 2014:114). ഇക്കാര്യത്തെ സാഹിത്യം സാധൂകരിക്കുന്നുണ്ടെന്ന് 'ബുദ്ധനും ആട്ടിൻകുട്ടിയും ' എന്ന കവിത വ്യക്തമാക്കുന്നു.

ക്വീർസിദ്ധാന്തവുമായി സർഗാത്മകമായ വിനിമയം ധൈഷണികസാഹിത്യം നടത്തുന്നുണ്ട്. അകം-പുറം എന്ന സങ്കല്പനത്തെ ക്വീർസിദ്ധാന്തവും ധൈഷണികസാഹിത്യവിമർശനവും ഒരുപോലെ പരിഗണിക്കുന്നുണ്ട്.

ക്വീർ സൗന്ദര്യശാസ്ത്രവും ധൈഷണികതയും

ക്വീർസിദ്ധാന്തവുമായി സർഗാത്മകമായ വിനിമയം ധൈഷണികസാഹിത്യം നടത്തുന്നുണ്ട്. അകം-പുറം എന്ന സങ്കല്പനത്തെ ക്വീർസിദ്ധാന്തവും ധൈഷണികസാഹിത്യവിമർശനവും ഒരുപോലെ പരിഗണിക്കുന്നുണ്ട്. പി.പി. രാമചന്ദ്രന്റെ 'അത്' എന്ന കവിത ഉടലറിവിന്റെ അടിസ്ഥാനത്തിൽ പഠിക്കാം.

'അത്' എന്ന ഉടലറിവ്

ഹിജഡ, ട്രാൻസ്ജെന്റർ, മൂന്നാംലിംഗം, അരവാണി എന്നിങ്ങനെ വിവിധ പേരുകളിലറിയപ്പെടുന്നവരുടെ ശരീരപരിണാമവും അതോടൊപ്പം ഭാഷയിൽ അവർ തീർത്ത അടയാളങ്ങളെയും ആവിഷ്കരിക്കുന്ന കവിതയാണ് പി.പി. രാമചന്ദ്രന്റെ 'അത്'. പെണ്ണായി, മാന്യമായി ജീവിക്കുക എന്ന ഉദ്ദേശ്യത്തോടെ ശരീരത്തെ വിവർത്തനംചെയ്യുന്ന വ്യക്തിയുടെ വ്യത്യസ്ത ഭാവങ്ങൾ ആവിഷ്കരിക്കുന്ന ഈ കവിത; ഭാഷയിൽ സങ്കല്പനംചെയ്യപ്പെട്ട ലിംഗവ്യവസ്ഥയും ഉടലറിവിലൂടെ ആവിഷ്കരിക്കപ്പെടുന്ന ഉടൽബോധ്യവും തമ്മിലുള്ള ഏറ്റുമുട്ടൽ തുറന്നുകാണിക്കുന്നു. ഇത്തരം വ്യക്തികൾ അഭിമുഖീകരിക്കുന്ന പ്രശ്നങ്ങൾ എളുപ്പം മനസ്സിലാക്കാൻ രേവതിയുടെ ആത്മകഥയിൽനിന്നുള്ള ഈ ഭാഗം ശ്രദ്ധിച്ചാൽ മതിയാകും. 'ആളുകൾ, സ്ത്രീകൾപോലും ഞങ്ങളെ തുറിച്ചുനോക്കുകയും കളിയാക്കി ചിരിക്കുകയും ആവശ്യമില്ലാത്ത ചോദ്യങ്ങൾ ചോദിച്ചു വിഷമിപ്പിക്കുകയും ചെയ്തു. ഒരു ഹിജഡയുടെ ദൈനംദിന ജീവിതെ എത്ര ദുരിതപൂർണമാണെന്ന് ഞാൻ മനസ്സിലാക്കി. സ്ത്രീകളോ പുരുഷന്മാരോ ആയ മനുഷ്യർ അവരുടെ കുടുംബത്തിനൊപ്പം പുറത്തുപോകുമ്പോൾ ആളുകൾ ഇങ്ങനെ പീഡിപ്പിക്കാറുണ്ടോ ഒരു വികലാംഗനോ അന്ധനോ ആണെങ്കിലോ- ആളുകൾ അവരോട് സഹതാപം കാണിക്കുകയും സഹായിക്കുകയും ചെയ്തേക്കും. ശാരീരികമായ മുറിവുകൾ എന്തെങ്കിലും ഏറ്റിട്ടുള്ളവരാണെങ്കിൽ അവർക്ക് കുടുംബത്തിനുള്ളിൽ നിന്നും കുടുംബത്തിനു പുറത്ത് നാതിനെക്കുറിച്ച് അറിയുന്നവരിൽനിന്നുമെല്ലാം ശുശ്രൂഷ ലഭിക്കും. പക്ഷേ, ഞങ്ങളെ ആരും മനുഷ്യരായി കണക്കാക്കുന്നില്ല' (രേവതി, 2010). അകവും പുറവും തമ്മിലുള്ള സംഘർഷത്തെ ഈ വരികളിൽ ദൃശ്യമാണ്.

അപരപരാമർശത്തിന് ഉപയോഗിക്കുന്ന പ്രഥമപുരുഷന്റെ പ്രയോഗം ട്രാൻസ് വ്യക്തിയുടെ കാര്യത്തിൽ അല്പം സങ്കീർണമാണ്. അവൾ, അവൻ അയാൾ, അവർ, അദ്ദേഹം എന്നിങ്ങനെയുള്ളവയിൽ ഏത് തെരഞ്ഞെടുക്കണമെന്നതാണ് പ്രശ്നം. ഈ പ്രശ്ന

ത്തെ തീക്ഷ്ണമായി ആവിഷ്കരിക്കുന്ന കവിതയാണ് പി. പി. രാമചന്ദ്രന്റെ 'അത്.' ഭാഷയും ചിന്തയും ഒന്നല്ലെന്ന ധൈഷണിക ഭാഷാശാസ്ത്രത്തിന്റെ വീക്ഷണത്തോടു ഒത്തുപോകുന്ന കവിതയാണ് പി. പി. രാമചന്ദ്രന്റെ 'അത്' എന്ന കവിത. ഭാഷാഘടന, ചിന്താഘടനയുടെ ആവിഷ്കാരമാണെന്നും ചിന്തയെ നിയന്ത്രിക്കുന്നത് ഭാഷയാണെന്നുമുള്ള പരികല്പനയെയും ധൈഷണികവാദം തള്ളിക്കളയുന്നു. ആ വാദത്തോടു നിരന്നുപോകുന്ന ഒന്നാണ് ഈ കവിത.

സങ്കല്പനതലത്തിലുള്ള ലിംഗബോധത്തെ അടയാളപ്പെടുത്താൻ ഭാഷ അപര്യാപ്തമാണെന്ന കാര്യം ഈ കവിത വെളിപ്പെടുത്തുന്നു.

'അവനും അവൾക്കും അതുണ്ട്'

'അപ്പോൾ ഞാനോ' എന്ന ചോദ്യത്തിലൂടെ ഭാഷാശാസ്ത്രപരമായ അറിവിൽനിന്ന് ഉടലറിവിലേക്കു കവിത മാറുന്നു. അർഥബോധത്തെ തിരിച്ചിടുന്നു കവി. പിന്നെ സംഭവിക്കുന്നതെല്ലാം അകത്താണ്. പുറം അന്യമാകുന്നു. അകം പാകമാക്കി പുറത്തേക്കുള്ള കുതിപ്പിനെ (Came out) ഉടലിന്റെ അടിസ്ഥാനത്തിൽ ആവിഷ്കരിക്കുന്ന അപൂർവതയുള്ള കവിതയായി അത് മാറുന്നു. ആൺശരീരമെന്ന ജീവശാസ്ത്രപരമായ ഉടലിൽനിന്ന് സാമൂഹികശരീരത്തിലേക്കുള്ള മാറ്റത്തിനായി ഉള്ളിൽ ഒരുക്കങ്ങൾ നടക്കുകയാണ്.

ഞാൻ മീശവടിച്ചു
ചുണ്ടുചോപ്പിച്ചു
കാതിൽ കമ്മലും
കൈയിൽ വളകളും
മാറിൽ മാലയും അണിഞ്ഞു
പഞ്ഞിനിറച്ച ബ്രേസിയർ ധരിച്ചു
പാവാട ചുറ്റി

അത്തരമൊരു മാറ്റത്തെ ജീവശാസ്ത്രപരമായ ഉടൽ എത്രമാത്രം പ്രതിസന്ധിയുണ്ടാക്കുന്നുവെന്നും അകം നെരിപ്പോടായി മാറുന്നതും അടുത്ത വരികളിൽ കവി തീവ്രതയോടെ ആവിഷ്കരിക്കുന്നുണ്ട്.

തുടകൾക്കിടയിൽ
തൂങ്ങിക്കിടന്ന അത്
എന്നെ നാണംകൊടുത്തി
മുറിച്ചുകളയാൻ

പലതവണ കത്തിയണച്ചു
ധൈര്യം വന്നില്ല

ഈ കവിതയുടെ രണ്ടാംഭാഗം എന്ന് വിശേഷിപ്പിക്കാവുന്ന കാര്യം സ്വപ്നമാകുന്നു.

ഞാനൊരു സ്വപ്നംകണ്ടു
ആഴക്കടൽ നടുവിൽ
ഒരു പർവതം ഉദ്ധരിച്ചുനിൽക്കുന്നു
കടകോലിൽ എന്നപോലെ
അതിന്മേൽ ഒരു സർപ്പം ചുറ്റിവരിഞ്ഞിരിക്കുന്നു
അവന്മാരും അവളുമാരും
വാലും തലയും പിടിച്ച് ആഞ്ഞുവലിക്കുന്നു
ഞാൻ ഭയന്നുപോയി
അതിൽനിന്ന് തെറിക്കാവുന്ന ലാവ
സമസ്തലോകവും സംഹരിക്കുമെന്ന്
എനിക്കു തോന്നി
ഞാനുണർന്നു
ആ വിഷബീജങ്ങൾ
കൈക്കുടന്നയിൽ ഏറ്റുവാങ്ങി
എങ്ങും നിക്ഷേപിക്കാനാവാത്തതുകൊണ്ട് വിഴുങ്ങി
തൊണ്ടയിൽ തടഞ്ഞുനിർത്തി
എന്റെ ചങ്കിൽ ഇപ്പോഴുമുണ്ട്
ആ സ്വപ്നത്തിന്റെ അടയാളം

പാലാഴിമഥനം എന്ന ജ്ഞാനമാതൃകയാണ് സ്വപ്നത്തിന് ആധാരം. ആഴക്കടൽ നടുവിൽ, പർവതം, അതിനെ ചുറ്റുന്ന പാമ്പ്, എന്നിങ്ങനെയുള്ള ജ്ഞാനബിംബവ്യവസ്ഥയാണ് പാലാഴിമഥനം എന്ന ജ്ഞാനമാതൃകയെ ഉണർത്തുന്നത്. ഈ വരികളിലൂടെ സ്ഥിതിയുടെ രൂപമായ വിഷ്ണുവല്ല സംഹാരമൂർത്തിയായ ശിവനായിട്ടാണ് കവിതയിലെ ട്രാൻസ് വ്യക്തി പരിണമിക്കുന്നത്.

ജനനേന്ദ്രിയം ലക്ഷ്യമാക്കി
അമ്പുതൊടുക്കുന്നവനെ
ഭസ്മമാക്കാനുള്ള
അവയവമാണ്
നിങ്ങൾക്കില്ലാത്ത ഒന്ന്

കുട്ടികൾക്ക് എതിരെയുള്ള ലൈംഗിക അതിക്രമങ്ങളെ പ്രതിരോധിക്കാനുള്ള ശക്തികേന്ദ്രമായി മാറുകയാണത്. ഉഗ്രരൂപിയാ

യി രക്ഷകസ്ഥാനം ഏറ്റെടുക്കുകയാണത്.

'അത്' എന്നത് നാനാർഥമാണ്. അംശ-സാകല്യബന്ധത്തിലൂടെയാണ് അത് ബഹുത്വാർഥത്തെ തേടുന്നത്. അതോടൊപ്പം വസ്തു-പശ്ചാത്തലബന്ധവും വരുന്നുണ്ട്.

'അവൻ അവൾ അത്'. എന്നിടത്ത് അത് സർവനാമത്തിൽ ഉൾപ്പെടുന്ന നപുംസകനാമമാണ്. 'അവനും അവൾക്കും 'അതു'ണ്ട്' അതില്ലാത്തത് 'അത്'. എന്നിടത്താകട്ടെ അത് ആണിന്റെയും പെണ്ണിന്റെയും ലിംഗത്തെക്കുറിക്കുന്നു.

അപ്പോൾ ഞാനോ

അതുണ്ടായിട്ടും ഞാൻ 'അതായി' എന്ന വരികളിലെത്തുമ്പോൾ 'അത്' എന്നതിന് ആൺലിംഗം എന്നർഥം ലഭിക്കുന്നു. അതോടൊപ്പം നപുംസകം എന്നർഥവുമുണ്ട്. ആൺലിംഗത്തിൽ ഉൾപ്പെടുന്നുവെങ്കിലും താൻ ആ വർഗത്തില്ല നിൽക്കേണ്ടതെന്ന തോന്നലും 'അത്' എന്ന പ്രയോഗത്തിൽ തെളിഞ്ഞു വരുന്നു.

ഉപസംഹാരം

വായന പല വിധത്തിലുണ്ട്. സാഹിത്യ വിമർശം എല്ലാ അർഥത്തിലും വായനയാകുന്നു. വായനയുടെ അടിസ്ഥാനത്തിൽ തനതായൊരു രീതിശാസ്ത്രം കണ്ടെത്താനാണ് ധൈഷണികകാവ്യശാസ്ത്രം ശ്രമിക്കുന്നത്. അതിനാൽ ഈ പദ്ധതിയെ സാഹിത്യവായനയുടെ ശാസ്ത്രമെന്ന് വിശേഷിപ്പിക്കാം. താത്ത്വികതലത്തിൽ വായനയുടെ വ്യത്യസ്തതലങ്ങൾ കാണിച്ചു തരികയാണ് ഇവിടെ.

ഒരു കൃതി വായിച്ചു കഴിഞ്ഞാൽ അതിന്റെ അന്തസ്സത്തയാണ് പൊതുവെ മനസ്സിൽ അവശേഷിക്കുക. അതാണ് ഓർമയിൽ കൊണ്ടുനടക്കുക. ഒരു കൃതി മൊത്തമായി ഓർത്തുവെയ്ക്കുക അപൂർവതയാണ്. പാഠത്തിന്റെ പ്രതിനിധികളായ ചില കാര്യങ്ങളാണ് പലപ്പോഴും ഓർമയിലുണ്ടാകുക. ചിലപ്പോൾ ചില പ്രധാന വരികൾ, അലങ്കാരങ്ങൾ, കഥാപാത്രങ്ങൾ, സംഭാഷണങ്ങൾ, വർണനകൾ എന്നിങ്ങനെ. കൃതി ഉൾക്കൊള്ളുന്ന സാമൂഹികമൂല്യങ്ങളും പ്രത്യയശാസ്ത്രസ്വഭാവങ്ങളും ഇങ്ങനെ ഓർത്തുവെയ്ക്കാം.

സാഹിത്യവിമർശനത്തിന്റെ അസംസ്കൃതവസ്തുക്കളായും ഇവ മാറുന്നു. എപ്രകാരമാണ് ഇവ ഉരുവംകൊള്ളുന്നതെന്ന് ധൈഷണികകാവ്യശാസ്ത്രം അന്വേഷിക്കുന്നു. സമഗ്രഘടകങ്ങൾ അഥവാ മാക്രോ സ്ട്രച്ചറുകൾ എന്ന് ഇവയെ വിശേഷിപ്പിക്കാം. ഒരു സ

വിശേഷ വായനക്കാരന്റെ/ വായനക്കാരിയുടെ മനസ്സിൽ ഉണ്ടാകുന്ന സാഹിത്യകൃതിയുടെ യത്നചുരുക്കത്തെ പ്രതിനിധീകരിക്കുന്ന പാഠത്തിലെ അന്യോന്യബന്ധമുള്ള ഘടകങ്ങളുടെ ശ്രേണീകൃതമായ പ്രാതിനിധ്യത്തെയാണ് സമഗ്രഘടകങ്ങൾ എന്ന് ഇവയെ വിശേഷിപ്പിക്കുന്നത്. ഒരു കൃതി മുഴുവൻ വായിച്ചു കഴിയുന്നതിനു മുമ്പേ വായനക്കാർ ഇവ ഉണ്ടാക്കിയെടുത്തുവെന്നും വരാം. വായനക്കാരുടെ പക്ഷത്തുനിന്ന് നോക്കുമ്പോഴും എഴുത്തിന് വിവിധ ദശകളുണ്ടെന്ന് കാണാം. അർഥത്തെ ഒഴിവാക്കികൊണ്ട് സാഹിത്യത്തെ പഠിക്കാനാവില്ല. അർഥമാകട്ടെ നമ്മുടെ ചുറ്റുപാടുകളുമായി ഉടൽ ഇടപഴകുന്നതിന്റെ അടിസ്ഥാനത്തിൽ രൂപപ്പെടുന്നതാണ്. സാഹിത്യത്തിന്റെ ആത്മനിഷ്ഠമോ വസ്തുനിഷ്ഠമോ ആയ വായനയല്ല ധൈഷണികസാഹിത്യസിദ്ധാന്തത്തിന്റെ കാതൽ.

അർത്ഥരൂപീകരണത്തിൽ ധൈഷണികവൃത്തിക്കും ന്യൂറോണുകൾക്കും പ്രാധാന്യമുണ്ട്.

വായനക്കാർ കൃതികൾ വായിക്കുന്നതിൽ ഉള്ളടങ്ങിയിരിക്കുന്ന ധൈഷണികത സാഹിത്യവിമർശനത്തിൽ പുത്തൻ പ്രപഞ്ചം തീർക്കാൻ കെല്പുള്ളതാണ്. സാഹിത്യത്തെ പൊതുവെ വായനക്കാരുടെ പക്ഷത്തുനിന്നുനോക്കുന്ന സാഹിത്യപഠനരീതിയാണ് ധൈഷണികസാഹിത്യവിചാരമെന്ന് സാമാന്യമായി പറയാം.

സാഹിത്യകൃതികളിൽ ആവിഷ്കരിക്കുന്ന വികാരത്തിന്റെയും ലാവണ്യബോധത്തിന്റെയും അടിസ്ഥാനത്തിൽ സാഹിത്യത്തെ പഠിക്കാനുള്ള ശ്രമമാണ് ധൈഷണികസൗന്ദര്യശാസ്ത്രത്തിൽ കാണുന്നത്. സാഹിത്യാർത്ഥത്തെ ഉടലറിവിന്റെ ഭാഗമായി കാണാനും ഈ സമീപനം തയ്യാറാവുന്നു.

○○

2

ട്രോമയുടെ സാഹിത്യസൗന്ദര്യശാസ്ത്രം

ഡോ. തോമസ് സ്കറിയ

വിയറ്റ്നാം യുദ്ധത്തെക്കുറിച്ചെഴുതപ്പെട്ട ഏറ്റവും മികച്ച പുസ്തകമെന്നറിയപ്പെടുന്ന മൈക്കൽ ഹെറിന്റെ ഡിസ്പാച്ചസിൽ ഒരാൾ ചെയ്യുന്നതിന്റെ ഉത്തരവാദിത്വം അയാൾക്കായിരിക്കുന്നതു പോലെ ഒരാൾ കാണുന്നതിന്റെ ഉത്തരവാദിത്വവും അയാൾക്കാണെന്നു പഠിപ്പിച്ചത് യുദ്ധമാണെന്ന് പറയുന്നുണ്ട്. കണ്ണുകളിലാണ് അനുഭവിച്ചവ പലതും പലരും സംഭരിച്ചിരിക്കുന്നത്. അതിൽ പലതും പിന്നീട് സംഭവിച്ചിട്ടില്ലെങ്കിലും എപ്പോൾ വേണമെങ്കിലും ഒരാൾക്കത് കാണാനാവും. ഈ വാക്കുകളോടെയാണ് കാത്തി കാരുത്ത് ഉടമസ്ഥനില്ലാത്ത അനുഭവം ആരംഭിക്കുന്നത്. ഒരു നിശ്ചിത കാലഘട്ടത്തിലെ ചില ഗ്രന്ഥങ്ങൾ ആഘാതകരമായ അനുഭവത്തിന്റെ അഗാധമായ കഥയെക്കുറിച്ച് സംസാരിക്കുകയും ആവിഷ്കരിക്കുകയും ചെയ്യുന്ന രീതികൾ അതിൽ പര്യവേക്ഷണം ചെയ്യുന്നു. ആ ആഘാതകരമായ അനുഭവത്തെ 'ട്രോമ' എന്നു വിളിക്കുന്നു. സാധാരണമായ നിർവചനത്തിൽ, 'ട്രോമ' പെട്ടെന്നുള്ള അല്ലെങ്കിൽ വിനാശകരമായ സംഭവങ്ങളുടെ അതിരുകടന്ന അനുഭവത്തെ വിവരിക്കുന്നു. വിമർശകർ പലപ്പോഴും പാശ്ചാത്യ ആധുനികതയുടെ തുടക്കവുമായി ട്രോമ മാതൃകയുടെ ഉത്ഭവത്തെ ബന്ധിപ്പിച്ചിട്ടു. റോജർ ലക്ക്ഹർസ്റ്റ് വാദിക്കുന്നതുപോലെ,

ആധുനികതയ്ക്കുള്ളിൽ മാത്രം ഉയർന്നുവരുന്ന ഒരു ആശയമാണ് ട്രോമ. ആഘാതത്തിന്റെ അനുഭവത്തിൽ ജീവിക്കുക എന്നത് ആർക്കും ഒരു വലിയ വെല്ലുവിളിയാണ്. അതുകൊണ്ടുതന്നെ അതിന്റെ പ്രശ്നങ്ങളെയെല്ലാം സൂക്ഷ്മമായി പരിഗണിച്ച് പഠിക്കേണ്ടതുണ്ട്. അത്തരം പഠനങ്ങൾ തുടർന്നു കൊണ്ടിരിക്കണം. ആ പ

ശ്ചാത്തലത്തിൽ വേണം ട്രോമ തിയറിയെന്ന അർവ്വാചീന പഠന സിദ്ധാന്തത്തെ സമീപിക്കേണ്ടത്. ട്രോമ തിയറി 1990കളുടെ തുടക്കത്തിൽ താരതമ്യേന ചെറിയ ഒരു പറ്റം പണ്ഡിതന്മാരുടെ ചർച്ചകളിൽ നിന്നാണ് ആരംഭിക്കുന്നത്. ഇന്ന് ട്രോമയുടെ സാഹിത്യ സൗന്ദര്യശാസ്ത്രം സാഹിത്യവിമർശനത്തിൽ ഒരു പുതിയ വഴി തുറക്കുന്നു.

വൈദ്യചികിത്സ ആവശ്യമായ ശാരീരിക പരിക്കിനെയാണ് ആദ്യം ട്രോമ എന്നു പരാമർശിച്ചിരുന്നത്. 'മുറിവ്' (rpaiua,trauma) എന്നതിനുള്ള പുരാതന ഗ്രീക്കുപദത്തിൽ നിന്നാണ് ഇത് ഉരുത്തിരിഞ്ഞത്. എന്നാൽ, പത്തൊൻപതാം നൂറ്റാണ്ട് മുതൽ ഈ പദം പരിവർത്തനം ചെയ്യപ്പെട്ടതിനാൽ അത് ഇപ്പോൾ പ്രാഥമികമായി വൈകാരിക മുറിവുകൾ, വിനാശകരമായ, വേദനാജനകമായ സംഭവങ്ങൾ മനസ്സിൽ അവശേഷിപ്പിക്കുന്ന അടയാളങ്ങൾ എന്നിവയെ വിവരിക്കാൻ ഉപയോഗിക്കുന്നു. ട്രോമ മാനസികമായപരിക്കിനെ സൂചിപ്പിക്കുന്നു. ദാരുണമായ സംഭവങ്ങൾ അല്ലെങ്കിൽ കഠിനമായ ദുരിതം മൂലം വ്യക്തികൾക്കോ സമൂഹത്തിനോ സംഭവിക്കുന്ന ശാശ്വതമായ നാശം തുടങ്ങിയ കാര്യങ്ങൾ ഇതിന്റെ പരിധിയിൽ വരുന്നു. കഴിഞ്ഞ ഏതാനും പതിറ്റാണ്ടുകളായി, ഈ പദം വ്യാപിച്ചതിനാൽ, നമ്മുടെ മുഴുവൻ ആഗോളസംസ്കാരവും ചിലപ്പോൾ ട്രോമാറ്റിക് അല്ലെങ്കിൽ പോസ്റ്റ് ട്രോമാറ്റിക് ആയി വിശേഷിപ്പിക്കപ്പെടുന്നു. ഇന്ന് നമ്മൾ മനഃശാസ്ത്രപരമായ ആഘാതം (ട്രോമാ) എന്ന് വിളിക്കുന്നതിനെക്കുറിച്ചുള്ള ഒറ്റപ്പെട്ട വിവരണങ്ങൾ ഹോമറിന്റെ ഇലിയഡ് വരെ പോയി അന്വേഷിച്ചു കണ്ടെത്താനാകും. പണ്ടുമുതലേ ദാരുണമായ സംഭവങ്ങൾ മനുഷ്യർക്ക് വലിയതും നീണ്ടുനിൽക്കുന്നതുമായ കഷ്ടപ്പാടുകൾക്ക് കാരണമായതിനാൽ, ട്രോമയെ നരവംശശാസ്ത്രപരമായ സ്ഥിരാങ്കം ആയി കണക്കാക്കാം. എന്നാൽ ജൂഡിത്ത് ഹെർമന്റെയും ബെസൽ വാൻ ഡെർ റൂത്ത് ലെയ്സിന്റെയും മനോരോഗത്തിന്റെ ചരിത്രത്തെ സ്വാധീനിച്ച വിവരണങ്ങൾ മുതൽ പത്തൊൻപതാം നൂറ്റാണ്ടിന്റെ മധ്യത്തിൽ വരെ ഒരു ശാസ്ത്രീയ ആശയം എന്ന നിലയിൽ ട്രോമയുടെ വികസനം ആരംഭിച്ചിട്ടില്ല. 1960-കളിൽ ബ്രിട്ടീഷ് മെഡിക്കൽ പ്രാക്ടീഷണർമാർ 'റെയിൽവേസ്പൈൻ' എന്ന നിഗൂഢമായ അവസ്ഥയെക്കുറിച്ച് അന്വേഷിച്ചപ്പോഴാണ് പിന്നീട് 'ട്രോമ' എന്ന് വിളിക്കപ്പെടുന്നതിന്റെ ആദ്യ ചിട്ടയായ മെഡിക്കൽ പര്യവേക്ഷണങ്ങൾ ആരംഭിച്ചത്. വ്യക്തമായ ശാരീരിക പരിക്കുകൾ ഏൽക്കാതെ ശാ

രീരിക അസ്വാസ്ഥ്യങ്ങൾ അനുഭവിച്ച റെയിൽവേ അപകടങ്ങളുടെ ഇരകളാണ് ഈ അവസ്ഥയ്ക്ക് വിധേയരായത്.

പത്തൊൻപതാം നൂറ്റാണ്ടിലെ സാങ്കേതികവികാസത്തിന്റെയും സാമൂഹികപുരോഗതിയുടെയും അതുപോലെ ആധുനികജീവിതം കൊണ്ടുവന്ന നാടകീയമായ മാറ്റങ്ങളുടെയും പ്രതീകമെന്ന നിലയിൽ, റെയിൽവേ, ട്രോമയുടെ ചരിത്രവുമായി ബന്ധപ്പെട്ടിരിക്കുന്നു. ട്രെയിൻ കൂട്ടിയിടികളുടെ പതിവ് വാർത്തകളാൽ ഞെട്ടിയുണർന്ന വിക്ടോറിയൻ പൊതുജനങ്ങൾക്ക്, റെയിൽവേ അപകടങ്ങളുടെ ഞെട്ടിപ്പിക്കുന്ന അനിയന്ത്രിതതയും അപ്രതീക്ഷിതതയും പുതിയ സുവർണ്ണ കാലഘട്ടത്തിന്റെ ഇരുവശത്തെ പ്രതീകപ്പെടുത്തി. മനുഷ്യന് അതിവേഗം വളരുന്ന സാങ്കേതിക വിദ്യയ്ക്കുമേൽ നിയന്ത്രണം കുറവാണെന്ന ധാരണ ശക്തിപ്പെട്ടു. അതിന്റെ ആദ്യ സിദ്ധാന്തങ്ങളിൽ നിന്ന്, ട്രോമ അതിന്റെ രോഗകാരണത്തെക്കുറിച്ച് വിവാദപരമായ വീക്ഷണങ്ങൾ സൃഷ്ടിച്ചു. ഫിസിഷ്യൻ ജോൺ എറിക്ക്സൻ റെയിൽവേ സ്പൈൻ സിൻഡ്രോമിന് ജൈവപ്രശ്നങ്ങൾ, അതായത് നട്ടെല്ലിന്റെ ഞെരുക്കം, ഭയം, ഞരമ്പ് ആഘാതം തുടങ്ങിയ വൈകാരികവും ന്യൂറോളജിക്കൽ ഘടകങ്ങളുമാണ് കാരണമെന്ന് പറയുന്നു. ബെർലിൻ ന്യൂറോളജിസ്റ്റ് ഹെർമൻ ഓപ്പൻഹൈം ഈ വിരോധാഭാസമായ അവസ്ഥയ്ക്ക് ട്രോമാറ്റിക് ന്യൂറോസിസ് എന്ന പദം ഉപയോഗിച്ചു. ഷോക്ക് പോലുള്ള ആഘാതത്തിന് ഇരയായവർക്ക് ശാരീരികമായി പരിക്കുകൾ ഇല്ലാഞ്ഞിട്ടും പക്ഷാഘാതവും ഹൃദയാഘാതവും പോലുള്ള മോട്ടോർ, സെൻസറി കുറവുകൾ റിപ്പോർട്ട് ചെയ്യുകയുണ്ടായത് ഹെർമൻ പരിഗണിച്ചു. അങ്ങനെയുള്ള സാഹചര്യത്തെ പരാമർശിക്കുവാൻ, അദ്ദേഹം സൈക്യാട്രിയിൽ മുറിവ്, പരിക്ക് എന്നതിനുള്ള ഗ്രീക്ക് പദം അവതരിപ്പിച്ചു. അത് അതുവരെ ശസ്ത്രക്രിയയ്ക്ക് മാത്രമായിരുന്നു ഉപയോഗിക്കാറുണ്ടായിരുന്നത്. അങ്ങനെ തകർന്ന ജീവിതാനുഭവം നാഡീസംബന്ധമായതും മാനസികവുമായ മുറിവുകൾക്ക് കാരണമാകുമെന്ന ആശയത്തിന് വഴിയൊരുക്കി. ശാരീരികമുറിവുകൾ പോലെയാണ് മാനസികമുറിവുകളും എന്ന അറിവ് പ്രബലമായി, ജർമ്മൻ സൈക്യാട്രിയിലും നിയമനിർമ്മാണത്തിലും കാര്യമായ സ്വാധീനം ചെലുത്തിയ 1889ലെ ഒരു മോണോഗ്രാഫിൽ, ഓപ്പൺഹൈം (1889) ട്രോമാറ്റിക് ന്യൂറോസുകൾ ഒരു പ്രത്യേക രോഗനിർണ്ണയ അസ്തിത്വമാണെന്ന് അഭിപ്രായപ്പെട്ടു. പാരീസിലെ ന്യൂറോ സൈക്യാട്രിസ്റ്റ് ജീൻ മാർട്ടിൻ ചാർക്കോട്ട്, വിപരീതമായി, അന്നത്തെ

ഫാഷനബിൾ ഡിസോർഡർ ഹിസ്റ്റീരിയ എന്ന തലക്കെട്ടിന് കീഴിൽ അവയെ ഉൾപ്പെടുത്തി. കൂട്ടക്കൊലകൾ, അർമേനിയ, കംബോഡിയ, ബോസ്നിയ അല്ലെങ്കിൽ റുവാണ്ട എന്നിവിടങ്ങളിലെ മറ്റ് വംശഹത്യകൾ, വിയറ്റ്നാം യുദ്ധം, വേൾഡ് ട്രേഡ് സെന്റർ ആക്രമണം 9/11, എന്നിങ്ങനെ വിശാലമായ സാംസ്കാരിക ആഘാതം സൃഷ്ടിച്ച വിനാശകരമായ സംഭവങ്ങളെ പരാമർശിച്ചുകൊണ്ടാണ് ആഘാതകരമായ യാഥാർത്ഥ്യം ഇന്ന് വിശദീകരിക്കുന്നത്. കൊളോണിയലിസം ജനതയെ അസംഖ്യം കഷ്ടപ്പാടുകളിലേക്കു നയിച്ചു. സ്കൂളുകളിൽ നടക്കുന്ന വെടിവയ്പ്പുകൾ, പ്രകൃതിദുരന്തങ്ങൾ എന്നീ ഭയാനകമായ സംഭവങ്ങളെ ആഘാതകരമായി കാണുകയും അതിജീവിച്ചവർക്കും സാക്ഷികൾക്കും മനഃശാസ്ത്രപരമായ കൗൺസിലിംഗോ 'വിശദീകരണമോ' നൽകുകയും ചെയ്യുന്നത് ഇന്ന് സാധാരണമായിരിക്കുന്നു.

കാലാവസ്ഥാവ്യതിയാനവും കൊറോണ വൈറസ് പാൻഡെമിക്കും ഉൾപ്പെടുന്ന, പുതിയ ആഗോള ദുരിത ഇരകൾക്കും കൗൺസിലിംഗ് വേണ്ടിവരുന്നു. കാലാവസ്ഥാ ഉത്കണ്ഠ എന്ന സംവാദത്തിൽ, ആഘാതത്തിന്റെ ഭാഷയും സംജ്ഞയും ഉപയോഗിക്കപ്പെടുന്നു. വ്യക്തികളും സമൂഹങ്ങളും അനുഭവിച്ച ഭൂതകാല വർത്തമാനകാല ദ്രോഹങ്ങൾക്കു മാത്രമല്ല, പരിസ്ഥിതിക്കും മനുഷ്യരുടെ പ്രതീക്ഷകൾക്കും നാം ചെയ്യുന്ന ഒരുപക്ഷേ മാറ്റാനാവാത്ത നാശനഷ്ടങ്ങൾക്കും അത് പ്രയോഗിക്കാൻ തുടങ്ങിയിരിക്കുന്നു. പകർച്ചവ്യാധി, 'ലോക്ക്ഡൗൺ ട്രോമ' എന്നിവയുമായി ബന്ധപ്പെട്ട പ്രീ-ട്രോമാറ്റിക്സ് എന്ന പരാമർശങ്ങളും ഉയർന്നുവരുന്നു. ചിലപ്പോൾ ആഘാതം എല്ലായിടത്തും ഊന്നി പറയേണ്ടിവരുന്നു. ഏതൊരു ചെറിയ തിരിച്ചടിയെയും ആകസ്മികമായി 'ആഘാതകരമായ' എന്ന് വിശേഷിപ്പിക്കാം. ആഘാതകരമായ അനുഭവങ്ങളുടെ ഇരകൾ, അതിജീവിച്ചവർ സാക്ഷികൾ, അതുപോലെത്തന്നെ തങ്ങളെ എങ്ങനെയെങ്കിലും ബാധിക്കുകയോ തങ്ങൾ അതിൽ ഉൾപ്പെട്ടിട്ടുണ്ടെന്ന് തോന്നുകയോ, ചെയ്യുന്നവർ ഒക്കെ ആ ആഘാതത്തെക്കുറിച്ച് സംസാരിക്കാനും എഴുതാനും മറ്റു സാംസ്കാരിക സ്മരണകളിലും സാക്ഷ്യങ്ങളിലും ഏർപ്പെടാനും ആഗ്രഹിക്കുന്നു. മാത്രവുമല്ല, അക്രമത്തിന്റെ പൈതൃകങ്ങൾ അവ ബാധിച്ചവരെ മാത്രമല്ല നേരിട്ട് ബാധിക്കാത്തവരെയും ആശങ്കപ്പെടുത്തുന്നു. ഭൂതകാല അതിക്രമങ്ങൾ വർത്തമാനത്തിലും ഭാവിയിലും ആവർത്തിക്കുന്നില്ലെന്ന് എങ്ങനെ ഉറപ്പുവരുത്താം, ഭൂതകാലത്തിൽനിന്ന് ന

മുക്ക് പാരമ്പര്യമായി ലഭിച്ച ഘടനാപരമായ അക്രമത്തിന്റെ സംവിധാനങ്ങളെ എങ്ങനെ അഭിസംബോധന ചെയ്യാം തുടങ്ങിയ കൂട്ടുത്തരവാദിത്വത്തിന്റെ പ്രശ്നങ്ങൾ എഴുത്തിൽ അവർ ഉയർത്തുന്നു.

1996ൽ കാത്തി കാരത്തിന്റെ ഉടമസ്ഥനില്ലാത്ത അനുഭവം: ട്രോമ, ആഖ്യാനം, ചരിത്രം, കാലി താലിന്റെ വേൾഡ്സ് ഓഫ് ഹർട്ട്. റീഡിംഗ് ദ ലിറ്ററേച്ചർസ് ഓഫ് ട്രോമ എന്നിവയുടെ പ്രസിദ്ധീകരണത്തോടെ സാഹിത്യ നിരൂപണത്തിലെ ട്രോമ പഠനമണ്ഡലം സജീവമായി ആദ്യകാല പഠിപ്പുകൾ, ട്രോമ എന്ന ആശയത്തെ പ്രതിനിധാനം ചെയ്യാൻ കഴിയാത്ത സംഭവമായി പ്രചരിപ്പിച്ചുകൊണ്ട് സാഹിത്യ ട്രോമസിദ്ധാന്തത്തിന്റെ പ്രാരംഭഗതി രൂപപ്പെടുത്തി. അനുഭവത്തിന്റെയും ഭാഷയുടെയും അന്തർലീനമായ വൈരുദ്ധ്യങ്ങളെ പ്രകാശിപ്പിക്കുന്ന അബോധാവസ്ഥയുടെ പരിഹരിക്കാനാകാത്ത പ്രശ്നമാണ് ട്രോമയെന്ന് സൂചിപ്പിക്കുന്ന ഘടനാവാദോത്തരപരമായ മനോവിശകലന സമീപനത്തിന് തുടക്കമിട്ട കാരത്തിനെപ്പോലുള്ളവർ ഒരു സൈദ്ധാന്തിക പ്രവണതയായി അത് അവതരിപ്പിച്ചു. ഈ അക്കാനിയൻ സമീപനം, തീവ്രമായ അനുഭവത്തെക്കുറിച്ചുള്ള അറിവിനെ മറയ്ക്കുന്ന, ഒരു റഫറൻഷ്യൽ പ്രകാശനം ഒഴികെയുള്ള ഭാഷാപരമായ മൂല്യത്തെ തടയുന്ന ആവർത്തിച്ചുള്ള അഭാവത്തിന്റെ ഒരു ആശയമായി ട്രോമയെ രൂപപ്പെടുത്തുന്നു. പ്രത്യേകിച്ച് കാര്യത്തിന്റെ അപനിർമ്മാണ വിമർശനത്തിന്, ഭാഷാപരമായ അനിശ്ചിതത്വം, അവ്യക്തമായ സൂചകത്വം, രക്ഷപ്പെടാൻ കഴിയാത്ത അവസ്ഥ (അപ്പോറിയ) എന്നിവയിൽ പ്രത്യേക ഊന്നൽ നൽകാൻ ആ മാതൃക അനുവദിക്കുന്നു. സാഹിത്യത്തിൽ ആഘാതത്തിന്റെ ധർമ്മം സങ്കൽപ്പിക്കുന്നതിനായുള്ള വിമർശനത്തിലെ പ്രധാന ആശയമായി പറഞ്ഞറിയിക്കാനാവാത്ത ശൂന്യത മാറി. ട്രോമയുടെ ഈ ക്ലാസിക് മാതൃക പോസ്റ്റ് സ്ട്രക്ചറലിസത്തിന് പുറത്ത് പ്രവർത്തിക്കുന്ന ഒരുകൂട്ടം വിമർശകരെ ആകർഷിച്ചു. പ്രാതിനിധ്യം നിരസിക്കുകയും വിഘടിപ്പിക്കുകയും ചെയ്യുന്ന ആഘാതത്തിന്റെ അന്തർലീനമായ ന്യൂറോബയോളജിക്കൽ സവിശേഷതകൾ. ഒരു ബാഹ്യസ്രോതസ്സിൽ നിന്നുള്ള അഗാധമായ കഷ്ടപ്പാടുകളുടെ വ്യാപ്തിയെ ഊന്നിപ്പറയാൻ ശ്രമിച്ച വാദങ്ങൾക്ക് ബലം നൽകി. ആ ഉറവിടം ഒരു വ്യക്തി കുറ്റവാളിയായാലും കൂട്ടായ സാമൂഹിക പ്രയോഗമായാലും പ്രബലമാണ്. ഭൂതകാലത്തിന്റെ സത്യം വെളിപ്പെടുത്താനുള്ള ഭാഷയുടെ കഴിവില്ലായ്മയെക്കുറിച്ചുള്ള അവകാശ വാദങ്ങൾ കൈമാറാൻ ഈ മാതൃക ഉപയോഗപ്രദമാണെ

ങ്കിലും, ആഘാതകരമായ അനുഭവത്തിൽ നിർണായകമൂല്യം ഉണ്ടെന്ന് നിർദ്ദേശിക്കുന്നതിന് ഈ അടിസ്ഥാനപരമായ അവകാശവാദം പരിഷ്കരിക്കേണ്ടിവന്നു.

സാഹിത്യനിരൂപണത്തിലെ ട്രോമ സിദ്ധാന്തത്തിന്റെ പരിണാമം ട്രോമയുടെ മാറിക്കൊണ്ടിരിക്കുന്ന മനഃശ്ശാസ്ത്രപരമായനിർവചനങ്ങളിൽനിന്നും അതുപോലെത്തന്നെ സാഹിത്യത്തിലും സമൂഹത്തിലും ഉണ്ടാകുന്ന ആഘാതത്തെക്കുറിച്ചുള്ള പഠനത്തിന്റെ ഭാഗമായ സെമിയോട്ടിക്, വാചാടോപം, സാമൂഹിക ആശങ്കകൾ എന്നിവയിൽ നിന്നും നന്നായി മനസ്സിലാക്കാം. മനസ്സിന്റെയും ഓർമ്മയുടെയും പ്രക്രിയകളെക്കുറിച്ചുള്ള ന്യൂറോബയോളജിക്കൽ സിദ്ധാന്തങ്ങളും ഭാഷ, അസോസിയേഷനുകൾ, പ്രതീകവൽക്കരണം എന്നിവയെക്കുറിച്ചുള്ള സെമിയോട്ടിക് സിദ്ധാന്തങ്ങളും ജോടിയാക്കുന്നതിലാണ് ക്ലാസിക്മോഡലിന്റെ ആകർഷണം. എന്നാൽ ആഘാതത്തിന്റെ മനഃശാസ്ത്രപരമായ അടിസ്ഥാനം പുനഃപരിശോധിച്ചാൽ ഘടനാപരവും ഘടനാവാദോത്തരപരവുമായ ഭാഷാശാസ്ത്രത്തിന്റെ നിയമങ്ങളുമായി പൊരുത്തപ്പെടുന്നതിൽ ക്ലാസിക് മാതൃക പരാജയപ്പെടുന്നു എന്നു കാണാം. ട്രോമയുടെ മനഃശാസ്ത്രപരമായ നിർവചനം ഒരു പ്രത്യേക സൈദ്ധാന്തിക നിലപാടുമായി പൊരുത്തപ്പെടുന്നെങ്കിൽ മാത്രമേ പരമ്പരാഗത ലക്കാനിയൻ സമീപനം പ്രവർത്തിക്കു എന്ന് ഇത് നിർദ്ദേശിക്കുന്നു. അത് ട്രോമാറ്റിക് അനുഭവത്തെ സാർവത്രികമായി വിഘടനത്തിന് കാരണമാകുന്ന ഭാഷാപൂർവ സംഭവമായി ചിത്രീകരിക്കുന്നു. ഭാഷയുടെ അർത്ഥത്തെ നിയന്ത്രിക്കുന്ന സെമിയോട്ടിക് നിയമങ്ങളുമായുള്ള ട്രോമയുടെ പ്രവർത്തനത്തെ നിയന്ത്രിക്കുന്ന ശാസ്ത്രനിയമങ്ങളുടെ പ്രത്യക്ഷമായ പരിണയമാണ് ക്ലാസിക് മാതൃകയുടെ പലവിധത്തിലുള്ള ആവേശം.

ആഘാതം എന്ന ആശയത്തിന്റെ ചരിത്രം വൈരുദ്ധ്യാത്മിക സിദ്ധാന്തങ്ങളും തർക്കവിഷയമായ സംവാദങ്ങളും കൊണ്ട് ഇന്ന് നിറഞ്ഞിരിക്കുന്നു. മനഃശ്ശാസ്ത്രജ്ഞർക്കും സാഹിത്യപണ്ഡിതന്മാർക്കും ആഘാതത്തിന്റെയും അതിന്റെ ഫലങ്ങളുടെയും വ്യത്യസ്ത നിർവചനങ്ങളുമായി പ്രവർത്തിക്കാനുള്ള കഴിവ് അൽകുന്നു. പ്രാതിനിധ്യസാധ്യതകൾ, സാർവത്രിക സ്വഭാവങ്ങളുടെയും ഫലങ്ങളുടെയും അടിസ്ഥാനത്തിൽ ട്രോമയെ നിർവചിക്കുന്ന ക്ലാസിക് മോഡലിന്റെ ഭരണതത്വത്തെ ബദൽ മോഡലുകൾ വെല്ലുവിളിക്കുന്നു. ക്ലാസിക് മോഡലിൽ നിന്ന് വേറിട്ട് ഒരു മനഃശാസ്ത്ര ചട്ടക്കൂ

ട് സ്ഥാപിക്കുന്ന ലെയ്സ്, കെറ്റ് കോവിച്ച്, മിഷേൽ ബാലറ്റ് പോലെയുള്ള വിമർശകർ അങ്ങനെ ഭാഷ, സമൂഹം, അവബോധം എന്നിവയിൽ ആഘാതത്തിന്റെ സ്വാധീനത്തെക്കുറിച്ച് വ്യത്യസ്ത നിഗമനങ്ങളിൽ എത്തിച്ചേരുന്നു. പരമ്പരാഗത സമീപനത്തിൽ സ്ഥാപിതമായ ട്രോമയെ വ്യത്യസ്തമായ മനഃശാസ്ത്രപരമായ ആരംഭ ബിന്ദുവിൽനിന്ന് നിർവ്വചിക്കാൻ ആരംഭിക്കുന്നത്. അങ്ങനെ വിമർശകർക്ക് ആഘാതത്തിന്റെ പ്രത്യേകതയിലും ഓർമ്മപ്പെടുത്തൽ പ്രക്രിയകളിലും ശ്രദ്ധ കേന്ദ്രീകരിക്കാൻ സാധിക്കുന്നു. മുറിവുകൾ എങ്ങനെ അനുഭവപ്പെടുകയും ക്രമീകരിക്കുകയും ചെയ്യുന്നു. അത്തരം വികാരങ്ങളും ഭാവനകളും ആവലാതികളെയും തുടർന്നുണ്ടാകുന്ന സംഘർഷങ്ങളെയും കുറിച്ചുള്ള സാമൂഹിക ധാരണകളെ എങ്ങനെ ബാധിക്കുന്നു തുടങ്ങിയ വിഷയങ്ങൾ ആഴത്തിൽ സങ്കൽപ്പിക്കപ്പെട്ടിട്ടില്ല. ആധിപത്യതാത്പര്യത്തിനു പകരം, സാമൂഹികകഷ്ടപ്പാടുകളെക്കുറിച്ചും വികാരങ്ങളെക്കുറിച്ചും ധാർമ്മികബോധ്യങ്ങൾക്കു ക അസ്തിത്വപരമായ ഭീഷണികളെക്കുറിച്ചും ഇനി ചിന്തിക്കരുത്. സാമൂഹികയാതനകളുടെ പടുകുഴിയിൽ രൂപപ്പെട്ട്, അതും സാംസ്ക്കാരികമായി വിഭാവനം ചെയ്യപ്പെടണം. കൂട്ടായ ആഘാതത്തിന്റെ ഒരു സാമൂഹിക സിദ്ധാന്തം വാഗ്ദാനം ചെയ്യുന്നു. സാമൂഹിക കഷ്ടപ്പാടുകളുടെ അനുഭവത്തോട് പ്രതികരണമായി കൂട്ടായ എജൻസി എങ്ങനെ വികസിക്കുന്നു. അല്ലെങ്കിൽ വികസിപ്പിക്കുന്നതിൽ പരാജയപ്പെടുന്നുവെന്ന് ഇത് വിശദീകരിക്കുന്നു.

മതം, രാഷ്ട്രം, വംശം, ലിംഗഭേദം, വർഗം ഈ അളവുകൾ ഓരോന്നും സാമൂഹികവേദന ഉണ്ടാക്കുന്നതിനുള്ള ഒരു മാധ്യമമാണ്. ഈ കഷ്ടപ്പാട് കൃത്യമായി എന്താണ്, ആരാണ് അത് എത്തിച്ചത്, ആരാണ് സ്വീകരിക്കുന്നത് ഈ ചോദ്യങ്ങൾക്കുള്ള ഉത്തരങ്ങൾ വസ്തുനിഷ്ഠമായി അറിയില്ല, പക്ഷേ ഒരു ട്രോമ പ്രക്രിയയിലൂടെ അത് പഠിക്കപ്പെടണം. ധാർമ്മിക ഉത്തരവാദിത്വത്തോടുള്ള ഉത്കണ്ഠവഴിയിലെ ഓരോ ചുവടും അടയാളപ്പെടുത്തുന്നു. ആഘാതത്തിന്റെ ഏജന്റുമാരെ എങ്ങനെ ശിക്ഷിക്കാനും ഇരകൾക്ക് നഷ്ടപരിഹാരം നൽകാനും കഴിയും? ഇത്തരം വേദന ആവർത്തിക്കാതിരിക്കാൻ സാമൂഹിക സാഹചര്യങ്ങൾ എങ്ങനെ നന്നാക്കാനാകും? ഈ വിഷയങ്ങൾ സാമൂഹിക ദുരിതങ്ങളെ വിശാലമായ തലത്തിൽ അന്വേഷിക്കുന്നതിന് ഇടയാക്കുന്നു. ചൂഷണവും അക്രമവും, യുദ്ധവും വംശഹത്യയും, നിരപരാധികളുടെ കൂട്ടക്കൊലയും, തീവ്രവും പലപ്പോഴും ഹീനവുമായ മതപരവും സാമ്പത്തികവും വംശീ

യവുമായ കലഹങ്ങളെ അഭിസംബോധന ചെയ്യുന്നു. അത്തരം ഭയാനകമായ വിഷയങ്ങളിലുള്ള ശ്രദ്ധയല്ല, ഈ പഠനത്തെ വ്യതിരിക്തമാക്കുന്നത്. മറിച്ച്, സാമൂഹിക കഷ്ടപ്പാടുകളുടെ കാരണങ്ങളോടും ഫലങ്ങളോടും ഉള്ള ഒരു പ്രത്യേക സമീപനമാണ്. സാമൂഹിക കഷ്ടപ്പാടുകളുടെ ഭൗതികതയോടും പ്രായോഗികതയോടും സംവേദന ക്ഷമതയുള്ളതാണെങ്കിലും, ട്രോമ പഠനങ്ങൾ ഒരു സംസ്കാരീകത്തിനകത്ത് കേന്ദ്രീകരിച്ചുള്ള ഭൗതികവാദപരവും പ്രായോഗികവുമായ സമീപനങ്ങളെ നിരാകരിക്കുന്നു.

ആഘാതം മരണവുമായുള്ള ഏറ്റുമുട്ടലാണോ അതോ അതിനെ അതിജീവിച്ചതിന്റെ തുടർച്ചയായ അനുഭവമാണോ? മരണത്തെ അതിജീവിച്ചതിന്റെ തുടർച്ചയായ ഓർമ്മയുടെ അനുഭവമാണ് ട്രോമയുടെ സാഹിത്യസൗന്ദര്യശാസ്ത്രത്തെ നിർണ്ണയിക്കുന്നത്. ബെന്യാമിന്റെ ബുക്കാറാമിന്റെ മകൻ എന്ന കഥയുടെ കാതൽ, ട്രോമയുടേതാണ്. ആഘാതമുണ്ടാക്കുന്നതിനെ കുറിച്ച് നമുക്ക് അറിയാവുന്ന കാര്യങ്ങൾ ചിത്രീകരിക്കുന്നതിനാൽ മാത്രമല്ല, കൂടുതൽ ആഴത്തിൽ, അത് എന്താണെന്ന് പറയുന്നു എന്നതുകൊണ്ടു കൂടിയാണ് ഈ കഥ പ്രാധാന്യമുള്ളതാകുന്നത്. 1993 ലെ ലാത്തൂർ ഭൂകമ്പത്തിന്റെ പശ്ചാത്തലം ബുക്കാറാമിന്റെ മകൻ എന്ന കഥയ്ക്കുമുണ്ട്. സുഭാഷ് ചന്ദ്രന്റെ ഘടികാരങ്ങൾ നിലയ്ക്കുന്ന സമയത്തിന്റെ പ്രചോദനത്തിലാണ് ഈ കഥ രൂപപ്പെട്ടിരിക്കുന്നത്. ബുക്കാറാം വിത്തൽ എന്ന കള്ളന്റെയും ബെല്ലാരി എന്ന ഗ്രാമത്തിന്റെയും ഭൂചലനത്തിന്റെയും കഥയായിരുന്നു ഘടികാരങ്ങൾ നിലയ്ക്കുന്ന സമയം. ആ ബുക്കാറാമിന്റെ മകനാണ് ബിട്ടുറാം. പൊടിക്കാറ്റിലെ കാഴ്ചകൾ പോലെ അവ്യക്തമായ എന്തോ ചിലതൊക്കെ ബിട്ടുറാം വിത്തൽ എന്ന ചെറുപ്പക്കാരന്റെ മനസ്സിൽ മായാതെ ഇന്നും കിടപ്പുണ്ട്. അന്നത്തെ ഭീതി ഇനിയും കഴിഞ്ഞിട്ടില്ലാത്തപോലെ കിളികൾ പറക്കാൻ മടിക്കുന്ന ആകാശം, വഴുതിപ്പോയ ഒരു ഹിമപ്പുലിയെ തേടി പിടിക്കുംപോലെ അവനെ തേടിപ്പിടിക്കുന്ന ആഖ്യാതാവിലൂടെയല്ല കഥ വളരുന്നത്. തുടക്കവും ഒടുക്കവും എന്നാൽ അയാളിലാണുതാനും. ബിട്ടുവിന്റെ ഓർമ്മകളിലൂടെയാണ് ബെന്യാമിൻ ബുക്കാറാമിന്റെ മകൻ എന്ന കഥപറയുന്നത്. അതും ഒരാഘാതത്തിന്റെ കഥയാണ്. ഭൂകമ്പമായപ്പോൾ അതിന്റെ ദുരിതങ്ങൾക്ക് നടുവിൽ നിൽക്കുന്ന മനുഷ്യരിൽ അതുവരെ ഉണ്ടായിരുന്ന ജാതിബോധം തകർന്നുവീഴുന്നു. എങ്കിലും ദുരന്തമാക്കിയ ആഘാതത്തിനുശേഷം കുറച്ചുകാലം കഴിഞ്ഞപ്പോൾ ഒരു വൻമതിൽ പോലെ

അതേ ജാതിബോധം അവരുടെ ഇടയിൽ വീണ്ടും ഉയർന്നു വരുന്നു. ഇതാണ് ഈ കഥയുടെ പ്രമേയം. ബുക്കാറാമിന്റെ മകൻ ബുക്കാറാമായിത്തന്നെ ജീവിക്കുന്നുവെന്ന് പറഞ്ഞുകൊണ്ടാണ് കഥ അവസാനിക്കുന്നത്. ബുക്കാറാമിനെപ്പോലെ അദ്ദേഹത്തിന്റെ മകനും പുതിയകാലത്ത് ആഘാതത്തിന്റെ ഇരയായിത്തീരുന്നു.

ഒരു ദുരന്തം അത് സംഭവിക്കുന്ന സമയത്ത് അനുഭവിച്ച ആഘാതം അതിനേക്കാൾ കൂടിയ അളവിൽ ഓർമ്മയിലൂടെ അനുഭവിക്കാനുള്ള സാഹചര്യം ഉണ്ടാകാനിടയുണ്ട്. അനുഭവിച്ച ആളും പിന്നീടെപ്പോഴോ അതുപറഞ്ഞ് കേൾക്കുന്നയാളും ആഘാതാനുഭവത്തിന്റെ അദൃശ്യമായ കണ്ണിയോ ഇരയോ ആയിത്തീരുന്നു. ഇത്തരത്തിൽ മറ്റൊരാളിലേക്ക് പകരപ്പെടുന്നതോ സ്വാംശീകരിക്കുന്നതോ ആയ ആഘാതാനുഭവങ്ങൾ കൂടി ട്രോമായുടെ പരിധിയിൽ വരുന്നു. മുകളിൽ കഥകളിലെ ട്രോമയുടെ സാങ്കല്പിക ഇരകളെക്കുറിച്ചാണ് ഉദ്ധരിച്ചത്. കഥയിലെ ഭാവനാംശത്തെക്കാൾ ആത്മകഥയിലും ജീവിതമെഴുത്തിലും കടന്നുവരുന്ന ട്രോമ അനുഭവങ്ങൾക്ക് ഏറെ പ്രസക്തിയും. കഥയേക്കാൾ അത് ജീവിതത്തോടും അനുഭവത്തോടും അടുത്തുനിൽക്കുന്നു. ഡോ. ദീപേഷ് കരിമ്പുങ്കര എഴുതിയ 'മരുഭൂമിയിലെ മറുജീവിതങ്ങൾ' എന്ന ജീവിതമെഴുത്ത് പുസ്തകം ട്രോമയുടെ സൗന്ദര്യശാസ്ത്ര വായനയ്ക്ക് നല്ലൊരു ഉദാഹരണമാണ്. അമാനുള്ള എന്ന ജീവകാരുണ്യപ്രവർത്തകനിലൂടെ ഉള്ളുപൊള്ളിയ പ്രവാസലോകത്തിലെ മനുഷ്യരുടെ ജീവിതകഥ പറയുകയാണ് ദീപേഷ് ചെയ്യുന്നത്. അമാനുള്ളയുടെ ഓർമകളിൽ തെളിയുന്ന കഥകളിലൊന്നാണ് അമ്മദിന്റെ കഥ. കൺമുമ്പിൽ ഒരു വാഹനാപകടം ഉണ്ടാക്കിയ ആഘാതത്തിലാണ് അത് വികസിതമാവുന്നത്. (ആകാശപ്പേടിയിൽ ഒരമ്മദ് - മരുഭൂമിയിലെ മറുജീവിതങ്ങൾ, പേജ്. 56-65) അബുദാബിയിൽനിന്ന് നാട്ടിലേക്ക് ഉയർന്നു പറക്കുന്ന ഒരു വിമാനം. അതിനെ കൊതിയോടെ നോക്കിനിൽക്കുന്ന ഒരാൾ. ഇതിനിടയിൽ തൊട്ടുമുന്നിൽ സംഭവിച്ച കാറപകടം. അത് അമ്മദിന്റെ മനസ്സിനെ നിരന്തരം വേട്ടയാടിയ ആഘാതഹേതുവായിത്തീരുന്നു. വിചിത്രമെന്ന് പറയട്ടെ അതോടെ അമ്മദ് ഭയന്നത് ആകാശത്തെയും വിമാനത്തെയുമാണ്. പ്രവാസദേശത്തുനിന്ന് നാട്ടിലേക്ക് പോകാൻ അയാൾ പലതവണ ടിക്കറ്റ് ബുക്ക് ചെയ്തു. എങ്കിലും എയർപോർട്ടുവരെ ചെന്ന് പലവട്ടം മടങ്ങാനായിരുന്നു അയാളുടെ വിധി. ഇരുപതിലധികം വർഷക്കാലം വിമാനഭയം കാരണം അയാൾ നാട്ടിലേക്ക് പോയി

ല്ല. ട്രോമയോടൊപ്പം മനഃശാസ്ത്രവഴികളിലൂടെയും വിശകലനം ചെയ്യുന്ന ഒന്നാണ് അമ്മദിന്റെ അനുഭവകഥ.

അമാനുള്ളയുടെ ഓർമ്മകളിലൂടെ വെളിപ്പെടുന്ന ഈ പുസ്തകത്തിൽ ട്രോമായുടെ ശാരീരിക-മാനസിക ആഘാതം ഉദാഹരിക്കാവുന്ന പല അനുഭവകഥനങ്ങളുമുണ്ട്. അതിലൊന്നാണ് ഉപജീവനം തേടി ഗൾഫിലെത്തിയശേഷം ചതിക്കപ്പെട്ട് വേശ്യാവൃത്തിയിലേക്ക് വലിച്ചെറിയപ്പെട്ട സുനൈനയുടെ ജീവിതകഥ. വേശ്യാലയ നടത്തിപ്പുകാരിൽനിന്ന് രക്ഷപ്പെട്ട് അവൾ വർഷങ്ങൾക്കുശേഷം നാട്ടിലേക്ക് മടങ്ങുന്നു. എങ്കിലും ഗൾഫ് എന്ന ദേശവും അതിന്റെ ഓർമ്മയാകെയും ഒരിക്കലും മറക്കാനാവാത്ത പേടിസ്വപ്നമായി അവളിൽ നിറഞ്ഞുനിൽക്കുകയും ചെയ്യുന്നു. (സുനൈനയുടെ ഹൃദയതാളങ്ങൾ). ഇതുപോലെ നെഗറ്റീവിനിടയിലെ ബി പോസിറ്റീവ് എന്ന അധ്യായത്തിൽ എയിഡ്സ് രോഗഭീതിയാണ് നിറഞ്ഞുനിൽക്കുന്നത്. ഷാർജയിൽ ഒന്നിച്ചുതാമസിക്കുന്ന അടുത്ത സുഹൃത്തായ ഗോപാൽറാണ എയിഡ്സ് രോഗബാധിതനായി മരണപ്പെടുന്നു. സുഹൃത്തിനെ ബാധിച്ച രോഗം തന്നെയും പിടികൂടുമോ എന്ന ഭയത്തോടെ രവീന്ദർ സിങ് ജീവിക്കുന്നു. ഒടുവിൽ ദാമ്പത്യജീവിതം ഇനി സാധ്യമോ എന്ന സംശയത്തോടെ അയാൾ നാട്ടിലേക്ക് മടങ്ങിപ്പോകുന്നു. എവിടെപ്പോയാലും പിന്തുടരുന്ന രോഗഭീതി ട്രോമ ആഘാതത്തിന്റെ വേറിട്ട രൂപകമായി പുസ്തകത്തിൽ നിറഞ്ഞുനിൽക്കുന്നു.

വ്യക്തിസാമൂഹികപരിസരങ്ങളിൽ നിന്ന് മനുഷ്യരേറ്റുവാങ്ങുന്ന അനുഭവങ്ങൾക്ക് പലതരം ആഘാതസവിശേഷതകളുണ്ട്. ആഘാതസ്വഭാവമനുസരിച്ച് അത് ശരീരത്തിലെന്നപോലെ മനസ്സിന്റെ അടിത്തട്ടിലും രോഗാതുരമായ പലതരം പോറലുകൾ അവശേഷിപ്പിക്കുന്നു. ചുരുക്കത്തിൽ ജീവിതത്തിൽ മനുഷ്യരൊക്കെയും പലതരത്തിൽ ഇരകളോ ഇരകളാക്കപ്പെട്ടവരോ ആണെന്നും മനുഷ്യരുടെ ജീവിതത്തിലും ചരിത്രത്തിലും പലമട്ടിലുള്ള ആഘാതപരമ്പരകൾ ഉണ്ടാകാമെന്നും ട്രോമ തീയറി പറഞ്ഞുവയ്ക്കുന്നു.

○○

3

'ഇടം' എം. ടി. കഥകളിൽ: ഷെർലക്ക് എന്ന കഥ മുൻനിർത്തിയുള്ള പഠനം

ഡോ. ജെൻസി കെ. എ.

ആമുഖം

യഥാതഥ സാഹിത്യം പ്രബലമായി നിന്നിരുന്ന ദശാസന്ധിയിൽ നിന്ന് തെന്നിമാറി സോഷ്യലിസ്റ്റ് റിയലിസത്തിന്റെയും റൊമാന്റി സിസത്തിന്റെയും സാധ്യതകൾ അന്വേഷിക്കുകയും പിന്നീട് അതിനെ മറികടന്ന് ആധുനികതയിലും ഉത്തരാധുനികതയിലും ക്രിയാത്മകമായി വ്യാപരിക്കുകയും ചെയ്ത കാവ്യവ്യക്തിത്വമാണ് എം.ടിയുടേത്. ബാഹ്യവും ആന്തരികവുമായ മനുഷ്യലോകങ്ങളെ കേരളീയമായ ആധികളിൽ കണ്ടെത്തി ആധുനികതയുടെ വിഹ്വല തകളെ അടയാളപ്പെടുത്തിയ കഥയാണ് എം.ടിയുടെ ഷെർലക്. ഫ്രഞ്ച് ചിന്തകനായ ലഫേവർ ഇടത്തെ മൂന്ന് രീതിയിൽ അപഗ്ര ഥിക്കുന്നുണ്ട്. ഭൗതികതലം, മാനസികതലം, സാമൂഹികതലം. ഫൂ ക്കോയാകട്ടെ ബയോ പൊളിറ്റിക്സിന് പ്രാധാന്യം നൽകിക്കൊ ണ്ടാണ് ഇടം അഥവാ സ്പേസിനെ കണ്ടത്. ഈ പരികല്പനകളു ടെ വെളിച്ചത്തിൽ ഈ കഥയിലെ സവിശേഷ ഇടങ്ങൾ ഏതെല്ലാ മെന്ന് നിരീക്ഷിക്കുകയാണ് ഈ പ്രബന്ധത്തിൽ.

എം. ടി. കഥകളുടെ ഇടം

റൊമാന്റിക് സാഹിത്യം യഥാർത്ഥ ലോകത്തിന് വിഭിന്നമായി വ്യക്തികളുടെ ആന്തരിക ഇടത്തിനായിരുന്നു പ്രാധാന്യം നൽകി യത്. വ്യക്തിബന്ധങ്ങളിലെ സങ്കീർണതകളും ആത്മസംഘർഷ വും ചിത്രീകരിക്കാൻ ഭാവനയായിരുന്നു കഥാകൃത്തുക്കൾ ഉപയോ ഗിച്ചത്. എം.ടി അത് നല്ല രീതിയിൽ ഉപയോഗപ്പെടുത്തി. എന്നാൽ

ആധുനികവും പാശ്ചാത്യവുമായ കഥകളുമായുള്ള സമ്പർക്കം എംടിയുടെ സൗന്ദര്യദർശനത്തിൽ കാതലായ മാറ്റങ്ങൾ കൊണ്ടുവന്നു. അതിനാൽ സ്വാതന്ത്ര്യാനന്തര ദശയിൽ എം.ടി എഴുതിയ കഥകൾ പ്രമേയത്തിലും ഭാവുകത്വത്തിലും പുതിയ അനുഭൂതിയുടെ ഇടങ്ങളിലായിരുന്നു നിർമ്മിക്കപ്പെട്ടത്. ഗ്രാമവും നാടും നാലുകെട്ടും സ്വന്തം കഥകളിലെ ഇടങ്ങളിൽ നിന്ന് വ്യാവർത്തിക്കപ്പെട്ട് കഥ അമേരിക്കൻ പശ്ചാത്തലത്തിൽ നിർമ്മിക്കപ്പെട്ടു. 'കുടുംബത്തിനുള്ളിലെ സംഘർഷങ്ങളും ബാല്യകൗമാരങ്ങളിലെ മാനസികസമ്മർദ്ദങ്ങളും പുതിയ സാമൂഹികക്രമത്തിൽ വ്യക്തി നേരിടുന്ന ഏകാകിതയും അന്യത്വബോധവും ആ പുത്തൻ ക്രമത്തിന് സ്വീകാര്യമായിത്തീരാൻ ശ്രമിക്കുന്ന വ്യക്തികളുടെ ധാർമിക സന്ദിഗ്ധതകളും ആ കഥകളിൽ നാം കാണുന്നു.' കഥകൾ (മാതൃഭൂമി)

ബാഹ്യലോകത്തിൽ മാത്രം യാഥാർത്ഥ്യത്തെ തിരയുന്ന റിയലിസ്റ്റുകളിൽ നിന്ന് വ്യത്യസ്തമായി ആന്തരികതലത്തിലെ യാഥാർത്ഥ്യബോധത്തിലേക്ക് അദ്ദേഹം കഥയിലെ ഇടത്തെ മാറ്റിപ്പണിതു. വൈയക്തികാനുഭവത്തെ മനോവിശ്ലേഷണ രീതിയിൽ ശക്തമായ ബിംബസാന്നിധ്യത്തിലൂടെ ചിത്രീകരിക്കുവാൻ അദ്ദേഹത്തിനു കഴിഞ്ഞു. സവിശേഷ ഇടങ്ങൾ, വസ്തുക്കൾ, തിര്യക്കുകൾ, അവസ്ഥകൾ എന്നിവയെല്ലാം കഥയിൽ കേന്ദ്രീകരിക്കപ്പെട്ടു. മാനസികാനുഭൂതികൾ കയ്യടക്കത്തോടെ വിനിമയം ചെയ്യപ്പെട്ടു. അതിവൈകാരികത ഉപേക്ഷിക്കപ്പെട്ടു. അമ്പതുകളിലെ എം.ടി. കഥകളുടെ രൂപമാറ്റമായിരുന്നു ഇവയെല്ലാം.

ബിംബാത്മകതയും ധ്വന്യാത്മകതയും സംക്ഷിപ്തമായി ആഖ്യാനം ചെയ്യപ്പെടുന്ന കഥകളാണ് എം. ടിയുടേത്. ഏകാകികൾ നിറയുന്ന ആഖ്യാനലോകത്ത് ആധുനികതയുടെ വിഭ്രമങ്ങൾ സൃഷ്ടിക്കാൻ ഉതകുന്നതായിരുന്നു ആ കഥാലോകത്തിന്റെ പരിണാമം. സ്വാതന്ത്ര്യാനന്തരകാലത്തെ ഇടത്തരക്കാരന്റെ ജീവിതത്തിലെ സാമ്പത്തിക ദാരിദ്ര്യം മറികടക്കാൻ 'നാലുകെട്ടി'ൽ നിന്ന് പറിച്ചെടുക്കപ്പെട്ട് കടൽ കടന്ന കഥാപാത്രങ്ങളാണ് ആധുനികതയിൽ എം. ടിയുടെ ഇടങ്ങളിൽ പ്രത്യക്ഷമാവുന്നത്. 'ബന്ധനത്തിലെയും വാരിക്കുഴിയിലെയും ഷെർലക്കിലെയും കഥാപാത്രങ്ങൾക്ക് സംഭവിക്കുന്നുണ്ട് ഇതുപോലൊരു വളർച്ചയും വികാസവും. എം.ടിയുടെ പരിപക്വരചന എന്ന് വിശേഷിപ്പിക്കുന്ന വാനപ്രസ്ഥത്തിലാണ് അതിന്റെ പരിപൂർണ്ണ സാഫല്യം നമ്മൾ കാണുന്നത്.' (മാതൃഭൂമി)

കാത്തിരിപ്പിന്റെ പശ്ചാത്തലം ജീവിതത്തിന്റെ ബലതന്ത്രങ്ങളിൽ ആധുനിക സംഘർഷത്തെ മറച്ചുകൊണ്ട് എം. ടി കഥകളിൽ പ്രത്യക്ഷപ്പെടുന്നു. ഈ പശ്ചാത്തലത്തിൽ വേണം ഷെർലക്ക് എന്ന കഥ വായിക്കാൻ. മലയാളിസ്വത്വത്തിന്റെ സംഘർഷങ്ങളും ആകുലതകളും മധ്യവർഗ്ഗമലയാളി സമൂഹത്തിന്റെ ആന്തര വൈരുദ്ധ്യങ്ങളായി നിറയുന്ന അമേരിക്കയാണ് ഇവിടത്തെ പ്രാഥമിക ഇടം. എന്നാൽ ബാഹ്യഇടത്തിൽ നിന്നും പരിണമിച്ച് സങ്കൽപ്പത്തിൽ താലോലിക്കുന്ന നാട്ടിൻപുറം ഇടമായും വൈരുദ്ധ്യമായും ഈ കഥയിൽ പ്രത്യക്ഷപ്പെടുന്നു.

ഷെർലക്ക് എന്ന കഥയിലെ ഇതിവൃത്തഘടന

കാലവും സ്ഥലവും എംടിയുടെ കഥകളിയെയും നോവലുകളിലെയും മുഖ്യസാന്നിധ്യമാണ്. അഞ്ചരക്ക് ഉണർന്ന് ഏഴിന് ജോലി സ്ഥലത്തേക്ക് തിടുക്കത്തിൽ പുറപ്പെടുന്ന അമേരിക്കൻ മലയാളിയായ ചേച്ചിയും അനുജനും തമ്മിലുള്ള സംഭാഷണമാണ് ഷെർലക്ക് എന്ന കഥയുടെ തുടക്കത്തിൽ കാണാനാവുക. ഷെർലക്ക് എന്ന പൂച്ചയും അവന്റെ കുസൃതിയും അമേരിക്കൻ പകലിന്റെ ആവേഗങ്ങളുമാണ് ബാലു എന്ന അനിയനെ കാത്തിരുന്നത്. അധ്വാനിക്കുന്നവർക്കേ അമേരിക്കയിൽ പിടിച്ചുനിൽക്കാൻ ആകൂ എന്ന സത്യം ചേച്ചി അവനെ അറിയിച്ചു. പൂച്ചയാണ് അവിടത്തെ കാര്യങ്ങൾ നിയന്ത്രിച്ചിരുന്നത്. ചേച്ചിയുടെ ഭർത്താവായ ജയന്ത് കുട്ടിക്കാലത്ത് വായിച്ചിരുന്ന ഡിറ്റക്റ്റീവ്സ്റ്റോറിയുടെ പശ്ചാത്തലത്തിലാണ് പൂച്ചയ്ക്ക് ഷെർലക്ക് എന്ന് പേരിട്ടത്. പാക്കറ്റ്ഫുഡ് ഇഷ്ടപ്പെട്ടിരുന്ന അവൻ ഭക്ഷണം തുറന്നു വച്ചാൽ പോലും ഒന്നും കട്ട് കഴിക്കുകയില്ല. മടിയിൽ കയറാനുള്ള സ്വാതന്ത്ര്യം എടുത്ത പൂച്ച നഖമില്ലാത്തവനാണ് എന്ന് ചേച്ചി ഓർമ്മിപ്പിക്കുന്നു. അച്ഛനും അമ്മയും താൻ ഭാഗ്യമാണെന്ന് പറഞ്ഞ കഥ ബാലു ഓർത്തെടുക്കുന്നു. എന്നാൽ ഇതുവരെയും യാതൊരു ഭാഗ്യവും തന്നെ കടാക്ഷിച്ചില്ല. ഷെർലക്ക് ഒരു പ്രത്യേകതരം സ്വഭാവത്തിന് ഉടമയാണ്. അവൻ ഒരു നിരീക്ഷണപടുവും ചാരപ്പണിക്കാരനും ആണ്. അവനെ അകറ്റാനുള്ള പരമാവധി ശ്രമങ്ങൾ ബാലു ചെയ്യുന്നുണ്ടെങ്കിലും ഷെർലക്ക് ബാലുവിനെ വരിഞ്ഞുമുറുക്കുകയാണ്. അവനെ പടികടത്താനായി അവസാന ശ്രമം നടത്തുന്ന ബാലുവിനെ, തന്റെനഖങ്ങൾ പുറകോട്ട് കൊണ്ടുവന്ന് ഭീതിപ്പെടുത്താനാണ് ഷെർലക്ക് ശ്രമിക്കുന്നത്. ചേച്ചി വെട്ടിക്കളഞ്ഞു എന്ന് അവകാശപ്പെട്ട അതേ നഖങ്ങൾ! തുടർന്ന് ബാലു അവനുമായി ഒരു അനുരഞ്ജനത്തി

നു ശ്രമിക്കുകയാണ്. പൂച്ച ബാലുവിന്റെ നെഞ്ചിൽ കാൽ കയറ്റി വെച്ച് മെത്തയിലേക്ക് അമർത്തി 'ഉറങ്ങ്, സുഖമായി ഉറങ്ങ്' എന്ന് ആശ്വസിപ്പിച്ചു. ബാലുവിന് ഒന്നുറക്കെ കരയാൻ പോലും കഴിഞ്ഞില്ല. അയാൾ വിതുമ്പുക മാത്രം ചെയ്തു. കഥയുടെ അവസാനത്തിൽ ഷെർലക് പൂർണമായും ബാലുവിനെ കീഴ്പ്പെടുത്തുന്ന രംഗമാണ് കാണാൻ കഴിയുക.

ഷെർലക്കിലെ ഭൗതികതലം എന്ന ഇടം

ഭൗതികതലത്തിൽ വന്യതയെ വെട്ടിയൊരുക്കി ആധുനികമാക്കി നിലനിർത്തുക എന്ന ഗണിതയുക്തി പ്രവർത്തിക്കുന്നുണ്ട് ഷെർലക്കിൽ. ഭൂതാവിഷ്ടരായ കഥാപാത്രങ്ങളിലൂടെയും ഭൂതകാല നഷ്ടബോധത്തിൽ അറിയാതെ നഷ്ടപ്പെടുന്ന ജീവിതാവസ്ഥകളിലൂടെയും അത് ചിത്രീകരിക്കുന്നുണ്ട്. കേരളീയസമൂഹത്തിൽ ഒരു പരിവർത്തന ഘട്ടം നേരിടുന്ന, നാലുകെട്ടുകൾ തകരുകയും പുതിയ മേച്ചിൽ പുറങ്ങളിലേക്ക് ജീവിതം നീങ്ങുകയും ചെയ്യുന്ന ആവാസവ്യവസ്ഥ ചിത്രീകരിക്കുന്നതിലൂടെയാണ് ഇത് സാധ്യമാകുന്നത്. ബഹുലവും സങ്കീർണവുമായ ബോധ്യങ്ങളെ ഇഴപിരിച്ചെടുക്കാനുള്ള യജ്ഞം കൂടിയാണ് അതിൽ സംഭവിക്കുന്നത്. കൃത്രിമവും ഏകതാനവുമായ അമേരിക്കൻ ജീവിതാവസ്ഥകളുടെ ദുഃസ്സഹവും ഗൃഹാതുരത്വനിബിഡവുമായ വന്യവ്യവസ്ഥകൾ ഇടങ്ങളായി നിർമ്മിക്കപ്പെട്ടിട്ടുണ്ട് ഷെർലക്കിൽ. നേരത്തെ എഴുന്നേറ്റ് കുളിച്ച് കുറിയും സിന്ദൂരവും ചാർത്തി അമ്പലത്തിൽ പോകുന്ന കഥാപാത്രമല്ല ഷെർലക്കിലെ നായികയായ ചേച്ചി. 'സാവധാനത്തിൽ എഴുന്നേറ്റാൽ മതിയെന്ന് ചേച്ചി പറഞ്ഞിരുന്നു. ചേച്ചി അഞ്ചരയ്ക്ക് ഉണരും. ഏഴിന് പുറപ്പെടും. ഒരു മണിക്കൂർ പതിനഞ്ചു മിനിറ്റ് കാറോടിക്കണം ജോലി സ്ഥലത്തേക്ക്'

സ്ത്രീകൾക്ക് കൂടി ജോലി ചെയ്യേണ്ടിവരുന്ന പുതിയ കാലഘട്ടത്തോട് അനുരൂപപ്പെടുന്ന ഭൗതിക ഇടമാണ് അമേരിക്കയിലെ ഫ്ളാറ്റിൽ നടക്കുന്ന ഈ സംഭാഷണത്തിൽ പ്രകടമാകുന്നത്. മുൻവാതിലിന്റെ താക്കോൽ സൂക്ഷിക്കാനായി ചേച്ചി തിരഞ്ഞെടുക്കുന്ന സ്ഥലം നടരാജ വിഗ്രഹത്തിന്റെ ചുവടാണ്. അറുത്തുമാറ്റാൻ കഴിയാത്ത വിശ്വാസത്തിന്റെ താക്കോലാണ് അവിടെ പ്രതിഷ്ഠിക്കുന്നതെന്നു കാണാം. അടുക്കളയിൽ പുതുസാമഗ്രികൾ ബാലുവിനെ വരവേറ്റു. അതിൽ മ്യൂസിക് സിസ്റ്റം, പാചകഗ്രന്ഥം, മേശപ്പുറത്ത് വെച്ച ചെടിച്ചട്ടി എന്നിവയാണുള്ളത്. പഴങ്കഥയും പാട്ടും മൂളാൻ ഇഷ്ടപ്പെട്ടിരുന്ന ചേച്ചിയുടെ പ്രതിനിധിയാണ് മ്യൂസിക് സി

സ്റ്റം. നാടൻ കലവറകളുടെ പരിഷ്കൃത രൂപം പാചക ഗ്രന്ഥപ്പുരകളിലേക്ക് വഴിമാറിയിരിക്കുന്നു. നാട്ടിൻപുറം ഒരു ചെടിച്ചട്ടിയിൽ വെട്ടിയൊരുക്കി സംരക്ഷിച്ചിരിക്കുന്നു. ഇത്തരം ഭൗതിക ഇടങ്ങൾ ചേച്ചിയുടെ ആന്തരികഇടത്തെ വ്യഞ്ജിപ്പിക്കുന്ന നേർത്തസൂചികയാണ്. ചേച്ചി, വലിയേച്ചിയുടെയും മക്കളുടെയും വിവരമന്വേഷിക്കുകയും നൂറ് ഡോളർ കുട്ടിയമ്മാവന്റെ മകളുടെ കല്യാണത്തിന് കൊടുത്തയക്കുകയും ചെയ്യുന്നുണ്ട്. കൂട്ടുകുടുംബ വ്യവസ്ഥിതിയുടെ ബാക്കിപത്രമാണ് ചിന്തകൾ ഒരുക്കുന്ന ഭൗതികതലം.

ഏകാന്തതയാണ് ആധുനികതയിലേക്ക് കടന്ന എം. ടി രചനയുടെ ജീവനാഡിയായി പിൽക്കാലത്ത് വർത്തിച്ചത്. അമേരിക്കയുടെ ആൾക്കൂട്ടത്തിൽ ചേച്ചി തനിയെയാണ്. 'ചേച്ചിയുടെ മടിയിൽ കയറിക്കൂടിയ പൂച്ചയെ പറ്റി വർണിക്കുവാൻ തുടങ്ങി. വീട്ടിൽ തനിച്ചാകുമ്പോൾ ജീവനുള്ള എന്തെങ്കിലുമൊന്ന് ചുറ്റിത്തിരിയുന്നത് കാണുമ്പോൾ ഒരു ആശ്വാസമാണ്.' എന്ന് ഏകാന്തതയെ മറികടക്കുവാൻ ചേച്ചി ശ്രമിച്ചതിനെപ്പറ്റി പറയുന്നുണ്ട്. കുടുംബബന്ധങ്ങളുടെ ചിത്രവും ഈ കഥയിൽ കടന്നുവരുന്നുണ്ട്. ചേച്ചിയുടെ ഭർത്താവായ ജയന്തിന്റെ അഭാവം അത് സൂചിപ്പിക്കുന്നുണ്ട്. പൂച്ച ഭൗതിക ഇടത്തിൽ കൂട്ടും ചാരപ്പണിക്കാരനും ഒക്കെയാണ്. അത് വളരെ വൃത്തിയുള്ള ജീവിതം നയിക്കുന്നു. ഭക്ഷണങ്ങൾ കട്ടു ഭക്ഷിക്കുന്നില്ല. ചേച്ചിയുടെ കിടക്കയിൽ തന്നെ കിടക്കുന്നു. നഖമാണെങ്കിൽ മുറിച്ചു കളഞ്ഞിട്ടുണ്ട്. വായുവിൽ വാലുകൊണ്ട് ചിത്രപ്പണികൾ ചെയ്ത് സുഖിക്കുന്ന പൂച്ച ഭൗതിക ഇടത്തിൽ ആനന്ദോപാധി മാത്രമാണ്. അമേരിക്കൻ സുഖങ്ങളുടെ ഒരു കുഞ്ഞ് പശ്ചാത്തലമാണ് ഈ പൂച്ചയിലൂടെ പകർന്നു വെച്ചിരിക്കുന്നത്. അധ്വാനിക്കാതെ മേലാളന്മാരായി ചമയുവാൻ അമേരിക്കയിൽ ഇടമില്ല. 'ഇവിടെ നിൽക്കുമ്പോൾ അധ്വാനിക്കേണ്ടി വരും. ഏത് ഫീൽഡിലായാലും ഹാർഡ് വർക്ക് ചെയ്താലേ ഇവിടെ പിഴക്കാനാകൂ. അമേരിക്ക സ്വർഗമൊന്നുമല്ല.' (വി.ആർ.സുധീഷ്) ഭൗതികലോക വീക്ഷണത്തിൽ വന്ന മാറ്റം അടിവരയിടുന്നതാണ് ഈ പ്രസ്താവന. മേൽക്കര നിന്ന് ആജ്ഞാപിക്കുന്ന ജന്മിയുടെ സ്വത്വം ഉടഞ്ഞു പോയി. കുമാരേട്ടനുമായി ഉണ്ടായിരുന്ന പ്രണയകഥ അതിവൈകാരികത കൂടാതെയാണ് ചേച്ചി ഓർത്തെടുക്കുന്നത്. ചേച്ചിയുടെ ദാമ്പത്യജീവിതത്തിലെ പൊരുത്തക്കേടുകൾ പുറത്തറിയാതെ മുറിക്കുള്ളിൽ ഒതുങ്ങുന്ന ചിത്രം ഇവിടെ കാണാൻ കഴിയും. കൂട്ടുകുടുംബത്തിൽ നിന്നും സ്വാതന്ത്ര്യം കാംക്ഷിച്ച് അമേരിക്കയിൽ എത്തു

ന്ന ബാലുവിന് സ്വാതന്ത്ര്യം ബന്ധനത്തിന്റെ മറ്റൊരു പേരാണ്. ഒരിടത്തേക്കും പോകാൻ ഇല്ലാത്തവർക്കും ആരെയും കാണാനില്ലാത്തവർക്കും എന്തിനാണ് സ്വാതന്ത്ര്യം എന്ന ചിന്തയാണ് ഇവിടെ കടന്നുവരുന്നത്.

ഇവിടുത്തെ പൂച്ച ബാലുവിനെ പിന്തുടരുന്നത് ഒരു ചാരവൃത്തിക്കാരനെ പോലെയാണ്. അവന് ഈ വീട്ടിലെ എല്ലാ കാര്യങ്ങളും അറിയാം. ജയന്തിനായി ചേച്ചി വെയ്ക്കുന്ന മലബാർ സ്റ്റൈൽ മീൻ കറി, കാർഡിട്ട് കാശെടുക്കുന്ന അത്ഭുതം, ജയന്തിനായി വാങ്ങുന്ന വൈൻ എല്ലാം കാത്തിരിപ്പിന്റെ സൂചകങ്ങളായി കഥയിൽ കടന്നുവരുന്നു.

പൂച്ച തനിക്ക് പിന്നിൽ പതിയിരിക്കുന്ന അമേരിക്കൻ ചാരക്കണ്ണുകളുടെ പ്രതിനിധിയായി വർത്തിക്കുന്നു. അവന് അല്പം വോഡ്ക സമ്മാനിക്കുന്ന ബാലു ഷെർലക്കിനോട് മലയാളം പഠിക്കാനാണ് ആവശ്യപ്പെടുന്നത്. തന്റെ നാടിന്റെ നിറഞ്ഞ താളമാണ് അവനിൽ ബാക്കിയാവുന്നത്. അയാൾ കൊടുക്കുന്ന ഭക്ഷണം അമേരിക്കൻ നിയമങ്ങൾ തെറ്റിച്ച് ഷെർലക് കഴിക്കുന്നുണ്ട്. എന്നാൽ സ്നേഹം ഭാവിച്ചു തൊട്ടുതടവിയപ്പോൾ ക്രുദ്ധനായി കൂർത്തനഖങ്ങൾ കാണിച്ച് ഭയപ്പെടുത്തിയ ഷെർലക് സമ്മാനിക്കുന്നത് സുഖകരമായ ഉറക്കമാണോ എന്ന ആശങ്കയാണ് കഥയിൽ നിറയുന്നത്. രഹസ്യങ്ങളുടെ ഉടയാടകൾ മാറ്റി സ്വയം അറിയുവാനുള്ള വ്യഗ്രതയാണ് ഷെർലക്ക് ബാലുവിനു പകർന്നു നൽകുന്നത്. ഭാഷയുടെ ആശയപ്രകാശന സാധ്യതയെ അമേരിക്കൻ അധികാര ഘടനയുടെ സൂക്ഷ്മ തലങ്ങളുമായി ബന്ധിപ്പിക്കുകയാണ് കഥ ചെയ്യുന്നത്. നമ്മുടെ പഴഞ്ചൻ സംസ്കൃതികളെ അപരിഷ്കൃതമെന്ന് തള്ളി യൂറോപ്യൻ ആധുനികതയിലേക്ക് കടന്നുകയറിയ നാം എത്തിച്ചേർന്ന നഗരബോധത്തിന്റെ കൂർത്തനഖമാണ് ബാലുവിനെ ഉറങ്ങാൻ സമ്മതിക്കാത്തത്. വളരെ മെറ്റീരിയൽ ആയ ഇടത്തെ അടയാളപ്പെടുത്തുന്നതാണ് കഥയുടെ ഭൗതികതലം.

ഷെർലക്കിലെ മാനസികതലം എന്ന ഇടം

സമ്പൽസമൃദ്ധിയുടെ ഇടമായും സുഖങ്ങളുടെ പറുദീസയായും കണ്ട അമേരിക്ക യഥാർത്ഥ ലോകത്ത് തകർച്ചയുടെ ബിംബമായി മാറുകയാണ് മാനസികതലത്തിൽ സംഭവിക്കുന്നത്. മനുഷ്യാസ്തിത്വത്തിന്റെ പൊരുളാണ് ഇവിടെ തകർക്കപ്പെടുന്നത്. പ്രകമ്പനങ്ങൾ ഒഴിവാക്കി കൊണ്ടാണ് ആഘാതങ്ങൾ മാനസിക തലത്തിൽ പ്രത്യക്ഷപ്പെടുന്നത്. വിദൂര കാഴ്ചയിൽ നാം കണ്ട അമേരിക്കയല്ല

സൂക്ഷ്മദർശനത്തിൽ തെളിഞ്ഞു കാണുന്നത്. സന്ദർഭോചിതമായി പിറവികൊള്ളുന്ന ആഖ്യാനശൈലിയിലൂടെ മറനീക്കി വ്യഥയായി മാറുന്ന മനുഷ്യജീവിതത്തെ മനനംകൊണ്ടും മൗനം കൊണ്ടും നേരിടുന്ന രീതിയാണത്. വൈയക്തിക ദൗർബല്യങ്ങൾ, ശീലങ്ങൾ, അപരിചിതത്വങ്ങൾ, ആഖ്യാന രീതികൾ എന്നിവയിലെല്ലാം ലാവണ്യതലത്തിലും ആശയതലത്തിലും ഗാംഭീര്യം ഉളവാക്കിക്കൊണ്ടാണത് സംഭവിക്കുന്നത്. പരമ്പരാഗത മൂല്യങ്ങളിൽ വിശ്വാസനഷ്ടം വന്ന പുതിയ തലമുറ സ്വന്തം സ്വഭാവപ്രകൃതിയെയും ജീവിതേച്ഛയെയും രൂപപ്പെടുത്തുന്ന പുതിയ നിയമാവലി സൃഷ്ടിക്കുന്നതിന്റെ മാനസികയത്നമാണ് ഇവിടെ കാണുന്നത്.

മാനസികതലം : ഇടം

ഏകാന്തത : പൂച്ച എന്ന ബിംബം, സിഗരറ്റ് വലി

ഗൃഹാതുരത്വം : നടരാജവിഗ്രഹത്തിന്റെ ചുവട്ടിലെ താക്കോൽ, കുട്ടിയമ്മാവനും, കുമാരേട്ടനും, അച്ഛനും, കുട്ടിക്കാലവും.

നഗരം : ചെടിച്ചട്ടി, യന്ത്രങ്ങൾ, തിരക്കുപിടിച്ച നഗരം, പാക്കറ്റ് ഫുഡ്, ചൈനീസ് ഹോട്ടൽ

കുടുംബബന്ധം : ഭാര്യാഭർതൃ ബന്ധത്തിന്റെ തകർച്ച, ബാലുവിനോടുള്ള സ്നേഹം

ദുരൂഹത : ഷെർലക്ക് എന്ന പൂച്ച, നഖങ്ങൾ ഒളിപ്പിക്കൽ, ഭക്ഷണകാര്യങ്ങൾ

നിരീക്ഷണങ്ങൾ

നായർ തറവാടുകളിലെ ഭിന്നിപ്പും കലാപവും കാരണവന്മാരുടെ അധീശത്വവുമെല്ലാം മാനസികതലത്തിൽ നേരിയ തോതിൽ കടന്നുവരുന്നുവെങ്കിലും നായർ തറവാട് എന്ന പ്രാഥമികതലത്തിന്റെ വികസിതരൂപം അമേരിക്കൻ അധിനിവേശത്തിൽ നാം കണ്ടെത്തുകയാണിവിടെ. ബന്ധശൈഥില്യം, സങ്കടം, ദുരൂഹത എന്നിവയെല്ലാം പ്രതിഷ്ഠിക്കുന്നതിലൂടെ കുടല്ലൂരിലെയും ചുറ്റുവട്ടത്തെ തറവാടുകളിലെയും മൂല്യ തകർച്ചയ്ക്ക് ഒരു ആഗോള മാനം നൽകുകയാണ് എം. ടി ചെയ്തത്.

ആശിച്ച ഭൗതിക സാമ്രാജ്യവും സ്വാതന്ത്ര്യവും നേടിയെങ്കിലും ആത്മസന്തുലനത്തിൽ എത്തിച്ചേരാൻ കഴിയാതെ നിരാശനാകുകയും പകച്ചു വിറങ്ങലിക്കുകയും ചെയ്യുന്ന കഥാപാത്രങ്ങളാണ് മാനസികഇടം കൊണ്ട് കഥയിൽ വ്യഞ്ജിപ്പിക്കുന്നത്.

സാമൂഹിക തലം എന്ന ഇടം

ലവേഫർ തന്റെ ' 'ദ പ്രൊഡക്ഷൻ ഓഫ് സ്പേയ്സ്' എന്ന കൃ

തിയിൽ സാമൂഹിക ഇടം എങ്ങനെ കൃതികളിൽ പ്രവർത്തിക്കുന്നു വെന്ന് നിരീക്ഷിക്കുന്നുണ്ട്. ദേശമുദ്രകൾ പറിച്ചുമാറ്റി അധിനിവേ ശമുദ്രകൾ പകർന്നു വയ്ക്കുന്ന സാമൂഹ്യതലം എന്ന ഇടം പുതി യ ഭാവുകത്വത്തിന്റെ നാന്ദി കൂടിയായി കഥയിൽ പ്രവർത്തിക്കു ന്നു. കൂട്ടുകുടുംബ വ്യവസ്ഥിതിയിലെ നിരാലംബയായ സ്ത്രീയ ല്ല അമേരിക്കൻ കഥയിലെ ജോലിക്കാരിയായ ചേച്ചി പ്രതിനിധാ നം ചെയ്യുന്നത്. വീട്, തൊടി, കുളം, ഗ്രാമം എന്നിവയുടെയെല്ലാം വെട്ടിയൊതുക്കപ്പെട്ട ചിത്രങ്ങൾ പകരുന്ന പ്രകൃതിയില്ലാത്ത സാ മൂഹിക ക്രമമാണ് ഇവിടെ സൂചിതം. വീട്ടന്തരീക്ഷങ്ങളിൽ ഗൃഹാ തുരതയല്ല ആതുരമായ ഗൃഹമാണ് വരച്ചിരിക്കുന്നത്. അത് നിര ന്തരം, തന്നെ ചാരപ്രവർത്തിയിലൂടെ നിരീക്ഷിക്കുന്ന ഷെർലക്ക് എന്ന പൂച്ചയിലൂടെ പകർത്തി വയ്ക്കുകയും ചെയ്യുന്നു. മുറിയിൽ മുഴങ്ങുന്ന ചിരിയിൽ സംശയിച്ച് എഴുന്നേൽക്കാൻ ശ്രമിക്കുന്ന ബാ ലു നെഞ്ചിൽ കാൽകയറ്റിവെച്ച് മെത്തയിലേക്ക് അമർത്തി പേടി ക്കാതെ ഉറങ്ങുന്ന ഷെർലക്കിനെയാണ് കാണുന്നത്. അധിനിവേ ശം പൂർണമായി വ്യക്തിയെ കീഴ്പ്പെടുത്തക്കളയും എന്നതിന്റെ സൂചനയാണത്. മൂന്നാം ലോകങ്ങളുടെ കടന്നുകയറി സാംസ്കാ രിക അധിനിവേശം നടത്തുന്ന അമേരിക്കൻ സാമ്രാജ്യത്വത്തെയാ ണ് ഷെർലക് പ്രതിനിധീകരിക്കുന്നത്.(https://en.m.wikipedia.org/wiki/Social_production_of_space) വന്യമായ ഏകാന്തത പേറുന്ന നാട്ടിൻപുറത്ത് നിന്ന് രക്ഷപ്പെടാൻ അമേരിക്കയിലെത്തുന്ന ബാ ലു വന്ധ്യമായ ഏകാന്തതയിൽ മുങ്ങിപ്പോകുന്ന ചിത്രമാണ് ഷെർല ക്ൽ കാണാനാവുക

ഉപസംഹാരം

നാം ജീവിക്കുന്ന ഇടം നമ്മെ പലതരത്തിൽ അലോസരപ്പെടു ത്തുന്നുണ്ട്. ജീവിതം രൂപപ്പെടുന്നതും രൂപപ്പെടുത്തുന്നതും അനു ഭവങ്ങളുടെ നിരാകരണത്തിൽ നിന്നും സ്വീകരണത്തിൽ നിന്നുമാ ണ്. സ്വാതന്ത്ര്യത്തിനു വേണ്ടിയുള്ള അഭിവാഞ്ചയും അധികാര കേ ന്ദ്രങ്ങളോടുള്ള വിയോജിപ്പും പുതിയ ഇടങ്ങളിലേക്ക് പ്രവേശി ക്കാനുള്ള വാതായനം ഒരുക്കി. കഥകളിൽ കൂട്ടുകുടുംബ വ്യവസ്ഥ യുടെ സംസ്കാരത്തോടുള്ള പ്രതികരണങ്ങൾ പലരീതിയിൽ വെ ളിപ്പെടുത്തപ്പെട്ടിട്ടുണ്ട് എല്ലാം നശിച്ച കൂട്ടുകുടുംബ വ്യവസ്ഥിതി യിൽ നിന്ന് വിമോചിതനായി സ്വയം പ്രതിഷ്ഠിച്ച അമേരിക്ക എ ന്ന സാമ്രാജ്യത്വ ഭീമന്റെ നഖങ്ങളുള്ള കാലുകൾക്കുള്ളിൽ അടിയ റവ് പറയേണ്ടി വന്ന മറുനാടൻ മലയാളിയുടെ ചിത്രമാണ് ഷെർല

ക്ക് എന്ന കഥ. പുതിയ കാലത്തിന്റെ വൈകാരിക പ്രതിസന്ധികളും ഏകാന്ത വ്യക്തിത്വങ്ങളുടെ ആന്തരലോകവും ആവിഷ്കരിക്കാനാണ് ഈ കഥയിലെ സവിശേഷഇടങ്ങൾ ശ്രദ്ധ ചെലുത്തിയിരിക്കുന്നത്.

4

ദൈവത്തിന്റെ കണ്ണ്; ഒരു ഫോക്ക് അന്വേഷണം

ഡോ. മെറിൻ ഫ്രാൻസീസ്

കാലോചിതവും ദേശാതീതവുമായ സാംസ്കാരികചിഹ്നങ്ങളുടെ നേർകാഴ്ചകളിലേക്ക് ആസ്വാദക മനസ്സുകളെ സന്നിവേശിപ്പിക്കുന്ന സാഹിത്യപ്രക്രിയ ഏറെ ചൈതന്യവത്താണ്. പ്രമേയതലത്തിലും ആഖ്യാനതലത്തിലും ശക്തമായ സാന്നിധ്യമായി ഫോക് ലോർ വർത്തിക്കുന്ന നിരവധി സർഗ്ഗാത്മക സൃഷ്ടികൾ വർത്തമാനകാല സാഹിത്യ സംവേദനഭൂമികകളെ സമ്പന്നമാക്കുന്നതിന്റെ കാരണവും മറ്റൊന്നല്ല. ഒരു ജനസമൂഹത്തിന്റെ തനതായ പൈതൃകവും പാരമ്പര്യവും സ്വത്വബോധവും നിഷ്കളങ്കമായി മറനീക്കി പുറത്തേ വരുന്ന സ്വാഭാവിക സന്ദർഭങ്ങളായ ഫോക് ലോറുകൾക്ക് ഓരോ കൃതിയിലുമുള്ള സ്വാധീനത്തെക്കുറിച്ചുള്ള അപഗ്രഥനം സമകാലിക സാഹിത്യാന്തരീക്ഷത്തിൽ വളരെ പ്രാധാന്യമർഹിക്കുന്നു. മൗലികതയിലും മാനവികതയിലും അടിയുറച്ച ജീവിതവീക്ഷണരീതികൊണ്ട് മലയാള സാഹിത്യലോകത്തെ അത്ഭുതപ്പെടുത്തിയ എൻ. പി. മുഹമ്മദിന്റെ ദൈവത്തിന്റെ കണ്ണ് എന്ന നോവലിലെ ഫോക് പരിസരമാണ് ഈ ലേഖനത്തിൽ പഠനവിധേയമാക്കുന്നത്.

കാഴ്ചകളേയും കേൾവികളേയും നിഷ്പ്രഭമാക്കുന്ന അതീതലോകങ്ങളെ വാക്കുകളിലൂടെ ആവാഹിച്ചെടുക്കുന്ന ഇന്ദ്രജാലം ഈ എഴുത്തുകാരനു മാത്രം സ്വന്തമാണ്. താൻ ജീവിതം കരുപിടിപ്പിച്ച മലബാറിന്റെ മണ്ണിൽ വേരോടിയ മുസ്ലിം സമുദായത്തിന്റെ സാംസ്കാരിക നിറവുകളിലേക്ക് ആഴ്ന്നിറങ്ങിയ ഒരു അന്വേഷണമായിരുന്നു എൻ.പിയുടെ ദൈവത്തിന്റെ കണ്ണ്. അദ്ദേഹത്തിന്റെ ആത്മാംശം കലർന്ന കൃതിയാണിത്. അഹമ്മദ് എന്ന ബാലകഥാപാത്രത്തിന്റെ അനുഭവലോകത്തെ നിഷ്കളങ്കമായി ചിത്രീകരിക്കുന്ന

ആഖ്യാന തന്ത്രമാണ് ഈ കൃതിയിൽ നോവലിസ്റ്റ് സ്വീകരിച്ചിരിക്കുന്നത്. പയറുമണിയുടെ പുറംതോട് പൊട്ടി അതിന്റെ മുള നിവരാൻ ശ്രമിക്കുന്നതിനിടയിലെ ആ 'നിസ്കാരനില' കണ്ട് അത്ഭുതം കൂറുന്ന അഹമ്മദ് എന്ന ബാലൻ എൻ.പി തന്നെയാണെന്നു പറയാം. മലബാറിലെ മുസ്ലിം സമുദായത്തിന്റെ ജീവാംശമായ ഫോക് ഘടകങ്ങളെക്കുറിച്ച് വ്യക്തമായി പ്രതിപാദിക്കാൻ ഈ കൃതിയിൽ എൻ.പിക്കു സാധിച്ചിരിക്കുന്നു. നിരീക്ഷണപാടവവും ചിന്താശീലവും ആവിഷ്കരണ കൗശലവും ഒരുമിച്ച് ഇണങ്ങിച്ചേരുന്ന പ്രതിഭയായ എൻ.പിയുടെ കൃതികളിൽ ജീവിതപരിസരപ്രതിഫലനം ധാരാളമായി കാണുന്നുണ്ട്.

കോഴിക്കോട് കുണ്ടുങ്ങലിൽ നിന്നും പരപ്പനങ്ങാടിയിലേക്കു പറിച്ചുമാറ്റപ്പെട്ട അഹമ്മദിന്റെ ഗൃഹാന്തരീക്ഷത്തിലൂടെയാണ് നോവലിലെ ഫോക്സന്നിവേശം ആരംഭിക്കുന്നത്. വിലക്കുകളുടേയും ചങ്ങലകളുടേയും നിയന്ത്രണങ്ങളിൽ ഇടുങ്ങിപ്പോയ ലോകത്തിൽ ബാല്യത്തിന്റെ സ്വതന്ത്രവിഹാരം കൈവിട്ടുപോയ അഹമ്മദിന് ചുറ്റും അനുഭവപ്പെടുന്നതെല്ലാം അത്ഭുതങ്ങളാണ്. തന്റെ ഗൃഹാന്തരീക്ഷത്തിൽ കാണുന്നതും കേൾക്കുന്നതും അവനിൽ അത്ഭുതത്തോടൊപ്പം ഭീതിയുളവാക്കി. സാമുദായികാചാരങ്ങളുടേയും വിശ്വാസങ്ങളുടേയും വൈവിധ്യപൂർണ്ണമായ ആ ഫോക് അന്തരീക്ഷത്തെക്കുറിച്ച് വിശദമായി തുടർന്ന് പ്രതിപാദിക്കുന്നു.

ഒരു സമൂഹത്തിന്റെ സാംസ്ക്കാരികത്തനിമ വിളിച്ചറിയിക്കുന്നവയാണ് അതിൽ നിലനിൽക്കുന്ന ആചാരങ്ങളും വിശ്വാസങ്ങളും, മതപരമായ ആചാരവിശ്വാസങ്ങൾ സമുദായിക ഐക്യത്തെ വിളിച്ചറിയിക്കുന്നു. സമുദായികഘടനയെത്തന്നെ നിലനിർത്തുന്നതിൽ ആചാരവിശ്വാസങ്ങൾക്കും ചടങ്ങുകൾക്കുമുള്ള പ്രാധാന്യം വലുതാണ്. മുസ്ലിം സമുദായത്തിന്റെ ജീവിതം വിഷയമാക്കിയുള്ള ദൈവത്തിന്റെ കണ്ണ് ആ സമുദായത്തിന്റെ സാംസ്ക്കാരിക ചിത്രണം ശക്തമായി നിർവ്വഹിക്കുന്നു. ആചാരവിശ്വാസങ്ങൾ അതിൽത്തന്നെ നന്മയിൽ അധിഷ്ഠിതമായിരിക്കണം. സമൂഹത്തിന്റെ ആത്മീയ-ഭൗതിക ഉന്നതി ലക്ഷ്യംവയ്ക്കുന്ന അവയെല്ലാം മനുഷ്യമനസ്സിന്റെ ഉത്കർഷത്തെ കാംക്ഷിക്കുന്നവയും മനുഷ്യജീവന്റെ മഹത്വത്തെ ആദരിക്കുന്നവയുമാകണം. കേരളത്തിൽ, മതപരമായ ആചാരവിശ്വാസങ്ങളും ചടങ്ങുകളും ആഘോഷങ്ങളുമടങ്ങുന്ന തനതായ ഒരു സാംസ്ക്കാരിക പാരമ്പര്യം അവകാശപ്പെടുന്ന മതവിഭാഗമാണ് മുസ്ലീങ്ങൾ, വിദേശമതമായിരുന്നിട്ടുകൂടി, കേരളത്തിന്റെ

പ്രാദേശികത്തനിമയെ ഉൾക്കൊള്ളുന്ന നാടോടിഭൂമിക അവർ സ്വന്തമാക്കിയിട്ടുണ്ട്. മുസ്ലിം സമുദായത്തിന്റെ സാംസ്ക്കാരികസ്വത്വത്തെ തന്റെ സാഹിത്യപ്രവർത്തനങ്ങളിലൂടെ ലോകത്തിനുമുമ്പിൽ തുറന്നു കാണിക്കുകയായിരുന്നു എൻ.പി ചെയ്തത്. മലബാറിലെ മാപ്പിള സമുദായത്തിന്റെ പ്രശ്നങ്ങളാണ് ഇദ്ദേഹം ഉയർത്തിക്കാണിച്ച് പ്രധാനവസ്തുതകൾ. അഹമ്മദ് എന്ന ബാലൻ, താൻ അനുദിനം കാണുകയും കേൾക്കുകയും ചെയ്യുന്ന വസ്തുതകളിലൂടെയാണ് കഥാഖ്യാനം മുന്നോട്ടുപോകുന്നത്. പന്ത്രണ്ടുവയസ്സിനുള്ളിൽ അവൻ മനസ്സിലാക്കിയ കാര്യങ്ങളാണ് ഇതിവൃത്തമായി അവതരിപ്പിക്കുന്നത്.

മരണാനന്തര ചടങ്ങുകളുടെ വിചിത്രമായ ലോകമാണ് മുസ്ലീങ്ങളുടേത്. ആയിഷയുടെ മരണശേഷം ഏഴു കഴിഞ്ഞ് മൗലൂദ് ചൊല്ലുന്ന ചടങ്ങിനെക്കുറിച്ച് നോവലിൽ പ്രതിപാദനമുണ്ട്. 'അമ്മായി മരിച്ച് ഏഴുദിനം കഴിഞ്ഞിരുന്നു. ഞങ്ങൾ കോഴിക്കോട്ടേയ്ക്ക് മടങ്ങിയിരുന്നില്ല. പുരയിൽ ഒരുപാട് ആളുകൾ. പനത്തിൽ പള്ളിയിലെ മൊയ്ല്യാരുകുട്ടികൾ വന്നിരുന്നു. അവർ മൗലൂദ് ചൊല്ലി. മൗലൂദ് ചൊല്ലിയത് ഒരു വെള്ളത്തുണി വിരിച്ചതിന്റെ നാലറ്റത്തും ഇരുന്നായിരുന്നു. ചന്ദനത്തിരികൾ പുകഞ്ഞിരുന്നു. അവ കാറ്റിൽ വളഞ്ഞ വരകളും വട്ടങ്ങളുമായി അലിഞ്ഞുചേരുമ്പോൾ മൗലൂദിന് താളവും മുറുക്കവും കിട്ടി. കുന്തിരിക്കക്കൂടുകളിൽ നിന്നും പുകച്ചീളുകൾ ഓടിവരുകയായിരുന്നു. പെട്ടെന്ന് മൗല്യാർ കുട്ടികൾ എണീറ്റ്, യാ നബി സലാമു ഹലൈക്കും യാ റസൂൽ സലാമു ഹലൈക്കും, എന്നു ചൊല്ലി. നിന്നാണ് അവർ ഓതിയത്. റസൂലിന്റെ കാൽപ്പാടുകൾ വെള്ളവിരിപ്പിൽ കാണുമല്ലോ.'

ഇതാണ് മൗലൂദിനെ കുറിച്ച് നോവലിൽ ചേർത്തിരിക്കുന്നത്. മരണാനന്തരമോ അല്ലാതെയോ, മുഹമ്മദ് നബിയുടെ ചരിത്രഗാഥ ഭക്തിയോടെ പാടുന്ന പതിവ് മുൻകാലത്ത് മുസ്ലിം വീടുകളിൽ ഉണ്ടായിരുന്നു. ഈ ചടങ്ങാണ് 'മൗലൂദ് ചൊല്ലൽ' എന്നറിയപ്പെടുന്നത്. മൗലൂദ് നടത്തിയതിനുശേഷം വീട്ടിൽ നടക്കുന്ന സത്കാരത്തെക്കുറിച്ചും നോവലിൽ ചിത്രീകരണമുണ്ട്. മരണശേഷമല്ലാതെ പാടുന്ന മൗലൂദിനെക്കുറിച്ചും നോവലിൽ പറയുന്നുണ്ട്.

'റബീഉൽ അവ്വലിന്നാണ് മൗലൂദ്. ദറസ്സിൽ രാത്രി എന്നും മൗലൂദാണ്. എനിക്കറിയാം. റബീഉൽ അവ്വൽ മാസത്തിൽ തീയതി പന്തിരണ്ടിൽ മക്കാ നഗരത്തിൽ നബി തങ്ങൾ മുന്നം ഭൂജാതനായല്ലോ. നബിചരിത്രം മണിപ്രവാളത്തിൽ മൂന്നാം ക്ലാസ്സിൽ ഞാൻ

പഠിച്ചതാണ്.

റബിളിൽ അവ്വലിൽ മൗലൂദ് ചൊല്ലുമ്പോൾ ദറസ്സിൽ ഭക്ഷണം വിശ്വാസികളാണ് എത്തിക്കുന്നത്.' അഹമ്മദിന്റെ വീട്ടുകാരുടെ ഊഴമെത്തിയപ്പോൾ പത്തിരിയും ഇറച്ചിക്കറിയുമാണ് അവർ തയ്യാറാക്കിയതെന്നും നോവലിൽ പറയുന്നു.

വലിയവർക്കും കുട്ടികൾക്കും ഭയം തട്ടിയാൽ മന്ത്രിച്ചൂതുന്ന ഒരു നാടൻ വിശ്വാസം മുസ്ലീങ്ങൾക്കുണ്ട്. പൂതങ്ങൾ മോഹിച്ച കൂൺതിന്ന് ചിത്തഭ്രമത്തിലേക്ക് വഴുതി വീഴുന്ന മൊഹമ്മദാലിക്കാക്കയുടെ രക്ഷയ്ക്കുവേണ്ടി കുഞ്ഞാറു മൊയ്ല്യാർ മന്ത്രിച്ചൂതി ചരടുകെട്ടുന്നു. അമ്മായി നാഗൂരിലേക്കു വെള്ളിക്കൂൺ നേർച്ചയാക്കുന്നു. കറിവെയ്ക്കാനായി കോഴിയെ വെട്ടുന്നതിനുമുമ്പ് 'ബിസ്മി' ചൊല്ലുന്ന രീതിയും മുസ്ലിമുകൾക്കുണ്ട്. നിധിയ്ക്കു കാവലിരുത്തിയവയാണ് സത്യപാമ്പുകൾ എന്നാണ് മറ്റൊരു നാടൻ ഇസ്ലാം വിശ്വാസം. അതിനാൽ അവയെ ഉപദ്രവിക്കരുത്. മരണശേഷം മൃതദേഹം കുഴിച്ചിടുന്നു. മണ്ണിനു മുകളിലായി തലയ്ക്കലും കാൽക്കലും മീസാൻ കല്ലുകൾ കുഴിച്ചിടും. ഖബറിൽ മയ്യത്തു മാത്രം ഉണ്ടാകും. അതിനുശേഷം മലക്കുകൾ വരും. ആളുകൾ ചിരിഞ്ഞാൽ ഖബറിനുള്ളിൽ അല്ലാഹുവിന്റെ മലക്കുകൾ എത്തും. അവർ ദണ്ഡുമായാണ് വരിക. മയ്യത്തിനെ അവർ ചോദ്യം ചെയ്യും,'നിന്റെ ദൈവമാര്?'.

മതപരമായ വിശ്വാസങ്ങൾ അവ വിശ്വസിക്കുന്നവർക്കിടയിൽ അമൂല്യങ്ങളാണ്. എന്നാൽ മാനുഷികമൂല്യങ്ങൾക്കു വില നൽകാത്ത ചില കാടൻ പ്രവൃത്തികളാകട്ടെ അനാചാരങ്ങളും അന്ധവിശ്വാസങ്ങളുമാണ്. 'ദൈവത്തിന്റെ കണ്ണിൽ' അനാചാരങ്ങളായ ഒട്ടനവധി പ്രവൃത്തികൾ വിമർശനവിധേയമായി ചിത്രീകരിക്കപ്പെട്ടിട്ടുണ്ട്. സമുദായികമായ അനാചാരങ്ങളെയും അന്ധവിശ്വാസങ്ങളെയും സമൂഹത്തിൽ നിന്നകറ്റി. സമൂഹത്തിനു മാഷികമായ മുഖം നൽകാനായിരുന്നല്ലോ എൻ. പി ശ്രമിച്ചത്.

'സമുദായത്തിന്റെ ആചാരവൈകല്യങ്ങളുടെ നേരെയുള്ള കലയുടെ ചാട്ടവാറടിയാണ് എൻ.പിയുടെ കൃതികളെന്ന നിരൂപകന്യായം ഇവിടെ പ്രസക്തമാകുന്നു.'

വ്യക്തികളെ സമുദായിക, സാമൂഹിക അനാചാരങ്ങളിൽ നിന്നകറ്റി, പുരോഗമനപരമായ സത്യവിശ്വാസംകൊണ്ട് അവയെ പ്രതിരോധിക്കാനാണ് അദ്ദേഹം ശ്രമിച്ചിരുന്നത്. സ്വന്തം സമുദായത്തെ ഗ്രസിച്ചിരിക്കുന്ന അനാചാരമെന്ന വിപത്തിനേയും അന്ധവിശ്വാ

സമെന്ന രോഗത്തെയും പിടിച്ചുകെട്ടാൻ തന്റെ സൃഷ്ടികളിലൂടെ അദ്ദേഹം ശ്രമിച്ചു. സാമൂഹികാചാരങ്ങളും അന്ധവിശ്വാസങ്ങളും ഇല്ലായ്മകളും മറ്റും കുടുംബജീവിതത്തേയും മനുഷ്യബന്ധങ്ങളെയും നൈസർഗ്ഗികാഭിലാഷങ്ങളെയും പിടിച്ചുകുലുക്കിയതിന്റെ ഫലമായി വാടിക്കരിയുന്ന ഏകാന്തമനസ്സുകളും കണ്ണീരിന്റെ നനവുള്ള നർമ്മത്തിന്റെ ആവരണമണിഞ്ഞ കുടുംബാന്തരീക്ഷങ്ങളുമാണ് എൻ.പി ചിത്രീകരിച്ചുകാണുന്നത്.

മൊഹാലിക്കാക്ക് ഭ്രാന്തൻ കമ്പുകൾ തിന്ന് മാനസികനില തെറ്റുന്നതായി ഒരു ചിത്രീകരണം നോവലിലുണ്ട്. രക്തം ചർദ്ദിക്കുന്ന അയാൾക്ക് പല നാടൻ ചികിത്സകളും നടത്തുന്നു. ഒടുവിൽ പണിക്കരെ കൊണ്ടുവന്ന് മന്ത്രവാദം ചെയ്യുന്നു. പൂതങ്ങൾ മോഹിച്ച കൂൺ തിന്നതാണ് പ്രശ്നമെന്ന് പറയുന്നു.

പൂതങ്ങൾ മൊഹമ്മദാലിക്കാക്കയിൽ നിന്നു കൂൺ തട്ടിപറിക്കാൻ നോക്കി. അതിനു മുൻപേ മൊഹമ്മദാലിക്കാക്ക കൂൺ തിന്നു കളഞ്ഞല്ലോ. മൊഹമ്മദാലിക്കാക്കയുടെ തൊള്ളയിലേക്കു പൂതങ്ങൾ കടന്നു. മൂന്നു പൂതങ്ങൾ വയറ്റിലേക്ക് കടന്നപ്പോൾ മൊഹമ്മദാലിക്കാ ചർദ്ദിക്കാൻ തുടങ്ങി. മരുന്നും മന്ത്രവാദവും പൂതങ്ങൾക്ക് ഇരിക്കപ്പൊറുതി കൊടുത്തില്ല. അപ്പോൾ പൂതങ്ങൾ ഇക്കാക്കയുടെ തലയിൽ കയറി. ഉച്ചാടനങ്ങൾക്കവസാനം പണിക്കരോട് പൂതങ്ങൾ സ്വപ്നത്തിൽ വന്ന് തങ്ങൾ ഒഴിയില്ലെന്നും ചിലപ്പോൾ കുട്ടി മരിക്കുമെന്നും പറയുന്നു. അതുപോലെ പറമ്പിലും തൊടിയിലും യഥേഷ്ടം വിഹരിക്കാനാഗ്രഹിക്കുന്ന അഹമ്മദിനോട് മുളങ്കാടിന്നുള്ളിൽ പാമ്പുണ്ടെന്നും അവിടേക്ക് പോകരുതെന്നും ഉമ്മു പറയുന്നു. പാമ്പുകൾ സത്യമുള്ളവയാണെന്നും അവയെ ഉപദ്രവിക്കരുതെന്നും അവർ വിശ്വസിക്കുന്നു. മക്കളെ കാണരുതേ എന്നു പ്രാർത്ഥിച്ചാണത്രേ പാമ്പ് പുറത്തിറങ്ങുന്നത്. കണ്ടാൽ ഒന്നു ചീറ്റും, പിന്നെ കൊത്തും. അപ്പോൾ നമ്മുടെ മയ്യത്തു നടക്കും. ഇതാണ് പാമ്പുകളെക്കുറിച്ചുള്ള കഥ. പറങ്കിമാങ്ങ പറിച്ചു തിന്നാൻ ആഗ്രഹിക്കുന്ന അഹമ്മദിനോട് അതു പാമ്പു കൊത്തിയതാണെന്ന് വിലക്ക് പറയുന്ന ഉമ്മു അഹമദിൽ നിരാശയുണ്ടായിരുന്നു.

നോവലിൽ അവസാനഭാഗത്ത് നടത്താനുദ്ദേശിക്കുന്ന അഭിചാരകർമ്മങ്ങളാണ് വായനക്കാരെ കണ്ണീരണിയിക്കുന്നത്. മൊഹമ്മദാലിക്കാക്കയുടെ മരണശേഷം അയാളിൽ നിന്നിറങ്ങിയ പൂതങ്ങൾ, അഹമ്മദിനെ തേടിയെത്തുമെന്നുള്ള അന്ധമായ ഒരു ധാരണയിന്മേൽ കണക്കുകെട്ടി പൂതങ്ങളെ അടക്കം ചെയ്യാനാണ് പാണൻ

താമി വന്നിരിക്കുന്നത്. ആയിരത്തൊന്നും പക്ഷിത്തൂവൽ, അമ്പത്തിയൊന്നു പൂക്കൾ, കണ്ടിവെണ്ണ, അരുതനീർ എന്നിങ്ങനെ വിവിധവസ്തുക്കളുപയോഗിച്ച് നിർമ്മിക്കുന്ന മിശ്രിതംകൊണ്ട് പാണൻ താമി അഭിചാരക്രിയ നടത്തി. പക്ഷേ, ഫലമുണ്ടാകുന്നില്ല. ഒടുവിൽ പൂതങ്ങളുടെ ശല്യമുണ്ടാകാതിരിക്കാൻ അഹമ്മിനെ ബലി കൊടുക്കുകയാണ് വഴിയെന്ന് താമി പറയുന്നു. അല്ലെങ്കിൽ ഇളം ചോര കുടിക്കാൻ നൽകണം. ഇതു രണ്ടും നടന്നില്ലെങ്കിൽ താമി മരിക്കും. അഹമ്മദിന്റെ അമ്മായി ഇതിനെ എതിർക്കുന്നു. താമിയുടെ വാക്കുകൾ ശ്രദ്ധിക്കുക.

'ഒന്നുകിൽ അവർക്കു താമസിക്കാൻ തറവാട്ടിലെ പൂങ്കൊമ്പ്, അതിനു നിങ്ങൾ സമ്മതിക്കുമോ? ഒരിക്കൽ അനുഭവിച്ചതല്ലേ?'

താമി തുടർന്നു,

'ഉമ്മോ എന്തിനും ഉണ്ട് ഗുണവും ദോഷവും. പൂങ്കൊമ്പുകൊടുത്ത് അവയെ തൃപ്തിപ്പെടുത്തിയാൽ ഒരു ഗുണമുണ്ട്. പിന്നീടുണ്ടാകുന്ന കുട്ടികൾക്ക് ദോഷം വരില്ല. അനുജൻ ചെറുപ്പക്കാരനല്ലോ.'

'ഉയോ രണ്ടാമത്തെ വഴി ഞാനങ്ങനെ പറയും? അവറ്റയ്ക്ക് ദാഹം തീർക്കണം. അതിനുവേണ്ടത് ചോരയാണ്. ചോരയിൽ കലർപ്പു പാടില്ല. ഇളംചോരയെ അവറ്റ കുടിയ്ക്കൂ. തറവാട്ടിലെ ഇളംപൂവ്വിന്റെ ചോര. ചോര കൊടുത്താൽ ഒട്ടും ആപത്തില്ല. പിന്നെ സുഖം.'

മേൽപ്പറഞ്ഞ സംഭാഷണഭാഗങ്ങൾ ക്രൂരതയുടെ ഉച്ചസ്ഥായിയാണ്. നിഷ്കളങ്കമായ ബാല്യത്തെ, നിഷ്ക്കരുണമായി ബലികൊടുക്കാനാലോചിക്കുന്ന സാമുദായിക അനാചാരങ്ങ ളോടും അന്ധവിശ്വാസങ്ങളോടും കലഹിക്കുകയാണ് നോവലിസ്റ്റ് ചെയ്യുന്നത്.

'മാനുഷികതയെ ഉയർത്തിപ്പിടിക്കുന്ന ഉദാത്തമായ മതവിശ്വാസമാണ് തന്റേതെന്ന് തെളിയിക്കുന്ന എൻ.പി. മാനവികതയെ മുൻനിർത്തിനീങ്ങുന്ന മതവിശ്വാസങ്ങളുടെ സഹചാരിയായിരുന്നു. മനുഷ്യമഹത്വത്തിൽ ആദ്യാവസാനം വിശ്വസിക്കുന്ന അദ്ദേഹം സ്നേഹം, സഹോദര്യം, സഹാനുഭൂതി എന്നീ ഗുണങ്ങളുടെ വക്താവാണ്. അനാചാരങ്ങളുടെ പേരിൽ തട്ടിപ്പു നടത്തി ജനങ്ങളെ അന്ധവിശ്വാസത്തിൽ കൂപ്പുകുത്തിക്കുന്ന പുരോഹിതവർഗ്ഗവും ഈ കൃതിയിൽ വരുന്നു.

നാടൻ വിശ്വാസങ്ങളുടെ ഏതാനും ഉദാഹരണങ്ങൾ നോവലിൽ ചിത്രീകരിക്കപ്പെട്ടിരിക്കുന്നത് നോക്കുക.

1. പാമ്പുകളിൽ സത്യപാമ്പുകളും കള്ളപാമ്പുകളുമുണ്ട്.

2. നായയെ തൊടുന്നത് നജ്ജീസാണ്.

3. റുഹാൻ കിളി കൂകിയാൻ മരണം നിശ്ചയം.

4. മലക്ക്, അസ്റാഫിൽ എന്ന കാഹളം ഊതുമ്പോൾ ഖബറുകളുടെ മൂടി താനെ തുറക്കപ്പെടുകയും മയ്യത്തുകൾ എണീറ്റ് മഹ്ശറയിലേക്ക് പായുകയും ചെയ്യും. ഇവയെല്ലാം ഏതാനും ഉദാഹരണങ്ങൾ മാത്രം.

സ്വന്തം സമുദായത്തിന്റെ നാട്ടാചാരങ്ങളും വിശ്വാസങ്ങളും ഗാനങ്ങളുമടങ്ങുന്ന നാടോടിഭൂമികയെ മാത്രമല്ല, മറ്റു സമുദായങ്ങളുടെ ഫോക് അംശങ്ങളും ഈ നോവലിലൂടെ എൻ.പി ചിത്രീകരിച്ചിട്ടുണ്ട്. ചെറുമക്കളായ തുപ്രനും കൂട്ടരും നഹയുടെ ബംഗ്ലാവിൽ നടത്തുന്ന കുതിരകളിയെക്കുറിച്ചും അതിനുപാടുന്ന പാട്ടിനെക്കുറിച്ചും ശ്രദ്ധിക്കുക.

ചെറുമക്കളുടെ കൈയ്യിൽ ധാരാളം കുഞ്ഞിക്കുതിരകൾ ഉണ്ടായിരുന്നു. മുളകൊണ്ട് ഉണ്ടാക്കിയ കുഞ്ഞിക്കുതിരകൾ. കുതിരയ്ക്കു ചുറ്റും കുരുത്തോലച്ചീളുകൾ തൂക്കിയിട്ടുണ്ട്. അവ ആടിക്കൊണ്ടിരുന്നു. അവർ വട്ടത്തിലാണു നിന്നത്. ചെറുമികളും ഉണ്ടായിരുന്നു. അവരുടെ കഴുത്തിൽ കല്ലും മാലയും. മുറ്റം നിറയെ വലിയ വട്ടത്തിൽ ചെറുമക്കളും ചെറുമികളും കൈകോർത്തു പിടിച്ചു. ചേലിൽ അവർ കാലടിവെച്ചു. പാട്ട് ഉച്ചത്തിലായിരുന്നു.

'കായിക്കും പണത്തിനും ദണ്യല്ലാത്ത
കാന്തി തണ്ടാരോ കാന്തി തണ്ടാരോ
ചൗക്കത്തലി മാപ്പള മൊയ്താലി മാപ്പള....'

നോവലിൽ, അന്യജാതിക്കാരാണ് മന്ത്രകർമ്മങ്ങൾക്ക് കാർമ്മികരായി എത്തുന്നത്. പൂതങ്ങളെ കണക്കുകെട്ടി അടക്കാൻ വന്ന പാണൻ താമിയും പിന്നീട് പൂതാവേശത്തെ മാറ്റാൻ വന്ന പണിക്കരുമെല്ലാം അതതു ജനവിഭാഗത്തിന്റെ ഫോക്ഘടകങ്ങളുടെ വക്താക്കളാണ്.

ചുരുക്കത്തിൽ, അഹമ്മദിന്റെ ബാല്യത്തിന്റെ നേർചിത്രണം വഴി, നാടോടി സംസ്കാരത്തിന്റെ സ്പന്ദനങ്ങളെയാണ് എൻ.പി ചിത്രീകരിച്ചിരിക്കുന്നത്. മുസ്ലീം ഭാഷാഭേദത്തിന്റെ മനോഹാരിതയെക്കൂടി പരാമർശിക്കുന്നത് ഈ വിശകലനത്തെ പൂർണ്ണമാക്കും. ഒരു ജനതയുടെ സാമൂഹികസ്വത്വാവബോധം അവരുടെ തനതു ഭാഷാശൈലിയോട് അഭേദ്യമായി ബന്ധപ്പെട്ടിരിക്കുന്നു. ഭാഷാശാസ്ത്രപഠനത്തോടൊപ്പം നാടോടിവിജ്ഞാനീയാപനവും ഭാഷാഭേദങ്ങളുടെ വിശകലനത്തിൽ നിർണ്ണായകമാണ്.

മുസ്ലിം സമുദായത്തിന്റെ സാംസ്കാരികസൗന്ദര്യം ആ ഭാഷയെ കൂടി ഉൾക്കൊള്ളുന്നതാണ്. മലബാർ മുസ്ലിം ഭാഷയാണ് എൻ.പി. ഈ നോവലിൽ സ്വീകരിച്ചിരിക്കുന്നത്. ഇതിൽ പ്രയോഗിക്കപ്പെടുന്ന അറബി വാക്കുകളുടെ ആധിക്യം രണ്ടു ഭാഷകളുടെ മാത്രമല്ല, രണ്ടു സംസ്കാരങ്ങളുടെ സംഗമത്തെയാണ് പ്രതിനിധീകരിക്കുന്നത്. 'ദൈവത്തിന്റെ കണ്ണ്' എന്ന നോവലിലെ മുസ്ലിം ഭാഷാഭേദ പ്രയോഗങ്ങളെ മുൻനിറുത്തിയുള്ള ഫോക്‌ലോർ പഠനവും ഇവിടെ പ്രസക്തമാണ്.

ഉപസംഹാരം

ആഖ്യാനശൈലിയിൽ തന്റേതായ വ്യക്തിമുദ്ര അവശേഷിപ്പിച്ചു കടന്നുപോയ നോവലിസ്റ്റാണ് എൻ.പി മുഹമ്മദ്, ഓരോ നോവലിന്റെയും പ്രമേയതലത്തിന്റെ വ്യത്യസ്തയ്ക്കനുഗുണമായ ആഖ്യാനരീതി അദ്ദേഹം തിരഞ്ഞെടുത്തിരുന്നു. നോവലിന്റെ ശില്പഭദ്രതയ്ക്ക് അദ്ദേഹം വലിയ പ്രാധാന്യം നൽകിയിരുന്നു. നോവലിൽ, കഥയ്ക്ക് പ്രാധാന്യം നൽകുന്ന ആഖ്യാനശൈലിയുടെ വക്താവായിരുന്നു അദ്ദേഹം. വിശാലമായ പ്രമേയത്തിലൂന്നി നിന്നുകൊണ്ട്, ജീവിതത്തിലെ സവിശേഷമായ ചില സന്ദർഭങ്ങളെ പ്രത്യേകമായ വീക്ഷണകോണിലൂടെ അവതരിപ്പിക്കുകയായിരുന്നു അദ്ദേഹത്തിന്റെ രീതി. കഥകൾക്കുള്ളിൽ ഉപകഥകളെ സന്നിവേശിപ്പിക്കുക, വലുതും ചെറുതുമായ കഥാപാത്രങ്ങളെക്കൊണ്ട് അനുഭവ ലോകത്തിന്റെ വൈചിത്ര്യം സൃഷ്ടിക്കുക. ദീർഘവർണ്ണനകൾക്കും വിവരണങ്ങൾക്കും ഇടം നൽകി ഇതിവൃത്തത്തെ കുറ്റമറ്റതാക്കുക തുടങ്ങി നോവലിന്റെ എല്ലാ സവിശേഷതകളെയും എൻപി തന്റെ നോവൽ രചനയിൽ ഉൾപ്പെടുത്തിയിരുന്നു. സ്വാനുഭവത്തിന്റെ തീവ്രത തന്റെ നോവൽ രചനയിൽ സ്വാംശീകരിച്ച എൻ.പി, മുസ്ലിം സമുദായത്തിന്റെ ഒരു ഫോക്‌ലോറിസ്റ്റിക് അപഗ്രഥനമാണ് സാഹിത്യത്തിനു സാധ്യമാക്കിയത്. പ്രകൃതിയും മനുഷ്യനും വേറിട്ട അനുഭവസത്തയല്ലെന്ന് ഓർമ്മപ്പെടുത്തിക്കൊണ്ട് പരിസ്ഥിതിയ ബാല്യത്തിന്റെ ആഘോഷമാക്കി മാറ്റിയതോടൊപ്പം വൈവിധ്യപൂർണ്ണമായ സാംസ്കാരിക ചിഹ്നങ്ങളെ ഉൾക്കൊള്ളുന്ന മലബാർ മുസ്ലിംമുകളുടെ പച്ചയായ ജീവിതത്തിന്റെ ഒരു നേർപകർപ്പിന് ജീവൻ നൽകാനും ദൈവത്തിന്റെ കണ്ണിലൂടെ അദ്ദേഹത്തിനു സാധിച്ചു. എൻ.പിയുടെ കൃതികളിൽ തനിക്കേറ്റവും ഇഷ്ടപ്പെട്ടത്. ദൈവത്തിന്റെ കണ്ണ് തന്നെയാണെന്ന് പ്രഘോഷിച്ച അക്കിത്തം, ആ കൃതിയെക്കുറിച്ച് തുടർന്നുപറഞ്ഞ വാക്കുകൾ അക്ഷരാർത്ഥത്തിലും

ആന്തരാർത്ഥത്തിലും ഹൃദയസ്പർശിയാണ്,

'അതു നൂറ്റാണ്ടുകളെ തുളച്ചുകടന്ന് കാരുണ്യപുഷ്ടി നിർവഹിച്ചേ കെടൂ. ദൈവത്തിന്റേതു തന്നെയാണല്ലോ ആ കണ്ണ്.'

ആ കണ്ണിലൂടെ തന്റെ സമുദായത്തെ സത്യസന്ധമായി ചിത്രീകരിക്കാൻ എൻ.പിക്ക് സാധിച്ചു

OO

5

മനഃശാസ്ത്ര നിരൂപണം; തിരഞ്ഞെടുത്ത ആദ്യകാല സ്ത്രീ ചെറുകഥകളിൽ

ഡോ. അമ്പിളി എം വി

ആമുഖം

മനുഷ്യമനസ്സിൽ ഉരുവംകൊള്ളുന്ന ചിന്തകളുടെ ഭാവാത്മകമായ ആവിഷ്കരണമാണ് സാഹിത്യം എന്ന് സാമാന്യമായി പറയാം.അതുകൊണ്ടുതന്നെ സാഹിത്യം മനുഷ്യന്റെ വൈകാരികതലങ്ങളുടെ ആഴത്തിലുള്ള അവതരണമാണ്. ഇത്തരത്തിൽ രൂപംകൊണ്ട് കൃതിയുടെ പഠനം, വിശകലനം, വ്യാഖ്യാനം, വിലയിരുത്തൽ എന്നിവയാണ് നിരൂപണം എന്നതുകൊണ്ട് അർത്ഥമാക്കുന്നത്. മനോവിജ്ഞാനീയ സങ്കേതങ്ങൾ ഉപയോഗിച്ചുള്ള നിരൂപണമാണ് മനഃശാസ്ത്രനിരൂപണം. മനസ്സിന്റെ നിഗൂഢസഞ്ചാരങ്ങളെ കൃതികളിൽ കണ്ടെടുക്കാൻ ശ്രമിക്കുകയാണ് ഈ രീതിയിലൂടെ ചെയ്യുന്നത്. കൃതിയിൽ ഉൾച്ചേർന്നിട്ടുള്ള എഴുത്തുകാരന്റെ മാനസിക ഭാവങ്ങളെ അന്വേഷിക്കുന്നത് മനഃശാസ്ത്ര നിരൂപണത്തെ അടിസ്ഥാനമാക്കിയാണ്. ഒരു കലാസൃഷ്ടി ജീവിതനിരൂപണമാകുമ്പോൾ നിരൂപണത്തിന്റെ നിരൂപണം സിദ്ധാന്തങ്ങളുടെയോ തത്വങ്ങളുടെയോ പിൻബലത്തിൽ പഠിക്കുന്നതിനും വിലയിരുത്തുന്നതിനുമുള്ള പദ്ധതികളെ ആവിഷ്കരിക്കുന്നു. സൗന്ദര്യശാസ്ത്രം സാമൂഹികശാസ്ത്രം, മനഃശാസ്ത്രം, ഭാഷാശാസ്ത്രം എന്നിവയെല്ലാം ഇത്തരത്തിലുള്ള പഠനമേഖലകളാണ്

ഫ്രോയിഡിന്റെ മനശാസ്ത്രം

മനുഷ്യമനസ്സിന്റെ അബോധതലങ്ങളെക്കുറിച്ചുള്ള ഫ്രോയ്ഡിന്റെ കണ്ടെത്തലുകളാണ് ആധുനിക മനഃശാസ്ത്രത്തിന് അടിത്തറ പാകിയത്. മനുഷ്യമനസ്സിന്റെ പ്രവർത്തനത്തെ അദ്ദേഹം മൂന്നായി

തിരിച്ചിരിക്കുന്നു ബോധം, അബോധം, പ്രാഗ്ബോധം. ഒരു വ്യക്തിയുടെ ഒട്ടു മിക്ക മാനസിക പ്രവർത്തനങ്ങളും അബോധപൂർവ്വമായിരിക്കും. ഈ മാനസിക പ്രവർത്തനങ്ങൾക്ക് മൂന്നു തലങ്ങൾ ഉണ്ടെന്ന് കൽപ്പിക്കുന്നു ഇദ്ദ്, ഈഗോ, സൂപ്പർ ഈഗോ എന്നിവയാണവ.

ഇദ്ദ്

മനുഷ്യന്റെ ആത്മജീവിതത്തിൽ ഇദ്ദിന് ഉയർന്ന സ്ഥാനമാണ് ഫ്രോയിഡ് കൽപ്പിക്കുന്നത്. ഇദ്ദിന്റെ മണ്ഡലം ഇരുണ്ടതാണ്. മൂല്യങ്ങൾ, നന്മ, തിന്മ, ധാർമികത എന്നിവയെക്കുറിച്ച് ഇദ്ദിന് വലിയ ധാരണയില്ല. ആക്രമവാസനകളുടെയും ആഗ്രഹങ്ങളുടെയും ഉറവിടമാണത്. ജന്മവാസനകൾക്കനുസരിച്ച് പ്രവർത്തിക്കുന്നു. ഇദ്ദിന്റെ പ്രവർത്തനങ്ങളിൽ യുക്തിവിചാരം നിയന്ത്രിക്കുന്നില്ല. അതുകൊണ്ടുതന്നെ പരസ്പരവിരുദ്ധമായ അന്തശ്ചോദനകൾ ഇദ്ദിൽ നിലനിൽക്കുന്നു.

ഈഗോ

ഇദ്ദിന്റെ അപകടകരമായ പ്രത്യേകതകളിൽനിന്ന് വ്യക്തിയെയും സമൂഹത്തെയും നിയന്ത്രിച്ചു സംരക്ഷിക്കുന്ന സ്ഥലമാണ് ഈഗോ. ഇദ്ദിന്റെ ജന്മവാസനകളെ ഈഗോ നിയന്ത്രിക്കുന്നു. അതായത് വ്യക്തിയുടെ ആന്തരിക -ബാഹ്യ ലോകങ്ങൾക്കിടയിൽ ഒരു മധ്യവർത്തിയായി പ്രവർത്തിക്കുന്നത് ഈഗോയാണ്.

സൂപ്പർ ഈഗോ

ധാർമ്മികതത്വങ്ങളാൽ നിയന്ത്രിക്കപ്പെടുന്ന മനസ്സിന്റെ തലമാണ് സൂപ്പർ ഈഗോയിൽ പ്രവർത്തിച്ച് വ്യക്തിസഹജമായ പ്രാകൃത സ്വഭാവവും സമൂഹവിരുദ്ധതയും ബോധമനസ്സിൽനിന്നും പുറന്തള്ളി അബോധതലത്തിൽ പ്രതിഷ്ഠിക്കുന്നു. ഇദ് വ്യക്തിയെ അപകടകാരിയാക്കുമ്പോൾ സൂപ്പർ ഈഗോ നന്മയുള്ളവരാകാൻ പഠിക്കുന്നു.

മനുഷ്യൻ ബോധപൂർവ്വം വിശ്വസിക്കുന്ന സത്യങ്ങൾക്കപ്പുറത്ത് അവൻ സ്വയം അടിച്ചമർത്തുന്ന സത്യങ്ങളെ കണ്ടെത്താനും അവയിലേക്ക് കാര്യകാരണബന്ധം വെളിപ്പെടുത്താനുമുള്ള ഒരു മാർഗ്ഗം രൂപപ്പെടുത്തി എടുക്കുന്നതിലാണ് ഫ്രോയ്ഡിയൻ ചിന്തകളുടെ സവിശേഷത. വിമോചക ആശയത്തിന്റെ പ്രയോഗമാണ് ഫ്രോയ്ഡ് ചിന്തയുടെ മഹത്വം. മനുഷ്യന്റെ ദൈനംദിന ജീവിതത്തിലെ പ്രശ്നങ്ങളും ആസ്വാസ്ഥ്യങ്ങളും വിഷയവൽക്കരിക്കുമ്പോൾ അത് ആഴത്തിൽ മനഃശാസ്ത്രപരമായ ഒരു സമീപനത്തെയാണ് ഉൾ

വഹിക്കുന്നത്. എഴുത്ത് ഒരു ബാഹ്യ പ്രവർത്തിയാണെങ്കിലും മാനസികവും വൈകാരികവും ചിന്താപരവുമായ പ്രക്രിയയിലൂടെ കടന്നുവന്നാണ് ഒരു സൃഷ്ടി പൂർണമാകുന്നത്. സ്വന്തം അനുഭവമോ ആഗ്രഹമോ കണ്ടുംകേട്ടും അറിഞ്ഞതുമായ സംഭവങ്ങളോ ആഖ്യാനത്തിന് വിഷയമാകാറുണ്ട് അടക്കിയൊതുക്കിവച്ച ചിന്തകളെ മറ്റൊരു കഥാപാത്രത്തിലേക്ക് ആരോപിച്ച് സ്വന്തം വൈകാരികതകളെ അതിലൂടെ പുറന്തള്ളുന്നത് വികാര വിമലീകരണം തന്നെയാണ്. കേവല വൈകാരികതകളും സൂക്ഷ്മമായ വികാരങ്ങളും സ്വപ്നങ്ങളും പൂർണ്ണതയിലെത്തിച്ച് സാക്ഷാത്കാരം നേടുന്നതിന് ഇത്തരത്തിൽ കഥാപാത്രസൃഷ്ടികൾ നടത്തുന്നു.

മാനസികാപഗ്രഥന നിരൂപണം: സാഹിത്യം ആദ്യകാലം മുതൽക്കേ പ്രമേയവൽക്കരിച്ചിട്ടുണ്ട്. മനുഷ്യമനസിന്റെ ഉള്ളറകളിലേക്കിറങ്ങിച്ചെന്ന് അതിലെ അതിസൂഷ്മ പ്രവർത്തനങ്ങളെയും വൈകാരിക പരിവർത്തനങ്ങളെയും വ്യക്തമായും ശാസ്ത്രമായും അവതരിപ്പിക്കുകയാണ് ഇത്തരം രചനകൾ. സമൂഹത്തിന്റെ ബോധമനസ്സ് അംഗീകരിക്കാത്ത വൈകാരികതകളും ചിന്തകളും മുതൽ നിഗൂഢമായ രതിവൈകൃതങ്ങൾ വരെ ഇത്തരം കൃതികളിൽ പരോക്ഷമായി പറഞ്ഞുവയ്ക്കുന്നു. ആദ്യകാല സ്ത്രീകൾ എഴുതിയ ചെറുകഥകളിൽ അതുവരെ അടക്കിയൊതുക്കി വച്ചിരുന്ന സ്ത്രീവൈകാരികതകളെയും കഥാപാത്രസൃഷ്ടിയിലൂടെ ആവിഷ്കരിച്ച് വൈകാരിക വിമോചനം നേടുന്നതിന്റെ ചിത്രങ്ങൾ കണ്ടെടുക്കാൻ കഴിയും. ഇവിടെയാണ് ഫ്രോഡിന്റെ സ്വപ്നാഖ്യാനത്തിന്റെ പ്രസക്തി. സ്വാഖ്യാനത്തിന് നീണ്ട ചരിത്രമുണ്ടെങ്കിലും അത് വ്യവസ്ഥാപിതവും ശാസ്ത്രീയമായ രീതിയിൽ ആദ്യമായി നിർവഹിച്ചത് ഫ്രോയിഡാണ്. ഉപബോധമനസ്സിന്റെ പ്രതിഫലനമാണ് സ്വപ്നം. സ്വപ്നങ്ങളുടെ വ്യാഖ്യാനത്തെ ആശ്രയിച്ചാണ് അബോധ മനസ്സിനെക്കുറിച്ചുള്ള സിദ്ധാന്തം അവതരിപ്പിക്കുന്നത്. സ്വപ്നങ്ങളെ ഫ്രോയിഡ് ആഗ്രഹം പൂർത്തീകരണ മാർഗ്ഗങ്ങളിൽ ഒന്നായി ചിത്രീകരിച്ചു. മനസ്സിന്റെ ഏതെങ്കിലും ഒരു കോണിൽ അടക്കിവെച്ചിരുന്ന പോയകാലത്തിന്റെ ബാക്കിയോ അടുത്തകാലത്ത് സംഭവിച്ച ഏതെങ്കിലും സംഘർഷങ്ങളെ പരിഹരിക്കാനുള്ള അബോധ മനസ്സിന്റെ ശ്രമമാണ് സ്വപ്നം. ഫ്രോയ്ഡിന്റെ ഭാഷയിൽ പറഞ്ഞാൽ 'സ്വപ്നം മനുഷ്യ അബോധത്തിന്റെ താക്കോലാണ്. രണ്ടാമതായി സ്വപ്നം ഒരു സർഗ്ഗപ്രക്രിയയാണ്. സാധാരണ മനുഷ്യൻ അബോധത്തിൻ ഉണർന്നിരിക്കുമ്പോൾ അവൻ അറിഞ്ഞു

കൂടാത്ത അവന്റെ സർഗ്ഗശക്തിയുടെ പ്രകാശനം.' (എറിക് ഫ്രോം). ഇത്തരത്തിൽ ഉണർന്നിരിക്കുമ്പോൾ അസാധ്യമെന്നും അപ്രായോഗികമെന്നും കരുതുന്നവയെ സ്വാഖ്യാനത്തിലൂടെ പൂർത്തികരിക്കുന്ന ഒരു കഥയാണ് 1905-ൽ കല്യാണിക്കുട്ടി എഴുതിയ 'നാണിച്ചുപോയി' എന്ന കഥ. നിലനിൽക്കുന്ന സംസ്കാരസങ്കൽപ്പങ്ങളിലെ സമ്പ്രദായിക സദാചാരങ്ങളുടെ കെട്ടുറപ്പിനെ ചോദ്യം ചെയ്യുന്നതോ വിചാരണയ്ക്ക് വിധേയമാക്കുന്നതോ ആയ സമീപനങ്ങളെയാണ് കഥ പ്രമേയവൽക്കരിച്ചിരിക്കുന്നത്. ആൺക്കോയ്മയ്ക്കു കീഴിലുള്ള സ്ത്രീ സ്വത്വത്തിന്റെ അടിച്ചമർത്തൽ ഫ്രോയിഡ് സിദ്ധാന്തത്തിന്റെ വെളിച്ചത്തിൽ വിശകലനം ചെയ്യുമ്പോൾ നിശബ്ദമായ പ്രതിരോധതലങ്ങളെ കണ്ടെത്താൻ കഴിയും.

അച്ഛന്റെ ചികിത്സാർത്ഥം കല്യാണിക്കുട്ടി വാല്യക്കാരനും വാല്യക്കാരിക്കുമൊപ്പം മദ്രാസിനു പോകുന്നതും ട്രെയിൻ യാത്രയ്ക്കിടയിൽ കമ്പാർട്ട്മെന്റിൽ വച്ച് കൃഷ്ണൻ മേനോനെ പരിചയപ്പെടുന്നതും പിന്നീട് ഉണ്ടാകുന്ന സംഭവങ്ങളുടെ വിവരണങ്ങൾക്കൊടുവിൽ വായനക്കാരെ അമ്പരപ്പിച്ചു കൊണ്ട് കഥാന്ത്യത്തിൽ അത് വെറുമൊരു സ്വപ്നമായിരുന്നു കഥാകാരി പറഞ്ഞവസാനിപ്പിക്കുന്നു. ലിംഗപരമായ അസമത്വം അധികാരതലത്തിലും ബൗദ്ധിക തലത്തിലും നിലനിന്നിരുന്ന കാലഘട്ടത്തിൽ ഒരു സ്ത്രീ സ്വന്തം ആഗ്രഹങ്ങളെ, കാമനകളെ പൂർത്തീകരിക്കുന്നതിന് സ്വപ്നങ്ങളെ ആശ്രയിക്കുന്നു. പെണ്ണ് അവളുടെ അനുഭവത്തെ, ചിന്തകളെ സ്വതന്ത്രമായും സുധീരമായും പ്രത്യക്ഷവൽക്കരിക്കുന്നിടത്താണ് വ്യക്തിയെന്ന നിലയിൽ അവൾ പൂർണ്ണത നേടുന്നത്. തന്നിലുണരുന്ന വൈകാരികതയുടെ പൂർത്തികരണത്തിന് എഴുത്തുകാരി സ്വപ്നത്തെ ആശ്രയിക്കുകയാണ് കഥയിൽ. അകംലോകങ്ങളിൽ സ്ഥാനപ്പെടുത്തപ്പെട്ട സ്ത്രീയുടെ സ്വാതന്ത്ര്യഅഭിവാഞ്ഛ കൂടിയാണ് കഥയുടെ ആന്തരികതലം ഉൾവഹിക്കുന്നത്. അക്കാലത്ത് ബെഞ്ചമിൻ ഡിസ്രേലിയുടെ ഹെൻറീറ്റാ ടെമ്പിൾ എന്ന പാശ്ചാത്യനോവൽ വായിച്ച ഒരു സ്ത്രീ കഥാപാത്രത്തെ അവതരിപ്പിക്കുന്നതിലൂടെ തനിക്ക് നിഷേധിച്ച വിദ്യാഭ്യാസത്തിന്റെ, വായനയുടെ ലോകത്തിലേക്ക് സ്ത്രീയുടെ പ്രവേശനത്തിനുള്ള ആഗ്രഹത്തെയും ആവശ്യകതയെയുമാണ് എഴുത്തുകാരി കഥയിലൂടെ മുന്നോട്ടു വരുന്നത്. നേരിട്ട് പറഞ്ഞ് ഫലിപ്പിക്കാൻ കഴിയാത്ത, ധൈര്യപ്പെടാത്ത സ്ത്രീയുടെ ആഗ്രഹജീവിതമത്രയും സ്വപ്നാഖ്യാനത്തിലൂടെ സാക്ഷാത്കരിക്കുകയാണ് കഥയിൽ ചെയ്യുന്നത്

തന്റെ സങ്കൽപ്പത്തെയും കഥാകാരി കൃത്യമായി പറഞ്ഞുവയ്ക്കുന്നുണ്ട്. 'പ്രായം ഏകദേശം 22 വയസ്സായിരിക്കണം. നിറം നന്നെ വെളുത്തതാണ്. അഞ്ച് അടിയിൽ അധികം പൊക്കമില്ല. പൊക്കത്തിനടുത്ത വണ്ണമുണ്ട്. മുഖത്ത് നോക്കിയാൽ എപ്പോഴും സന്തോഷം തന്നെ. ആകപ്പാടെ ഒരു യോഗ്യൻ.' (കല്ല്യാണിക്കുട്ടി). തെരഞ്ഞെടുപ്പ്, സ്ത്രീയെ സംബന്ധിച്ച് അത്തരത്തിലുള്ള സാധ്യതയില്ലാത്ത കാലഘട്ടത്തിലാണ് തന്റെ ഇഷ്ടം എന്നതിനേക്കാളുപരി തന്റെ പുരുഷസങ്കല്പം എന്താണെന്ന് ഒരു സ്ത്രീ കഥാപാത്രത്തെകൊണ്ട് പറയിപ്പിക്കുന്നത്. ഉള്ളിലടക്കിപ്പിടിച്ച് ആഗ്രഹങ്ങളുടെയും അഭിവാഞ്ചയുടെയും ലോകത്തിന് ഒരു തുറവി സാധ്യത കൂടിയാണ് എഴുത്തുകാരി മുന്നോട്ടുവെക്കുന്നത്. ഒരു കഥയും കഥാപാത്രവും സാഹചര്യങ്ങളും ആദ്യം നാമ്പിടുന്നത് എഴുത്തുകാരിയുടെ ബോധതലത്തിൽ തന്നെയാണ്. ആ ബോധമുണരുന്നതിന് അടിസ്ഥാനം സാമൂഹ്യസാഹചര്യങ്ങളും സംവിധാനങ്ങളുമാണ്. ഇത്തരം സാമൂഹിക സാഹചര്യങ്ങളോടും സംവിധാനങ്ങളോടും അനുകൂലമായോ പ്രതികൂലമായോ സമീപിക്കാം എന്നിരിക്കെ തന്റെ വിയോജിപ്പുകളെല്ലാം സൃഷ്ടികളിലൂടെ പ്രകടിപ്പിക്കുന്നു. നേരിട്ട് പറയാനോ പ്രകടിപ്പിക്കാനോ സാധിക്കാത്ത ചിന്തകളെയും വൈകാരികതകളെയും ഉണർന്നിരിക്കുന്ന കഥാപാത്രത്തിലൂടെ അവതരിപ്പിക്കാൻ എഴുത്തുകാരി ധൈര്യപ്പെടുന്നില്ല. അതു കൊണ്ടു തന്നെയായിരിക്കണം ഒരു സ്വപ്നമെന്ന നിലയിൽ തന്റെ ആത്മവിചാരങ്ങളെ അവതരിപ്പിക്കുന്നത്.

ഒരു പെൺമനസ്സിന്റെ ആഗ്രഹ ലോകത്തിന്റെ ആവിഷ്കാരമാണ് 'നാണിച്ചുപോയി' എന്ന കഥ. തന്റെ ജീവിതവഴികളെക്കുറിച്ച് കൃത്യവും വ്യക്തവുമായ കാഴ്ചപ്പാടുള്ള പെൺമനസ്സിൽ പലവിധ സാഹചര്യങ്ങൾകൊണ്ടും പറയാതെ പോകുന്ന ജീവിത രഹസ്യങ്ങൾ സ്വപ്നാഖ്യാനം ചെയ്യുന്നതിലൂടെ എഴുത്തുകാരി പുതിയ ചിന്തകളെ മുന്നോട്ടുവയ്ക്കുന്നുണ്ട്. അഭിപ്രായ സ്വാതന്ത്ര്യത്തെയും ആശയ സ്വാതന്ത്ര്യത്തെയും ആത്യന്തികമായി വ്യക്തിസ്വാതന്ത്ര്യത്തെയും വിലക്കിക്കൊണ്ട് സുരക്ഷിതത്വവും സംരക്ഷണവും നൽകുന്ന കുടുംബവും സമൂഹവും യഥാർത്ഥത്തിൽ സ്ത്രീയെ അവളല്ലാതാക്കുകയാണ് ചെയ്യുന്നത്.

വിവാഹമെന്ന ഉടമ്പടിയെക്കുറിച്ചുള്ള സ്ത്രീയുടെ നിലപാടും കഥാകാരി വ്യക്തമാക്കുന്നുണ്ട്. ഭർത്താവിന്റെ അധികാരമല്ല അവൾക്ക് വേണ്ടത്, അംഗീകാരമാണ്. അവൾ അംഗീകരിക്കപ്പെടുന്നു

എന്ന ബോധം പുരുഷൻ സ്ത്രീയിൽ ഉണർത്തണം. അതിനായി അവളെ അവളായി കാണണം. കഥയിൽ കൃഷ്ണമേനോൻ എന്ന യുവാവിനെ പ്രണയിക്കുകയും വാസുമേനവൻ എന്ന യുവാവിനെ വിവാഹം ചെയ്യേണ്ടി വരികയും ചെയ്യുന്നുണ്ടെങ്കിലും ഉള്ളിലെ പഴയ ഇഷ്ടത്തെ പാടെ മറക്കുവാൻ അവൾക്കു കഴിഞ്ഞിട്ടില്ല. യഥാർത്ഥത്തിലുള്ള സ്ത്രീ-പുരുഷ പ്രണയം അതാണ്. വിവാഹം എന്ന ഉടമ്പടി പൂർവ്വപ്രണയത്തെ പാടെ ഇല്ലായ്മ ചെയ്യുന്ന ഒന്നല്ല എന്ന ഒരു പ്രസ്താവം കൂടി കഥ വിനിമയം ചെയ്യുന്നുണ്ട്. പ്രണയമെന്ന വൈകാരികാവസ്ഥ തുടർന്നും നിലനിൽക്കുമ്പോഴെ വൈവാഹിക ജീവിതം സമാധാനപരവും സുന്ദരവുമാകൂ. പലപ്പോഴും തന്റെ കൈപ്പെട്ടിയിലെ കൃഷ്ണമേനോന്റെ ചിത്രം എടുത്തുനോക്കി തേങ്ങിക്കരയുന്ന ഭാര്യയെ കണ്ടപ്പോൾ വാസുമേനോന് ഭാര്യയോട് കോപമോ കൃഷ്ണമേനോനോട് പകയോ തോന്നുന്നില്ല. പകരം അയാൾ പറയുന്നതിത്രയുമാണ്, ഇത്രനാളം പെട്ടിയിൽ വച്ച് പൂട്ടിയിരുന്നു. അല്ലേ? ഞാൻ കണ്ടാൽ എന്താ ദോഷം? ഇനി അങ്ങനെ സൂക്ഷിക്കേണ്ട. ഈ ചുമരിന്മേൽ തന്നെ ഇരിക്കട്ടെ എന്നാണ്. ഇത്തരത്തിൽ തുറന്നുചിന്തിക്കുകയും പ്രവർത്തിക്കുകയും ചെയ്യുന്ന ഭർതൃസങ്കല്പത്തെയാണ് എഴുത്തുകാരി മുന്നോട്ടുവയ്ക്കുന്നത്. തുടർന്ന്, സ്വയം വഞ്ചകി എന്ന് തോന്നുമ്പോഴും ഭർത്താവിന്റെ അന്നുമുതൽ തന്നോടുള്ള സ്നേഹവും ആർദ്രതയും വർദ്ധിച്ചുവെന്നും ആ തുറന്നുപറച്ചിൽ അവരുടെ ജീവിതത്തെ അനുകൂലമായാണ് ബാധിച്ചത് എന്നും കഥാകാരി പറയുന്നു. സ്ത്രീയെ സംബന്ധിച്ച് വിവാഹം സ്വന്തം വൈകാരികത നഷ്ടമാകുന്നുവെന്ന ചിന്തയിൽ നിന്നാണ് അതിനെ ഖണ്ഡിക്കുന്ന തരത്തിലുള്ള പുതിയ ചിന്തയെ കഥാപാത്രത്തിൽ എഴുത്തുകാരി ആരോപിക്കുന്നത്. കുടുംബജീവിതത്തിൽ പാരസ്പര്യത്തിനും തുറന്നുപറച്ചിലിനും സുതാര്യതയ്ക്കും ഏറെ സ്ഥാനമുണ്ടെന്ന് കഥാപാത്രത്തെ കൊണ്ട് പറയിപ്പിക്കുന്നതിന് പിന്നിൽ അത്തരം ഒരു കുടുംബത്തെയാണ് തന്റെ ഉപബോധമനസ്സ് ഉൾവഹിക്കുന്നത് എന്ന നിലപാടിനെ സാധൂകരിക്കാനാണ്. പരോക്ഷമായി സ്ത്രീയുടെ സ്വകാര്യ വൈകാരികതയെ നിയന്ത്രിക്കാനും ചോദ്യം ചെയ്യാനും പുരുഷന്, അത് ഭർത്താവാണെങ്കിൽ കൂടി നിഷേധിക്കാൻ അവകാശമില്ല. 1905 കാലഘട്ടത്തിൽ ഇത്തരത്തിൽ ഒരു സ്ത്രീ ചിന്തിക്കുന്നുവെന്നത് തന്നെയാണ് ഈ കഥയുടെ സവിശേഷത. വിവാഹത്തോടെ സ്വന്തം വീട്ടിൽ പോലും വിരുന്നുകാരിയാകുന്ന സ്ത്രീയെ സംബന്ധിച്ച്

പിന്നീടുള്ള അവളുടെ ലോകം ഭർത്താവാണ്. മനഃസംസ്കരണ പാഠത്തെ മുൻനിർത്തി ചിന്തിക്കുമ്പോൾ ഭർത്താവിൽനിന്നും അവൾ സ്നേഹവും പരിഗണനയും ആഗ്രഹിക്കുന്നുണ്ട്. പക്ഷേ, പലപ്പോഴും അധികാരത്തിന്റെ കനത്തമുഷ്ടികൾക്കുള്ളിൽ ജീവിതം ഒടുങ്ങുകയാണ് ചെയ്യുന്നത്. നിരന്തരം തേടുന്നത് അവളുടെ അബോധതലത്തിൽ സ്ഥാനപ്പെടുത്തിയ അവളെ തന്നെയാണ്. അനാഥമാക്കപ്പെടുന്ന സ്വത്വാന്വേഷണമാണ് സ്ത്രീ ജീവിതം.

കഥയിൽ കല്യാണിക്കുട്ടി പലവഴിയെ സഞ്ചരിച്ചിട്ടൊടുവിൽ അവളുടെ പ്രണയത്തിലെത്തി നിൽക്കുന്നുണ്ട്. കാലം കടന്നുപോയെങ്കിലും കൃഷ്ണമേനവനെന്ന പ്രണയത്തിൽ അവൾ തന്റെ ജീവിത സാഫല്യം നേടുന്നുണ്ട്. വെറുമൊരു സ്വപ്നാഖ്യാനത്തിലൂടെയെങ്കിലും തന്റെ പ്രണയവും അതിന്റെ വളർച്ചയും വിളർച്ചയും സാക്ഷാത്കാരവും കണ്ടെത്തുന്നു എന്ന കഥാകാരിയുടെ നിരീക്ഷണത്തിനും ചിന്തയും അടിസ്ഥാനപരമായി സാമൂഹികബോധങ്ങളും ജീവിതാനുഭവങ്ങളും ആണെന്ന് നിസംശയം പറയാൻ കഴിയും. സ്വന്തം ജീവിതം സ്വയം നിർണയിക്കാനുള്ള അവസരത്തെ നിഷേധിക്കുമ്പോൾ അവളെ തന്നെയാണ് നിഷേധിക്കുന്നത്. ആ നിഷേധ ഭൂമികയിൽനിന്നുകൊണ്ട് അംഗീകാരത്തിന്റെ പുതിയ ലോകത്തെ മുന്നോട്ടുവയ്ക്കുകയാണ് കഥയിലൂടെ, സ്വച്ഛാഖ്യാനത്തിലൂടെ.

1911 -ൽ എം സരസ്വതി ബായ് എഴുതിയ 'തലച്ചോറില്ലാത്ത സ്ത്രീകൾ' എന്ന കഥ സ്ത്രീ തന്റെ നിലപാടിനെ നേരിട്ട് പ്രത്യക്ഷവത്കരിക്കുകയാണ്. 1905 ൽ കഥാപാത്രത്തിന്റെ സ്വപ്നത്തിലൂടെ ആവിഷ്കരിച്ചു. 1911 ആയപ്പോഴേക്കും കഥാപാത്രത്തിലൂടെ നേരിട്ട് അവതരിപ്പിക്കുന്ന തരത്തിലേക്ക് സ്ത്രീയുടെ ചിന്ത വളർന്നുവന്നു. സ്വയം നിർണയാവകാശമുള്ള സ്വതന്ത്രജീവിയായി പുരുഷൻ സ്ത്രീയെ പരിഗണിക്കാത്തിടത്തോളം സമൂഹത്തിൽ നിലനിൽക്കുന്ന അസമത്വത്തിന് അറുതിയുണ്ടാകുകയില്ല. പുരുഷന്റെ സ്ത്രീഭാഷ്യങ്ങളെ വിചാരണ ചെയ്യുന്നതോ അവന്റെ അധികാരാവകാശങ്ങളിൽ സ്ത്രീ ഇടപെടൽ നടത്തുന്നതോ പുരുഷന് അസഹനീയമാണ്. സ്ത്രീയുടെ വളർച്ചയും വികാസ പരിണാമങ്ങളും പുരുഷനിൽ ആശങ്കയ്ക്ക് വക നൽകുമ്പോൾ അവൻ കൂടുതൽ കാർക്കശ്യത്തിലേക്ക് സ്വയം മാറ്റി സ്ഥാപിക്കുന്നു. കാലങ്ങളായി നിലനിൽക്കുന്ന പുരുഷാധികാര വ്യവസ്ഥയിൽ തന്ത്രവാഴ്ചയ്ക്ക് അറുതി ഇടേണ്ടതിന്റെ ആവശ്യകതയെക്കുറിച്ച് ചിന്തിക്കാൻ തുട

ങ്ങുന്നിടത്ത് പരിവർത്തനം ആരംഭിക്കുന്നുണ്ട്. ഇക്കാര്യത്തിൽ പക്ഷേ, പുരുഷൻ ആശങ്കപ്പെടുന്നുമുണ്ട്. കാരണം കാലങ്ങളായി ബൗദ്ധിക തലത്തിലും വികാരവിചാരചിന്താതലങ്ങളിലും തന്നെക്കാൾ ഒരു പടി മുൻപിലായ സ്ത്രീയെ കായികശേഷികൊണ്ട് മാത്രം അടക്കി നിർത്തിയിരുന്ന പുരുഷനെ സംബന്ധിച്ച് സ്ത്രീയുടെ ബൗദ്ധികവളർച്ചയെ അവൻ പ്രോത്സാഹിപ്പിക്കുമ്പോൾ പുരുഷൻ അവന്റെ അധികാരനഷ്ടത്തെ കുറിച്ച് ഓർത്താണ് ആശങ്കാകുലനാകുന്നത്. സ്ത്രീയെ സംബന്ധിച്ച് അധികാരമല്ല. അതിനു പുറത്തെ വൈകാരികതകളെയാണ് അവൾ ലക്ഷ്യംവയ്ക്കുന്നത്. പക്ഷേ, സ്ത്രീയെ സംബന്ധിച്ച് അസാധ്യമെന്നും അസംഭവ്യമെന്നും കരുതി കാലങ്ങളായി മനഃസംസ്കരണപാഠങ്ങളിലൂടെ തലമുറകളിലേക്ക് പകർന്നു നൽകിയതിന്റെ പ്രതിഫലനങ്ങളാണ് സമൂഹം നിലനിർത്തിപ്പോരുന്നത്. ഇതിനെ മറികടന്ന് സ്വാതന്ത്ര്യത്തിന്റെ വിശാലഭൂമികയിലേക്ക് ഇറങ്ങാനുള്ള മനോബലവും ഇച്ഛാശക്തിയും പകർന്നുനൽകുക എന്നതും ഇത്തരം കഥകൾ ലക്ഷ്യമാക്കുന്നുണ്ട് എന്ന് വേണം കരുതാൻ. പുരുഷാധിപത്യപരമായ നിലപാടുകൾക്കപ്പുറത്ത് ഒരു മാറ്റത്തിന്റെ ആവശ്യകതയെക്കുറിച്ച് അക്കാലത്തെ സ്ത്രീകൾ ചിന്തിക്കാൻ തുടങ്ങിയതിന്റെ തെളിവാണ് സരസ്വതിബായിയുടെ തലച്ചോറില്ലാത്ത സ്ത്രീകൾ എന്ന കഥ. കഥയുടെ പേര് തന്നെ പുരുഷനിർമ്മിത ധാരണയായതിനു പിന്നിലും നില നിന്നുപോരുന്ന പ്രത്യയശാസ്ത്രത്തോടുള്ള പ്രതികരണമായിരിക്കണമെന്ന് വേണം വിലയിരുത്താൻ.

സാഹിത്യസപര്യ പുരുഷന്റെ മാത്രം കുത്തകയാണെന്ന് സ്വയം വിശ്വസിച്ചിരുന്ന ഭർത്താവിന് തന്റെ ഭാര്യക്ക് സാഹിത്യലോകത്ത് ലഭിക്കുന്ന സ്വീകാര്യത അസഹനീയമാകുന്ന സാഹചര്യത്തിൽ വീടുവിട്ടു പോകാൻ തീരുമാനിക്കുന്നു. തന്റെ ഭാര്യയുടെ സാഹിത്യസപര്യയുടെ പ്രതിഫലം പറ്റി ജീവിക്കാൻ സാധിക്കില്ലെന്ന ഭർത്താവിന്റെ ദുരഭിമാനത്തെ ഭാര്യ തകർത്തെറിയുന്നുണ്ട് കഥയിൽ. കാലങ്ങളായി സമൂഹത്തിൽ ഉറച്ചുപോയ ധാരണകളെ ചോദ്യം ചെയ്യുന്നതിനായി കഥയെ മാധ്യമമാക്കുമ്പോൾ എഴുത്തുകാരിക്ക് പറയാനുള്ളതത്രയും കഥാപാത്രത്തിൽ ആരോപിക്കുകയാണ്. ഒരു സ്ത്രീയുടെ സ്വതന്ത്രവ്യക്തിത്വം അംഗീകരിക്കാതിരിക്കുകയും ചോദ്യം ചെയ്യപ്പെടാതിരിക്കുകയും ചെയ്യുന്നതിനോടുള്ള വിയോജിപ്പിനെ പ്രകടമാക്കാൻ എഴുത്തുകാരി പ്രമേയത്തെ നിർമ്മിച്ചിരിക്കുന്നു. 'ഒരു സ്ത്രീ പണത്തിനുവേണ്ടി എപ്പോൾ പ്രയത്നം ചെ

യ്യാൻ തുടങ്ങുന്നുവോ അപ്പോൾ അവളുടെ സ്ത്രീത്വവും ശ്രേഷ്ഠതയും നശിക്കുന്നു.' എന്ന നിലനിൽക്കുന്ന സാമൂഹ്യബോധത്തിന്റെതായ് വേരിലാണ് എഴുത്തുകാരി ആയുധം പ്രയോഗിക്കുന്നത്. 'അവൾ അയാളെ സ്നേഹിച്ചിരുന്നു എങ്കിലും, തന്നെ അയാൾ ബുദ്ധിഗുണങ്ങൾ ഉള്ളവരുടെ സമത്വമായി ഗണിച്ചിരുന്നില്ലെന്നുള്ള ഒരുപക്ഷം മനസ്സിൽ ഉണ്ടായിരുന്നത് സ്നേഹാധിക്യംകൊണ്ട് അവൾ അമർത്തിയിരുന്നു.' സ്നേഹത്തിന്റെ മേമ്പൊടി ചേർത്ത് സ്ത്രീയുടെ ജീവിതവീക്ഷണത്തെ തന്നെയാണ് പുരുഷൻ മാറ്റിമറിക്കുന്നത്. യാഥാർത്ഥ്യം ഇനിയും മനസ്സിലാക്കാതെ സമൂഹത്തിനു നേർക്കുള്ള സ്ത്രീയുടെ അടക്കിപ്പിടിച്ച വിചാരണയുടെ പ്രത്യക്ഷീകരണമാണ് കല്യാണി എന്ന കഥാപാത്രത്തിലൂടെ നടന്നത്. ഇത് ഒരു പരിവർത്തനത്തിന്റെ അനിവാര്യതയെയാണ് മുന്നോട്ടുവയ്ക്കുന്നത്.

ഉപസംഹാരം

ഒരു സ്ത്രീ തുറന്നെഴുതാൻ തുടങ്ങുന്നിടത്ത് കുടുംബം, സമൂഹം, രാഷ്ട്രീയം, സർഗാത്മകത തുടങ്ങിയ സകലവ്യവഹാരങ്ങളിലും ഒരു പൊളിച്ചെഴുത്ത് ആവശ്യമാണെന്ന് നിലപാടാണ് ലേഖനം മുന്നോട്ടുവയ്ക്കുന്നത്. ജീവിതത്തിന്റെ സമൂലതലങ്ങളെ സ്പർശിച്ചുകൊണ്ട് സ്ത്രീ, സാഹിത്യലോകത്ത് ഇടംപിടിക്കുമ്പോൾ അവരുടെ സവിശേഷമായ സർഗാത്മക പരിസരങ്ങൾക്കൊപ്പം നിലപാടുകളും കാഴ്ചപ്പാടുകളും സുവ്യക്തമാക്കുക കൂടിയാണ്. അദൃശ്യത്തിൽ നിന്നുള്ള അതിജീവനം എന്ന നിലയിൽ എഴുത്തിനെ കാണുന്നിടത്ത് അതുവരെ ഉള്ളിൽ അടക്കി സൂക്ഷിച്ചിരുന്നതെല്ലാം കഥാപാത്രങ്ങളും കഥാസന്ദർഭങ്ങളുമായി രൂപപ്പെടുകയാണ്. രൂപപ്പെടൽ ആദ്യമായി എഴുത്തുകാരിയുടെ മാനസികതലത്തെ അസ്വസ്ഥയാക്കുകയും സൃഷ്ടികളിലേയ്ക്ക് പരിവർത്തിപ്പിക്കപ്പെടുകയും ചെയ്യുന്നു. പ്രതിരോധതലത്തിന്റെ രൂപപ്പെടലിന് അവസരമൊരുക്കുന്നു.

ㅇㅇ

6

സാഹിതീയാധുനികതയും എഴുത്തുകാരൻ എന്ന കർതൃത്വവും; മലയാളത്തിലെ ആധുനികനിരൂപണത്തിന്റെ പുനർവായന

സംഗീത എം.കെ.

സാഹിത്യമെന്ന സ്ഥാപനമാണ് സാഹിതീയതയെ നിർണയിക്കുന്നതും നിർമ്മിക്കുന്നതും. ചട്ടങ്ങളാണ് ഏതൊരു സ്ഥാപനത്തിന്റേയും സവിശേഷത. ഇത്തരം ചട്ടങ്ങൾ രൂപപ്പെടുത്തുന്നതിൽ അധികാരം പ്രവർത്തിക്കുന്നുണ്ട്. സാഹിത്യമെന്ന സ്ഥാപനത്തിനകത്ത് നിരവധി വ്യവഹാരങ്ങളിലൂടെ നിർമിക്കപ്പെടുന്ന കർതൃത്വമാണ് എഴുതുന്നയാളുടേത്. സാഹിത്യത്തേയും അതിനകത്തെ സങ്കൽപ്പനങ്ങളേയും ചിട്ടപ്പെടുത്തുന്ന നിരൂപണങ്ങളാണ് പ്രസ്തുത കർതൃത്വത്തെ നിരന്തരം പുനരുൽപാദിപ്പിക്കുന്നത്. അത്തരത്തിൽ എഴുതുന്നയാൾ എന്ന കർതൃത്വത്തെ സംബന്ധിച്ച് മലയാളത്തിലെ ആധുനികതയുടെ സന്ദർഭത്തിൽ നിരൂപണങ്ങൾ മുന്നോട്ടുവെച്ച സവിശേഷതകളെ കെ.പി. അപ്പന്റെ തെരഞ്ഞെടുത്ത ചില പാഠങ്ങളെ മുൻനിർത്തിയുള്ള ഒരു പുനർവായനയാണ് ഈ പ്രബന്ധം നിർവ്വഹിക്കുന്നത്.

സ്വാതന്ത്ര്യാനന്തരഘട്ടത്തിൽ മലയാളസാഹിത്യത്തിലുണ്ടായ സവിശേഷ സന്ദർഭത്തെയാണ് സാഹിതീയാധുനികത എന്നതുകൊണ്ട് ഇവിടെ അർത്ഥമാക്കുന്നത്. നിരാശാബോധം, അസ്തിത്വദുഃഖം, ശൂന്യതാബോധം എന്നിവയാണ് ആധുനികസാഹിത്യത്തിന്റെ സവിശേഷതകളായി പറയാറുള്ളത്. ഇത്തരത്തിൽ ആധുനികസാഹിത്യത്തിലെ പ്രവണതകളേയും എഴുത്തുകാരേയും സ്ഥാപിച്ചെടുക്കുന്നതിൽ പ്രധാനപങ്കുവഹിച്ച ആധുനിക നിരൂപണത്തിന്റെ പുനർവായനയാണ് ഈ പ്രബന്ധത്തിന്റെ പരിസരം. സാഹിത്യത്തി

ലെ ശ്രേണീകരണം, കാനോനീകരണം, പ്രമാണവൽക്കരണം എന്നിവയ്ക്കെല്ലാം കാരണമാകുന്ന നിരൂപണങ്ങളുടെ ഈ വിമർശനാത്മകവായന നടത്തുന്നത് സാഹിത്യചരിത്രവിജ്ഞാനീയത്തിന്റേയും ലിംഗപദവീപഠനങ്ങളുടേയും വെളിച്ചത്തിലാണ്. സാഹിത്യനിരൂപണങ്ങളേയും സാഹിത്യചരിത്രങ്ങളേയും ആഖ്യാനങ്ങളായി കാണുകയും അവയിൽ പ്രവർത്തിക്കുന്ന താൽപര്യങ്ങളെ കണ്ടെടുക്കുകയും ചെയ്യുന്ന സാഹിത്യചരിത്രവിജ്ഞാനീയത്തിന്റെ അന്വേഷണപരിസരമാണ് ഇത്തരമൊരു പ്രബന്ധത്തെ സാധ്യമാക്കുന്നത്.

എഴുതുന്നയാളെ എഴുത്തുകാരൻ എന്ന് അഭിസംബോധന ചെയ്യുന്നതിലെ ലിംഗപ്രത്യയത്തിന്റേതു മാത്രമല്ല പ്രശ്നം. മറിച്ച് ആ പദവിയെ നിർവ്വചിക്കുന്നതിലും നിർണയിക്കുന്നതിലും പിതൃമേധാവിത്വപരമായ ഇടനിലകൾ പ്രവർത്തിക്കുന്നത് കാണാം. ഇത് ആധുനികതയുടെ സന്ദർഭത്തിൽ എപ്രകാരമാണ് ആവിഷ്കരിക്കപ്പെടുന്നത് എന്നുകൂടി ഇവിടെ പരിശോധിക്കുന്നു.

കർതൃത്വം

കാലാനുസൃതമായ മാറ്റങ്ങളുൾക്കൊണ്ട ഒരു സങ്കൽപ്പനമാണ് കർതൃത്വം എന്നത്. ഹ്യൂമനിസത്തിന്റെ കാലത്ത് അത് ആത്മത്തെക്കുറിച്ചുള്ള അന്വേഷണങ്ങളായിരുന്നു. എല്ലാത്തിനേയും വ്യക്തിയിലേക്ക് ചുരുക്കുന്ന ദെക്കാർത്തിയൻ അഹവും (ഐ), യുക്തിയിൽ അധിഷ്ഠിതമായ പങ്ചൽ സെൽഫ് എന്ന ആത്മസങ്കൽപമവതരിപ്പിച്ച ജോൺ ലോക്കുമെല്ലാം അക്കാലത്തെ പ്രതിനിധീകരിക്കുന്നു. വസ്തുനിഷ്ഠതയെ സ്വീകരിക്കുകയും ആത്മനിഷ്ഠമായതിനെ നിരാകരിക്കുകയുമാണ് ജ്ഞാനോദയം മുന്നോട്ടുവെച്ച കർതൃത്വം ചെയ്യുന്നത്. യുക്തിപൂർവ്വം ചിന്തിക്കുകയും പ്രവർത്തിക്കുകയും ചെയ്യുന്ന കർതൃത്വത്തെയാണ് ഇതിനെത്തുടർന്നുവന്ന ഇമ്മാനുവൽ കാന്റും അവതരിപ്പിക്കുന്നത്.

പത്തൊമ്പത്, ഇരുപത് നൂറ്റാണ്ടുകളിലെത്തുമ്പോഴേക്കും കർതൃത്വസങ്കൽപം കൂടുതൽ രാഷ്ട്രീയവൽക്കരിക്കപ്പെടുന്നതായി കാണാം. തുല്യതയെ സംബന്ധിച്ച ചോദ്യങ്ങളുന്നയിച്ചുകൊണ്ട് സ്ത്രീകളും മറ്റു പാർശ്വവൽകൃതരും രംഗത്തുവരുന്നത് ഇക്കാലത്താണ്. അതിന്റെ പ്രതിഫലനം കർതൃത്വചിന്തകളിലും കാണാം. അന്നുണ്ടായ അടിമകളുടെ ആത്മകഥകളും മറ്റും അവർ സ്വയം രൂപപ്പെടുന്നതിന്റെ സൂചനയാണ്. അടിമത്തം അവസാനിച്ചിട്ടും ആന്തരികമായ സംഘർഷം വിട്ടൊഴിയാത്ത, ചരിത്രപരമായ ഭാരം പേറു

ന്ന കർതൃത്വങ്ങളുടെ ആവിഷ്കാരങ്ങളാണിവ.

മറ്റൊന്ന് ജ്ഞാനോദയഘട്ടത്തിലെ ചിന്തകളെ വിമർശിച്ചുകൊണ്ട് വന്ന മേരി വുൾസ്റ്റൺക്രാഫ്റ്റിനെപ്പോലുള്ളവർ അവതരിപ്പിച്ച ആദ്യകാല സ്ത്രീവാദ കർതൃത്വമാണ്. സ്ത്രീകൾക്ക് തുല്യപദവി വേണോ അതോ അവരുടെ വ്യത്യസ്തത അംഗീകരിക്കണോ എന്നുള്ള ചർച്ചകൾ ഇക്കാലത്തുതന്നെ ഉണ്ടാകുന്നുണ്ട്. മാർക്സ് അവതരിപ്പിച്ച വിപ്ലവകരമായ കർതൃത്വമാണ് മറ്റൊന്ന്. ഒരേസമയം വ്യവസ്ഥയേയും കർതൃത്വത്തേയും പരിവർത്തിപ്പിക്കണമെന്നാണ് മാർക്സ് ആഹ്വാനം ചെയ്തത്. മുതലാളിത്തം വിഭാവനംചെയ്ത വ്യക്തിയെ സംഘസ്വത്വബോധത്തിലേക്ക് കൊണ്ടുവന്നത് മാർക്സാണ്. ജ്ഞാനോദയഘട്ടത്തിലെ വ്യക്തി അരാഷ്ട്രീയവൽക്കരിക്കപ്പെട്ടതും ഒറ്റപ്പെട്ടതുമായ കർതൃത്വമായിരുന്നു. എന്നാൽ തൊഴിലാളി എന്നത് സംഘബോധത്തിനു കീഴ്പ്പെട്ടു നിൽക്കുന്ന കർതൃത്വമാണ്.

കർതൃത്വത്തെക്കുറിച്ചുള്ള ചർച്ചയിൽ അടുത്തതായി വരുന്നത് ഫ്രോയിഡാണ്. മനസ്സിന്റെ അബോധത്തെക്കുറിച്ചുള്ള ഫ്രോയിഡിന്റെ കണ്ടെത്തൽ അടിസ്ഥാനപരമായി കാർട്ടീഷ്യൻ ഫിലോസഫിയെയാണ് പിന്തുടരുന്നത്. അത് മനസ്സിനെ വസ്തുവൽക്കരിച്ചാണ് പരിഗണിക്കുന്നത്. നിലനിൽക്കുന്ന വ്യവസ്ഥയുമായി പൊരുത്തപ്പെടുത്താനാണ് ഫ്രോയിഡ് അബോധമനസ്സിനെ പഠിച്ചത്.

ബോധമനസ്സിനെ പരിഗണിക്കുന്ന അസ്തിത്വവാദം മുന്നോട്ടുവെച്ച കർതൃത്വങ്ങളാണ് തുടർന്നുവരുന്നത്. വ്യക്തിയുടെ സ്വാതന്ത്ര്യത്തെ അയാൾ തന്നെയാണ് തീരുമാനിക്കുന്നത് എന്നാണ് അസ്തിത്വവാദികൾ പറഞ്ഞത്. (കാമു) ചോദനകൾ, ആഗ്രഹങ്ങളെ തടയുന്ന ഘടകങ്ങൾ, ബോധം/അബോധം/ഉപബോധം എന്ന വേർതിരിവ് എന്നിവയൊന്നും അസ്തിത്വവാദികൾ അംഗീകരിക്കുന്നില്ല മനുഷ്യന്റെ ഇച്ഛാശക്തിക്ക് പ്രാധാന്യം നൽകിയ നിഷേ, അസ്തിത്വത്തിന്റെ ഉത്തരവാദിത്തം സ്വയം ഏറ്റെടുക്കേണ്ടതിനെക്കുറിച്ച് പറഞ്ഞ സാർത്ര് എന്നിവരെയെല്ലാം ഇതിന്റെ ഭാഗമായാണ് പരിഗണിക്കുന്നത്. മനുഷ്യകേന്ദ്രിതമായ ഈ വാദത്തെ പ്രത്യാശാഭരിതമായാണ് സാർത്ര് കണ്ടത്.

കർതൃത്വത്തെ സംബന്ധിച്ച ചിന്തകൾക്ക് വരുന്ന രാഷ്ട്രീയമായ വ്യതിയാനത്തെയാണ് തുടർന്ന് കാണാനാവുക. മാനസികമായ സന്തുലനത്തിലേക്ക് വ്യക്തികളെ എത്തിക്കുന്ന ശാസ്ത്രം എന്നതിലുപരിയായി സാംസ്കാരിക വിമർശനം നിർവ്വഹിക്കാവുന്ന ഒരു

പദ്ധതിയായി മനശ്ശാസ്ത്രത്തെ കണ്ട, ലാകാനാണ് അതിലൊരാൾ. സമഗ്രതയും ഭാഷയ്ക്കുമേലുള്ള അധികാരവും മിഥ്യയാണെന്നാണ് ലാകാന്റെ അഭിപ്രായം. ലാകാൻ കർതൃത്വത്തെ ഒരേസമയം ചരിത്രത്തിന്റെ ഉൽപന്നമായും ചരിത്രത്തിലിടപെടാൻ ശേഷിയുള്ളതായും കാണുന്നു. സന്ദിഗ്ധവും ശിഥിലവുമായ കർതൃത്വങ്ങളെ ലാകാൻ കണ്ടെടുക്കാൻ ശ്രമിക്കുന്നു.

അധികാരത്തിന്റെ വിളിയാൽ രൂപപ്പെട്ട കർതൃത്വത്തെയാണ് അൽത്തൂസർ അവതരിപ്പിക്കുന്നത്. അത് ഒരു തരത്തിൽ പ്രത്യയശാസ്ത്രത്തിന്റെ ഇരകളായി കർതൃത്വങ്ങളെ വിഭാവനം ചെയ്യുന്നു. ഭരണകൂടത്തേയും വ്യവഹാരങ്ങളുടെ നിയമങ്ങളേയും ആന്തരവൽക്കരിച്ച, സ്വയം നിയന്ത്രിതമായ കർതൃത്വത്തെയാണ് ഫൂക്കോ അവതരിപ്പിച്ചത്. കർതൃത്വവൽക്കരണത്തിലൂടെയാണ് ഭരണകൂടം അതിന്റെ ഇരകളെ നിർമ്മിക്കുന്നത് എന്ന് ഫൂക്കോ നിരീക്ഷിക്കുന്നു. കർതൃത്വത്തെ ഉൽപന്നമായല്ല, പ്രക്രിയയായാണ് അദ്ദേഹം കാണുന്നത്. വ്യാവഹാരികതയ്ക്കകത്ത് പ്രവർത്തിക്കുന്ന അവ പ്രതിരോധസാധ്യതയുള്ളവയാണ്. അതായത് നിർമ്മിക്കപ്പെട്ടുകഴിഞ്ഞത് അല്ലാത്തതിനാൽ അവയ്ക്ക് നിർവ്വാഹകത്വമുണ്ട്.

1950കൾക്കു ശേഷമുണ്ടായ സ്ത്രീവാദചിന്തകൾ മുന്നോട്ടുവെച്ച കർതൃത്വങ്ങളാണ് പിന്നീടു വരുന്നത്. സ്ത്രീയുടെ പ്രകൃതം സ്വാഭാവികമാണെന്ന് പറയുന്ന സത്താവാദത്തെ നിഷേധിച്ച സിമോൺ ദി ബുവെയാണ് അതിൽ പ്രധാനിയായ ഒരാൾ. നിർവ്വാഹകത്വത്തിന്റെ സാധ്യതയിലാണ് ബുവെയും ഊന്നിയത്. നിരന്തരം നിർമ്മിക്കപ്പെടുകയും കെട്ടഴിയപ്പെടുകയും ചെയ്യുന്ന കർതൃത്വത്തെക്കുറിച്ചാണ് ജൂലിയ ക്രിസ്തേവ പറഞ്ഞത്. കർതൃത്വം സംഘർഷഭരിതവും പരിവർത്തിക്കാൻ ശേഷിയുള്ളതുമാണെന്ന കാതറിൻ ബെൽസിയുടെ നിരീക്ഷണമാണ് മറ്റൊന്ന്. ചലിച്ചുകൊണ്ടിരിക്കുന്ന കർതൃത്വത്തെയാണ് ഇവിടെ കാണാനാകുന്നത്.

നിയമസാധുതയുണ്ട് എന്ന് പ്രഖ്യാപിക്കപ്പെട്ട ലിംഗകർതൃത്വങ്ങളുടെ ഏകതയെ അസ്ഥിരപ്പെടുത്തുന്ന ക്വീർ ചിന്തയാണ് ഉത്തരാധുനികത സന്ദർഭത്തിൽ കർതൃത്വചർച്ചകളിൽ പ്രധാനമാകുന്നത്. ലിംഗകർതൃത്വങ്ങളെ അപനിർമിക്കുന്ന ജൂഡിത്ത് ബട്‌ലറിന്റെ ചിന്തകളാണ് ഇതിൽ പ്രധാനസ്വാധീനമായത്. ലിംഗപദവി പ്രകടനമാണെന്നും പെരുമാറ്റത്തിന്റെ ആവർത്തനത്തിലൂടെ മനുഷ്യർ സ്വത്വത്തെ നിലനിർത്താൻ ശ്രമിക്കുകയാണെന്നുമാണ് ബട്‌ലറിന്റെ നിലപാട്. സ്വത്വത്തിന്റെ ബഹുസ്വരതയെ അംഗീകരിക്കണമെ

ന്നാണ് ഉത്തരാധുനികകാലത്തെ ചിന്തകൾ പറയുന്നത്. ബഹുസ്വരതയാണ് നിർവ്വാഹകത്വത്തിന്റെ സാധ്യതയെ രൂപപ്പെടുത്തുന്നത്. ഏകശിലാത്മകമായ ഒന്നിനകത്ത് നിർവ്വാഹകത്വം സാധ്യമല്ല.

പോസ്റ്റ് ഹ്യൂമനിസത്തിന്റെ കാലത്ത് വ്യക്തിയുടെ സാഹചര്യത്തെ നിർണയിക്കുന്ന വസ്തുക്കൾക്കുമേൽ എത്രമാത്രം നിർവ്വാഹകത്വമുണ്ട് എന്ന ചോദ്യം ഉന്നയിക്കേണ്ടിയിരിക്കുന്നു. മനുഷ്യരും യന്ത്രങ്ങളും തമ്മിൽ ഉപകരണയുക്തിയിൽക്കവിഞ്ഞ ഒരു ആന്തരികബന്ധം ഉണ്ടായ സന്ദർഭമാണിത് എന്ന് നിരീക്ഷിക്കപ്പെട്ടു. (ദെല്യൂസ് & ഗത്താരി) ഇത്തരത്തിൽ ജീവൽശരീരവും യന്ത്രവും കൂടിച്ചേർന്ന സൈബോർഗുകളാണ് പുതിയ കാലത്തെ കർതൃത്വമെന്ന് ഡോണ ഹാരവേ പറയുന്നുണ്ട്. (എ സൈബോർഗ് മാനിഫെസ്റ്റോ, പിന്നീട് സിമിയൻസ്, സൈബോർഗ്സ് ആന്റ് വിമൻ ദി റിഇൻവെൻഷൻ ഓഫ് നേചർ) ഇക്കാര്യം മുൻവിധികളില്ലാതെ ചർച്ച ചെയ്യാനും അഭിമുഖീകരിക്കാനും ഇതൊരു യാഥാർത്ഥ്യമാണെന്നു മനസ്സിലാക്കി അതോടൊപ്പം ഉത്തരവാദിത്തോടെ പ്രതികരിക്കാനും നമ്മൾ തയ്യാറാകണമെന്നാണ് ഹാരവേ അഭിപ്രായപ്പെടുന്നത്. കർതൃത്വത്തെക്കുറിച്ചുള്ള സിദ്ധാന്തങ്ങളിലേക്ക് ഹാരവേ നടത്തിയ സുപ്രധാന സംഭാവനകളിലൊന്ന് സ്വയംബോധ്യപ്പെട്ടുകൊണ്ട് സ്ഥിരമായ ഭാഗികതയെ ആശ്ലേഷിക്കാനുള്ള അവരുടെ ആഹ്വാനമാണ്. അതിനകത്തെ സാധ്യതകളെ കണ്ടെത്തി വിമർശനാത്മകമായി അതിനോട് ഇടപെടണമെന്നാണ് ഹാരവേ പറയുന്നത്.

കർതൃത്വത്തിന്റെ ചരിത്രം ഇത്തരത്തിൽ യുക്തി, സ്ഥിരത, ഏകശിലാത്മകം എന്നിവയിൽ നിന്ന് അനിശ്ചിതതത്വം, ഭാഗികത, ബഹുസ്വരം എന്നിങ്ങനെയുള്ള സവിശേഷതകളിലേക്ക് ചലിക്കുന്നതാണ് കാണുന്നത്. അതിനർത്ഥം ഇവയൊരോന്നും ഒന്നിനുപുറകെ ഒന്നായി ആവിർഭവിച്ചുവെന്നല്ല. ഇവയെല്ലാം ഒരേസമയം നിലനിൽക്കാവുന്നതാണ്.

കെ.പി. അപ്പൻ

മലയാളത്തിലെ ആധുനികതയുടെ ഭാവുകത്വപരിസരത്തേയും അതിലെ എഴുത്തുകാരേയും നിർവ്വചിച്ച നിരൂപകരിൽ ഒരാളാണ് കെ.പി. അപ്പൻ. ഇദ്ദേഹത്തിന്റെ കൃതികളെയാണ് ആധുനികതയുടെ പ്രമാണഗ്രന്ഥങ്ങളായി ഇന്നും പരിഗണിക്കാറുള്ളത്. ആധുനികതയ്ക്ക് തൊട്ടുമുമ്പുള്ള റിയലിസ്റ്റ് കൃതികളെ വിമർശിച്ചുകൊണ്ടാണ് അപ്പൻ ആധുനികതയെ സ്ഥാപിച്ചു തുടങ്ങുന്നത്. വ്യക്തിയ്ക്ക് പ്രാധാന്യം നൽകാതെ വർഗ്ഗത്തിന് പ്രഥമപരിഗണന നൽ

കുന്നത് നോവലുകളെ സംബന്ധിച്ച് പരാജയമാണെന്നാണ് അപ്പന്റെ നിലപാട്. മാർക്സിയൻ ഹ്യൂമനിസത്തിന്റെ നോട്ടം വ്യക്തിയിലല്ല, സംഘാതവ്യക്തിയിലാണ് പതിഞ്ഞത് എന്ന് അപ്പൻ പറയുന്നുണ്ട്. 'അങ്ങനെ അവർ മനുഷ്യനെ പൂർണമായും ബാഹ്യവൽക്കരിച്ചു. വ്യക്തിയെ വർഗ്ഗത്തിൽ ലയിപ്പിച്ചു, മനുഷ്യന്റെ ആന്തരികതയെ നിരാകരിച്ചുകൊണ്ടു സൃഷ്ടി നടത്തി. തന്റെ കാലഘട്ടത്തിലെ തത്ത്വചിന്തയിലെ ഏറ്റവും വലിയ കെടുതി അസ്തിത്വത്തെക്കുറിച്ചുള്ള ഈ മറവി തന്നെയാണ് സമീപഭൂതകാലത്തിലെ നോവലുകൾക്ക് പരാജയത്തിന്റെ മരണഗന്ധം നൽകുന്നത്.' ആന്തരികതയുടെ പ്രാധാന്യം തിരിച്ചറിഞ്ഞ ചിലരാണ് ഇതിൽനിന്നൊരു മാറ്റത്തിന് വഴിവെച്ചതെന്ന് അദ്ദേഹം നിരീക്ഷിക്കുന്നു. 'ഇങ്ങനെ മനുഷ്യനെ ബാഹ്യവൽക്കരിക്കുന്നതിനുപകരം അവന്റെ ആന്തരികതയിലല്ലേ ശ്രദ്ധിക്കേണ്ടതെന്ന് ചിലർക്കെങ്കിലും തോന്നിയ സംശയത്തിന്റെ ഫലമായിട്ടാവണം അറുപതുകളിൽ നോവലിസ്റ്റിന്റെ സാമൂഹികതൃഷ്ണ അതിഭൗതികതൃഷ്ണയായി മാറിയത്.' ഇവരെയാണ് ആധുനിക എഴുത്തുകാരായി അപ്പൻ പരിഗണിക്കുന്നത്.

വ്യക്തിയുടെ ആന്തരികവ്യഥയും ദാർശനികപ്രതിസന്ധികളും ആവിഷ്കരിച്ച ആധുനികതയുടെ വക്താക്കൾ സാമൂഹികജീവിതത്തെ അനുകരിക്കുകയല്ല മറിച്ച് തങ്ങളുടേതായ പുരാവൃത്തം കണ്ടെത്തുകയാണെന്ന് പ്രസ്താവിക്കുന്നതിലൂടെ ചരിത്രപരവും സാമൂഹ്യപരവുമായ ഘടകങ്ങളെ നിരാകരിച്ചുകൊണ്ടുള്ള, എഴുത്തുകാരനിൽ കേന്ദ്രീകരിച്ച സാഹിത്യവ്യവഹാരമാണ് ആധുനികതയുടെ ഘട്ടത്തിലേത് എന്ന് അപ്പൻ വ്യക്തമാക്കുന്നത് കാണാം. '...... വ്യക്തി-ദാർശനികതലങ്ങളിൽ അനുഭവിച്ച കിടിലംകൊള്ളൽ വാക്കുകളിൽ ജപിച്ചുവരുത്താൻ ശ്രമിച്ച രണ്ടാമത്തെ കൂട്ടർ രചനയിലൂടെ സാമൂഹികജീവിതത്തിന്റെ ക്രമം അനുകരിക്കാനല്ല സ്വന്തം ക്രമം സൃഷ്ടിച്ച് സ്വന്തം പുരാവൃത്തം കണ്ടെത്താനാണ് ശ്രമിച്ചത്. ഇത്തരം കലാസൃഷ്ടികളുടെ ആവിർഭാവത്തോടുകൂടിയാണ് മനുഷ്യനെക്കുറിച്ചുള്ള നമ്മുടെ ദർശനംതന്നെ വിപുലീകരിക്കപ്പെട്ടത്.'

എഴുത്തുകാരന്റെ പ്രതിഭയ്ക്കാണ് അപ്പൻ പ്രാധാന്യം നൽകുന്നത്. അത് കണ്ടെത്തലാണ് വിമർശനമെന്നും അദ്ദേഹം വ്യക്തമാക്കുന്നു. '...എന്നാൽ ആനന്ദിന്റേയും വിജയന്റേയും കലാപ്രതിഭ സമൂഹത്തിനുമപ്പുറത്തേക്കാണ് നീങ്ങുന്നത്. സമൂഹത്തിനപ്പുറത്തേക്ക് എഴുത്തുകാരന്റെ കലാപ്രതിഭ നടത്തുന്ന ദീർഘപ്രയാണത്തിന്റെ സ്വഭാവരഹസ്യം കണ്ടെത്തുക എന്നതാണ് ഇന്നത്തെ വിമർശ

നത്തിന്റെ ലക്ഷ്യം.'

തകഴിയും ദേവും ആദ്യകാലത്ത് രാഷ്ട്രീയത്തിൽ വിശ്വസിച്ചിരുന്ന രചനകളാണ് നിർവ്വഹിച്ചിരുന്നതെന്നും എന്നാൽ പിൽക്കാലത്ത് അവർ വ്യക്തിജീവിതത്തിലെ വിഷയങ്ങൾ കൈകാര്യം ചെയ്തുവെന്നും അപ്പൻ നിരീക്ഷിക്കുന്നു. കൃതിയിലെ ഭാഷ സർഗ്ഗാത്മകമായി കൈകാര്യം ചെയ്യാൻ അവർക്ക് സാധിക്കാതെപോയത് അവരുടെ രചനകൾക്ക് വാർത്തയുടെ സ്വഭാവമുള്ളതിനാലാണെന്നാണ് അപ്പൻ അഭിപ്രായപ്പെടുന്നത്. തകഴിയും ദേവും അവതരിപ്പിച്ച ആദർശകഥാപാത്രങ്ങൾ ആഴമില്ലാത്ത മനുഷ്യജീവിതനിരീക്ഷണത്തെയാണ് കാണിക്കുന്നതെന്നും അവ ഈ എഴുത്തുകാരുടെ വ്യക്തിത്വത്തിലെ പരിമിതികളെ പരിഹരിക്കാൻ അവർ നടത്തിയ സൃഷ്ടിയാണെന്നുമാണ് അപ്പന്റെ നിരീക്ഷണം. '....... വാസ്തവത്തിൽ കോരൻ, ചാത്തൻ, പപ്പു, കാറ്റ്, ഗോപിനാഥൻ എന്നീ ആദർശകഥാപാത്രങ്ങളെ സൃഷ്ടിച്ച് സ്വന്തം വ്യക്തിത്വത്തിന്റെ പരിമിതികൾ പരിഹരിക്കുകയാണ് ദേവും തകഴിയും ചെയ്തത്.'

കാലത്തിന്റെ പരിചരണമാണ് അപ്പൻ പ്രധാനമായി പരിഗണിക്കുന്ന മറ്റൊരു ഘടകം. 'തകഴിയുടെ തലമുറയ്ക്ക് കാലമൊരു പ്രശ്നമായിരുന്നില്ല. കാലം ഒരു എഴുത്തുകാരന്റെ സ്വാസ്ഥ്യം കെടുത്തിയില്ല എന്നത് അയാളുടെ ദർശനത്തിന്റെ പരിമിതിയെയാണ് കാണിക്കുന്നത്.'

റിയലിസ്റ്റ് എഴുത്തുകാർ കാലത്തിന്റെ പരിചരണത്തിൽ പരാജയപ്പെടുകയല്ല, മറിച്ച് അവർ അതിനായി ശ്രമിച്ചിട്ടുപോലുമില്ലെന്നാണ് അപ്പൻ അഭിപ്രായപ്പെടുന്നത്. പിന്നീടുവന്ന ഘട്ടത്തിലെ എഴുത്തുകാരുടെ കലാപ്രതിഭയെ കാലം എന്ന പ്രശ്നം ഗൗരവമായി പിടികൂടിയിരുന്നുവെന്ന് പറയുന്നുണ്ട്. നോവലുകളെ കാലത്തിന്റെ പരിചരണത്തിന്റെ അടിസ്ഥാനത്തിൽ രണ്ടായി തിരിക്കണമെന്നും ഇദ്ദേഹം അഭിപ്രായപ്പെടുന്നു.

'സാഹിത്യസൃഷ്ടികളെ പരന്ന ഗ്രന്ഥങ്ങളെന്നും (ഫ്ളാറ്റ് ബുക്സ്) അഗാധ ഗ്രന്ഥങ്ങളെന്നും (ഡീപ്പ് ബുക്സ്) വേർതിരിക്കുന്നതുപോലെ നോവലുകളെ കാലംകൊണ്ടു സമ്പന്നമായ കൃതികളെന്നും കാലത്തിന്റെ സാന്നിദ്ധ്യമില്ലാത്ത നോവലുകളെന്നും വേർതിരിക്കേണ്ടതുണ്ട്. തലമുറകളുടെ കഥ പറയുന്ന ദേവിന്റെ അയൽക്കാരും കാൽനൂറ്റാണ്ടുകാലത്തെ തിരുവിതാംകൂറിന്റെ ചരിത്രം പറയുന്ന ഏണിപ്പടികളും വായിക്കുമ്പോൾ അനാദിയായ കാലം നീങ്ങുന്നുവെന്ന ബോധം നമുക്കുണ്ടാകുന്നില്ല. ഇവർ കാലം ആവിഷ്കരി

ക്കാൻ ശ്രമിച്ചു പരാജയപ്പെടുകയല്ല ചെയ്തത്. എങ്കിൽ അതെത്ര മഹത്തായ പരാജയമാകുമായിരുന്നു! ഈ എഴുത്തുകാർക്ക് കാലം ഒരു പ്രശ്നം പോലുമായിരുന്നില്ല.'

കാലം എഴുത്തുകാരന്റെ ദർശനത്തിന്റെ ഭാഗമെന്ന നിലയിൽ കലാസൃഷ്ടിയുമായി ബന്ധപ്പെടുന്നുവെന്നാണ് അപ്പന്റെ മറ്റൊരു നിരീക്ഷണം. ഖസാക്കിന്റെ ഇതിഹാസം, മരണസർട്ടിഫിക്കറ്റ് എന്നീ നോവലുകളെ ഉദാഹരിക്കുന്നുണ്ടിവിടെ. കാലം ഇവിടെ വെറും പശ്ചാത്തലം മാത്രമല്ലെന്നും പല തലങ്ങളിലും മാനങ്ങളിലും പ്രത്യക്ഷപ്പെടുകയാണെന്ന് അപ്പൻ നിരീക്ഷിക്കുന്നു.

ജീവൽസാഹിത്യകൃതികളെ വിമർശിച്ചുകൊണ്ട് നോവലിന്റെ സവിശേഷതകളെ എടുത്തുപറയുന്നുണ്ട് അപ്പൻ. നോവൽ സാമൂഹ്യയാഥാർത്ഥ്യങ്ങളുടെ നേർപ്പകർപ്പല്ലെന്നാണ് അപ്പന്റെ അഭിപ്രായം. അത്തരം ആവിഷ്കാരം ഒന്നാന്തരം ജീവത്സാഹിത്യമാകുമെങ്കിലും മോശം നോവൽപോലും ആകുകയില്ലെന്നാണ് അപ്പൻ നിരീക്ഷിക്കുന്നത്.

'ഒരു സാഹിത്യരൂപമെന്ന നിലയിൽ നോവൽ സാമൂഹിക യാഥാർത്ഥ്യത്തിന്റെ പ്രമാണപത്രമല്ല. ജീവിതത്തെ അതേപടി ചിത്രീകരിക്കാൻ ശ്രമിക്കുന്നില്ല എന്നതുതന്നെയാണ് കല എന്ന നിലയിൽ നോവലിന്റെ അസ്തിത്വത്തിന്റെ രഹസ്യമെന്നുപോലും പറയേണ്ടിയിരിക്കുന്നു. ജീവിതയാഥാർത്ഥ്യം ഭാവദൗർബല്യങ്ങൾ സൃഷ്ടിക്കുംവിധം അവതരിപ്പിക്കുന്നത് ഒന്നാംതരം ജീവൽസാഹിത്യമാകുമെങ്കിലും മോശപ്പെട്ടൊരു നോവൽ പോലുമാകുകയില്ല.'

നോവലിന്റെ ആസ്വാദനരീതി യാഥാർത്ഥ്യവുമായി ചേർന്നുപോകുന്നതല്ലെന്നും യാഥാർത്ഥ്യത്തെക്കുറിച്ചുള്ള കാഴ്ചപ്പാടുകൾതന്നെ പലതായി മാറിയിരിക്കുന്നുവെന്നും അപ്പൻ പറയുന്നു. മാനസികവും അതീന്ദ്രിയവുമായ ഘടകങ്ങൾ യാഥാർത്ഥ്യത്തിന്റെ ഭാഗമാകുന്നുവെന്നും വ്യക്തിത്വംപോലും ഘടകങ്ങളായി തീരിഞ്ഞുവെന്നും ചൂണ്ടിക്കാണിച്ചശേഷം രവിയുടെ വ്യക്തിത്വത്തിന് ഏഴ് ഘടകങ്ങൾ അപ്പൻ കൽപിക്കുന്നുണ്ട്. 'ഏത് ആൾക്കൂട്ടത്തിലും താൻ ഒറ്റയ്ക്കാണെന്നു മനസ്സിലാക്കിയ ദുഖിതനായ ഒരഹങ്കാരിയുടെ മുഖം, സ്വയം ഭ്രഷ്ടനാക്കപ്പെട്ടവന്റെ മുഖം, ഏകാകിയായ വികലയോഗിയുടെ മുഖം, വിഷയാസക്തന്റെ മുഖം, ശൂന്യതാവാദിയുടെ മുഖം, അന്യതാബോധത്തിന് ഒരവസാനവുമില്ലെന്ന ബോധത്താൽ ജീവിതത്തിന്റെ നേരെ തത്ത്വചിന്താപരമായ അനാസക്തി വച്ചുപുലർത്തുന്ന നവീനമഹർഷിയുടെ മുഖം.' ഇങ്ങനെ യാഥാർത്ഥ്യം പ

ലതായി തിരിഞ്ഞിരിക്കുന്നു എന്ന് വന്നതോടെ സ്വന്തം ദർശന മൊഴികെ മറ്റെല്ലാത്തിന്റേയും അസ്തിത്വങ്ങളെ എഴുത്തുകാരൻ സംശയിക്കാൻ തുടങ്ങിയെന്നാണ് അപ്പന്റെ അഭിപ്രായം. ഇതിലൂടെ ചരിത്രനിരാസത്തിന്റേതായ വഴിയിലേക്ക് ആധുനികനോവൽ സഞ്ചരിച്ചുവെന്നും നോവലെന്ന സാഹിത്യരൂപത്തെ അത് പുനർനിർവ്വഹിച്ചുവെന്നും അദ്ദേഹം കൂട്ടിച്ചേർക്കുന്നു. '.... നോവൽ എന്ന സാഹിത്യരൂപം ഈ സ്വഭാവത്തെ കാംക്ഷിച്ചുതുടങ്ങിയപ്പോൾ സാമൂഹികചരിത്രം നോവലിസ്റ്റിന്റെ വിഷയമല്ലാതായിത്തീർന്നു. സൃഷ്ടി ഇത്തരം കാര്യങ്ങളിൽനിന്നു രക്ഷപ്പെടാനുള്ള ഉദ്യമംപോലുമായിത്തീർന്നു. സൃഷ്ടിയിലൂടെ ചരിത്രത്തിന്റെ ദുഃസ്വപ്നത്തിൽനിന്നു സ്വതന്ത്രനാകാനാണ് താനാഗ്രഹിച്ചതെന്ന് ജോയിസ് പ്രഖ്യാപിച്ചിട്ടുണ്ട്. മഞ്ഞ്, ഖസാക്കിന്റെ ഇതിഹാസം, മരണസർട്ടിഫിക്കറ്റ്, അജ്ഞതയുടെ താഴ്വര എന്നീ നോവലുകൾ ചരിത്രത്തിന്റെ ദുഃസ്വപ്നങ്ങളിൽനിന്നു രക്ഷപ്പെടാനുള്ള എഴുത്തുകാരുടെ സർഗ്ഗാത്മക സംരംഭങ്ങളായിരുന്നു.'

റിയലിസ്റ്റ് നോവലെഴുതിയവരെ സംബന്ധിച്ച് ഭാഷ യാഥാർത്ഥ്യത്തെ പ്രതിഫലിപ്പിക്കാനുള്ള വസ്തുവായിരുന്നുവെന്നും വിജയനെപ്പോലെയുള്ള ആധുനിക എഴുത്തുകാർക്ക് ഭാഷ യാഥാർത്ഥ്യത്തെ കണ്ടെത്താനുള്ള വസ്തുവാണെന്നും അപ്പൻ അഭിപ്രായപ്പെടുന്നു. അനുഭവങ്ങളെക്കുറിച്ച് എഴുതുകയല്ല, മറിച്ച് 'അനുഭവങ്ങളുടെ ശുദ്ധമായ അവസ്ഥ എന്താണെന്ന്' അന്വേഷിക്കുകയാണ് ആധുനിക എഴുത്തുകാർ ചെയ്യുന്നതെന്നാണ് ഇതിൽ നിരീക്ഷിക്കുന്നത്. ഭാഷയെ സർഗ്ഗാത്മകമായി ഉപയോഗിച്ച പുതിയ എഴുത്തുകാർ നോവലെന്ന സാഹിത്യരൂപത്തെ നിശ്ചലാവസ്ഥയിൽ നിന്നും രക്ഷിച്ചുവെന്നാണ് അപ്പൻ അഭിപ്രായപ്പെടുന്നത്.

ആധുനിക എഴുത്തുകാരുടേയും അതിനുമുമ്പുള്ള എഴുത്തുകാരുടേയും അനുഭവാവിഷ്കാരങ്ങളെപ്പറ്റി പറയുന്നിടത്ത് അപ്പൻ റിയലിസ്റ്റ് എഴുത്തുകാരുടേതിൽ നിന്നുമുള്ള ഭാഷാപരമായ വ്യത്യാസത്തെ എഴുത്തുകാരുടെ രാഷ്ട്രീയനിലപാടുമായി ബന്ധിപ്പിക്കുന്നുണ്ട്. 'സുഖജ്വരം, മൃതിയുടെ മുലപ്പാൽ, നട്ടുച്ചയുടെ മോഹാലസ്യം, പ്രവചനത്തിന്റെ ദൃശ്യം, ഗർഭവതിയെപ്പോലെ കിടന്ന വെയിൽ, പ്രയാണത്തിന്റെ വെയിൽ എന്നിങ്ങനെയുള്ള വിജയന്റെ വിചിത്രമായ അഭിധ അർത്ഥമല്ല അനുഭവമാണ് സംക്രമിപ്പിക്കുന്നത്.' എന്ന് പറഞ്ഞശേഷം ഇവ യുക്തിയിലല്ല മറിച്ച് വെളിപാടിന്റെ കരുണയിൽ വിശ്രമിക്കുന്നവയാണെന്ന് നിരീക്ഷിക്കുന്നു. അതേസമ

യം റിയലിസ്റ്റ് എഴുത്തുകാരുടെ ഭാഷ യുക്തിയിലധിഷ്ഠിതമാണെന്നും അതിനുകാരണം അവരുടെ മാർക്സിസ്റ്റ് വീക്ഷണമാണെന്നും അപ്പൻ വിമർശിക്കുന്നുണ്ട്. 'മനുഷ്യാതീതമായ സകലതിന്റേയും അസ്തിത്വത്തെ നിരാകരിക്കുന്ന മാർക്സിയൻ ജീവിതവീക്ഷണം അവരുടെ ബോധത്തെ കീഴടക്കിയതുകൊണ്ടുതന്നെയാണ് സമീപഭൂതകാലത്തിലെ എഴുത്തുകാരുടെ ഭാഷ യുക്തിയുടെ മാത്രം ഉൽപന്നമായിത്തീർന്ന് ഭൗതികാതീതലോകത്തിന്റെ സ്പർശം നൽകാൻ കഴിയാത്തവിധം ദുർബ്ബലമായിപ്പോയത്.' ആധുനികനോവലിന്റെ സവിശേഷതകളെ അപ്പൻ അടയാളപ്പെടുത്തുന്നത് തത്വജ്ഞാനജന്യം, ദർശനബോധം, മൃത്യുഭീകരതയുടെ പാവകളി എന്നിങ്ങനെയുള്ള അതിവർത്തിതമായ ചില നിഗൂഢതകളായാണ്.

ദുരന്തവും ഫലിതവും വേറിട്ട ഭാഷകളിൽ അവതരിപ്പിക്കണമെന്ന ഹോരസിനെപ്പോലുള്ള സാഹിത്യസൈദ്ധാന്തികരുടെ ക്ലാസിക്കലായ നിഷ്കർഷകളെ ലംഘിച്ചുകൊണ്ട് ഇവയെ കലർത്തുന്നതിലൂടെ ആധുനിക എഴുത്തുകാർ ഭാഷാപരമായ ഒരു വിപ്ലവം സാധ്യമാക്കിയിരിക്കുന്നു എന്ന് അപ്പൻ അഭിപ്രായപ്പെടുന്നു ഇത് പാരമ്പര്യത്തെ നിഷേധിക്കലല്ല, മറിച്ച് 'പാരമ്പര്യത്തെ സാധ്യമായ സർഗ്ഗാത്മകരംഗങ്ങളിൽ കൊണ്ടെത്തിക്കുകയാണ് ചെയ്യുന്നത്' എന്നാണ് ആധുനികനോവലിസ്റ്റുകളെ സവിശേഷമായി പരിഗണിച്ചുകൊണ്ട് അപ്പൻ പറയുന്നത്.

ആധുനികനോവലുകളിലെ സാങ്കേതികമായ വശത്തേക്കാൾ ഇവിടെ അപ്പൻ ഊന്നുന്നത് അതിനുമുമ്പുണ്ടായിരുന്നവർക്ക് സാധിക്കാതെ പോയ ഭാഷാവിഷ്കാരങ്ങളെയാണ്. അതിന് കാരണമായി അപ്പൻ ചൂണ്ടിക്കാണിക്കുന്നത് അവരുടെ രാഷ്ട്രീയനിലപാടിനെയാണ്. അത് കൃതികളെ സവിശേഷമായി എടുത്ത് സൂക്ഷ്മതകളിലേക്ക് പോകാതെ എഴുത്തുകാരുടെ ദാർശനികതയെ പ്രധാനമായി പരിഗണിക്കുകയും ഉയർത്തിക്കാണിക്കുകയും ചെയ്യുന്നു.

ആധുനികനോവലിന്റെ സവിശേഷതയായി നേരത്തെ സൂചിപ്പിച്ച ദർശനബോധം എം.ടി.യുടെ കൃതിയിലും അപ്പൻ ആരോപിക്കുന്നു. 'ദർശബോധത്തിന്റെ കാരുണ്യം എങ്ങനെ ഒരു കലാസൃഷ്ടിയെ അനുഗ്രഹിച്ചിരിക്കുന്നുവെന്ന് അന്വേഷിക്കുന്ന ഒരു നല്ല വായനക്കാരന്റെ ശ്രദ്ധ നാലുകെട്ടിന്റെ ചിത്രീകരണത്തിലല്ല, അതിലൂടെ നോവലിസ്റ്റ് അവതരിപ്പിക്കുന്ന മനുഷ്യദുരന്തത്തിന്റെ വ്യത്യസ്ത സ്വഭാവങ്ങളിലാണ് പതിയുന്നത്.' ഇവിടെ കൃതിയെ വായിക്കുന്നയാൾ നോക്കേണ്ടത് എങ്ങനെയാണെന്നുകൂടി അപ്പൻ അ

നുശാസിക്കുന്നു.

എം.ടി. എന്ന എഴുത്തുകാരനിൽ അന്തർമുഖത്വം പ്രവർത്തിക്കുന്നുവെന്ന് ആരോപിച്ച ശേഷം ഏകാന്തതയിലുള്ള താൽപര്യമാണ് അദ്ദേഹത്തെ മഞ്ഞിന്റെ രചനയിലേക്കെത്തിച്ചതെന്ന് അപ്പൻ അഭിപ്രായപ്പെടുന്നു. 'തന്റെ കാലഘട്ടത്തിലെ നോവലിനെ ഭരിച്ചിരുന്ന ഒരു പ്രബല സംസ്കാരത്തിൽനിന്ന് മാറിനിന്നുകൊണ്ട് സൃഷ്ടിയിലൂടെ ജീവിതത്തെക്കുറിച്ചൊരു അവബോധ നവീകരണത്തിനു ശ്രമിച്ച എം.ടി. ആത്മനിന്ദ, പ്രകോപിതമായ അഭിമാനബോധം, ഭഗ്നമായ പ്രേമം, അമർത്തപ്പെട്ട അരിശം എന്നീ വികാരങ്ങളെ, കാൽപനികകവികൾ ചെയ്തതുപോലെ, അവയുടെ സാമൂഹികമായ ഫലങ്ങൾ കണക്കിലെടുക്കാതെ അവതരിപ്പിക്കുന്നതു നാം കാണുന്നു. ഇത് എം.ടി. അന്തർമുഖനായ എഴുത്തുകാരനാണെന്നാണ് സൂചിപ്പിക്കുന്നത്.'

നാലുകെട്ട്, അസുരവിത്ത് തുടങ്ങിയ നോവലുകളിൽനിന്നെല്ലാം വിട്ടുനിൽക്കുന്ന മഞ്ഞ്, എം.ടി. എത്തിച്ചേർന്ന ദാർശനികമായ ഔന്നത്യത്തെ കാണിക്കുന്നുവെന്നും സർദാർജിയെന്ന കഥാപാത്രത്തിന്റെ സൃഷ്ടിയിലൂടെയാണ് അത് സാധിക്കുന്നതെന്നും അപ്പൻ നിരീക്ഷിക്കുന്നു. മുതിർന്ന വ്യക്തിയുടെ ഏകാന്തത, ശിഥിലമായ കുടുംബബന്ധങ്ങൾ, മനുഷ്യബന്ധങ്ങളുടെ സ്വഭാവം എന്നിവയെല്ലാം ആദ്യകാല നോവലുകളേക്കാൾ മികച്ചരീതിയിൽ ആവിഷ്കരിച്ചത് മഞ്ഞിലാണെന്നും അപ്പൻ അഭിപ്രായപ്പെടുന്നുണ്ട്. 'മഞ്ഞിന്റെ രൂപകലയുടെ സൗന്ദര്യവും സർദാർജിയുടെ സൃഷ്ടിയിലൂടെ എം.ടി. പ്രാപിച്ച ദാർശനികമായ ഔന്നത്യവും കണക്കിലെടുക്കുമ്പോൾ ഈ നോവലിന്റെ നിർമ്മിതിയിൽ എത്തിച്ചേരാൻ നോവലിസ്റ്റിനെ സഹായിച്ച പ്രാരംഭപ്രവർത്തനങ്ങൾ മാത്രമായിരുന്നു നാലുകെട്ടും അസുരവിത്തും.' മഞ്ഞിൽ ദാർശനിക ഔന്നത്യത്തിന്റെ ആവിഷ്കാരമായി സർദാർജിയെ കാണുന്ന അപ്പൻ ജീവിതദുരന്തത്തെ ഫലിതമയമായി നോക്കിക്കാണുന്ന മഹർഷിയായി ആ കഥാപാത്രത്തെ അവരോധിക്കുന്നു.

മരണവും കാലദർശനവുമെല്ലാം എം.ടി.യിൽ വൈകാരികമായ അശാന്തിക്ക് കാരണമായിരുന്നു എന്ന് പറയുന്നിടത്തും കൃതിയിൽ എഴുത്തുകാരനെ പ്രതിഷ്ഠിക്കുകയാണ് അപ്പൻ ചെയ്യുന്നത്. മഞ്ഞിലെ പല സന്ദർഭങ്ങളേയും മരണത്തിന്റെ സൂചനകളായി അപ്പൻ വ്യാഖ്യാനിക്കുന്നു. 'കറുത്ത കുപ്പായങ്ങളും കെട്ടുകയറുകളുമായി കാലദൂതരെപ്പോലെ നടക്കുന്ന ചുമട്ടുകാർ, കഴുകന്മാരെപ്പോലെ കൊ

ത്തിവലിക്കുന്ന ഭോട്ടിയാ ജോലിക്കാർ, മലകളുടെ കുഴിമാടം, ഭിത്തികളുടെ മരിച്ച ഹൃദയം എന്നീ ബിംബങ്ങളെല്ലാം മരണമെന്ന വിഷമസമസ്യ എം.ടിയെ വൈകാരികമായി ശല്യപ്പെടുത്തിയിരുന്നു എന്നാണ് കാണിക്കുന്നത്.' ഇവിടെ എഴുത്തുകാരന്റെ മനസ്സിലേക്കാണ് കൃതിയിലൂടെ അപ്പൻ നോക്കുന്നത്. മരണത്തെ ഒരേസമയം ഭീതി നിറയ്ക്കുന്ന അനുഭവമായും ഫലിതഭാവത്തോടെയും അവതരിപ്പിക്കുന്ന എം ടി. തന്റെ കൃതികളിൽ ആത്മകഥാപരമായ അംശം കലർത്തി മരണത്തെ ജയിക്കാൻ ശ്രമിക്കുകയാണെന്ന് പറയുന്നതിലൂടെ കൃതിക്കുമ്പുകളിൽ എഴുത്തുകാരന്റെ വ്യക്തിത്വസവിശേഷതതന്നെ പ്രധാനമായി പരിഗണിക്കപ്പെടുന്നതായി കാണാം. 'വ്യക്തമായി അപഗ്രഥിക്കുമ്പോൾ എം.ടി.യുടെ മരണദർശനം രണ്ടുവഴിക്ക് ചരിക്കുന്നത് നമുക്ക് കാണാം. ഈ രണ്ട് ദർശനങ്ങളുടേയും പ്രേരണ, മരണം നശ്വരതയുടെ തടവറയാണെന്ന ഭീതി തന്നെയാണ്. സാധാരണ മനുഷ്യരെക്കാളേറെ കലാകാരൻ മരണത്തിനെതിരായി കലാപം കൂട്ടുന്നത്, മരണം തനിക്കുചുറ്റും നശ്വരതയുടെ തടവറ പണിയുമെന്ന് നിശ്ചയമുള്ളതുകൊണ്ടാണ്. ഈ ഭീതിയാണ് ചിത്രകാരന്മാർക്ക് സ്വന്തം ചിത്രമെഴുതാനുള്ള ഒടുങ്ങാത്ത പ്രേരണയായിത്തീരുന്നത്. ഒറ്റനോട്ടത്തിൽ തെളിഞ്ഞു കാണാത്ത ഈ സങ്കീർണ്ണമനോഭാവം കൊണ്ടുതന്നെയാവണം തന്റെ എല്ലാ കലാസൃഷ്ടികളിലും വേണ്ടതിലധികം ആത്മകഥാപരമായ അംശം കലർത്തി മരണത്തെ ജയിക്കാൻ ഈ എഴുത്തുകാരൻ ശ്രമിക്കുന്നത്.'

എം.ടി.യുടെ മനസ്സിലെ വ്യസനങ്ങളും അവ്യവസ്ഥിതികളുമാണ് മഞ്ഞിൽ കാണുന്നത് എന്നും അത് അദ്ദേഹത്തിന്റെ മാനസികമായ അവ്യവസ്ഥയാണെന്നുമാണ് അപ്പൻ നിരീക്ഷിക്കുന്നത്. 'എം.ടി. സൃഷ്ടിക്കുന്ന സംഗീതം വൈകാരികമായ ഒരുതരം അവ്യവസ്ഥയിൽനിന്നു രക്ഷപ്പെട്ട് വൈകാരികമായ ശാന്തിയിൽ എത്തിച്ചേരാനുള്ള അദ്ദേഹത്തിന്റെ ഉദ്യമത്തിന്റെ ഭാഗമാണെന്നു കാണാൻ കഴിയും. ഈ നിഗമനം ഒരു എഴുത്തുകാരന്റെ സ്വകാര്യശാന്തിയുടെ മാത്രം പ്രശ്നത്തിലല്ല നമ്മെക്കൊണ്ടെത്തിക്കുന്നത്, കലാപ്രവർത്തനത്തിന്റെ രഹസ്യമാർഗ്ഗങ്ങളിലാണ്. പുറമെ ശ്യാമരാഗത്തിന്റെ ശാന്തഭാവം പ്രകടിപ്പിക്കുന്ന എം.ടി.യുടെ ഭാഷ കലാകാരന്റെ അശാന്തി നിറഞ്ഞ മനസ്സിന്റേയും ദർശനബോധത്തിന്റേയും ശക്തമായ അടിയൊഴുക്കുകൾ ഉൾക്കൊള്ളുന്നുണ്ടെന്നാണ് ഇതൊക്കെ സൂചിപ്പിക്കുന്നത്.' ഇവിടെയും കൃതിയുടെ സാങ്കേതികമായ വിശക

ലനത്തിനുപകരം എഴുത്തുകാരൻ എന്ന വ്യക്തിയുടെ ആന്തരിക ലോകത്തിലേക്ക് നോക്കാനാണ് കെ.പി. അപ്പൻ ശ്രമിക്കുന്നത്.

ഖസാക്കിന്റെ ഇതിഹാസത്തിന്റെ വിശകലനത്തിൽ നിലനിൽക്കുന്ന ഭാഷ പരിശുദ്ധമല്ലാത്തതാണ് എന്നും എഴുത്തുകാരന്റെ ചിന്ത പരിശുദ്ധമാണ് എന്നുമുള്ള അഭിപ്രായം അപ്പൻ പറഞ്ഞുവെക്കുന്നുണ്ട്. 'ദർശനബോധത്തിന്റെ പരശുദ്ധിയും മാദ്ധ്യമത്തിന്റെ മുഷിഞ്ഞ സ്വഭാവവും തമ്മിലുള്ള സഹജമായ കലഹത്തിന്റെ രൂക്ഷത മനസ്സിലാക്കുന്ന ഈ എഴുത്തുകാർ തന്നെയാണ് പ്രതിക്ഷണം പുതുമതോന്നിക്കുന്ന ബിംബങ്ങളുടേയും ആശയങ്ങളെക്കാളേറെ മനോഭാവങ്ങളുടെ ഘനസ്പർശം അനുഭവപ്പെടുത്തിത്തരാൻ ശക്തിയുള്ള വിവരണകലയുടേയും സഹായത്തോടെ സ്വന്തം മാദ്ധ്യമത്തെ നവീകരിക്കാൻ ശ്രമിക്കുന്നത്.' ഒ.വി. വിജയൻ ഇത്തരത്തിൽ 'ശബ്ദത്തെ ഉടച്ച് അകത്തുകടന്നു പരമാർത്ഥം ദർശിക്കാനും ആ അനുഭവത്തിന്റെ അറിവിൽ പുതിയ ഭാഷ സൃഷ്ടിക്കാനും' ശ്രമിച്ചു. പരമാർത്ഥം ദർശിക്കുന്നയാളാണ് എഴുത്തുകാരൻ എന്ന സൂചന ഇവിടെ കാണാം.

ഖസാക്കിന്റെ ഇതിഹാസം ഒരു ജീവിതവീക്ഷണമല്ലെന്നും 'അതുകൊണ്ട് ജീവതവീക്ഷണത്തിന്റെ ശില്പം എന്നൊക്കെപ്പറയാവുന്ന രീതിയിൽ ബുദ്ധിജീവിയുടെ തള്ളിനിൽക്കുന്ന നെഞ്ച് ഈ കലാസൃഷ്ടിയുടെ പിന്നിലില്ല. ഇവിടെയുള്ളത് ഒരു സംവേദനലോകം മാത്രമാണ്. സർഗ്ഗാത്മകമായൊരു 'മടയത്തം' പോലെയോ, നിരാനന്ദത്തിന്റെ അവസരത്തിൽക്കണ്ട ചിരിപ്പിക്കുന്ന ബലിദർശനംപോലെയോ മനസ്സ് ചിലതൊക്കെ ഉൾക്കൊള്ളുകയാണ്. പിന്നെ തന്നിൽ മോഹക്ഷതമേല്പിച്ച ഈ കാര്യങ്ങളെക്കുറിച്ച് അനാസക്തിയുടെ തീർത്ഥങ്ങളിൽ ഒഴുകിക്കൊണ്ടെന്നപോലെ എഴുതാൻ തുടങ്ങുന്നു. ഇത്തരം ഒരു മാനസികഭാവമാണ് ഖസാക്കിന്റെ രചനയുടെ പിന്നിലുള്ളത്.' എന്നും അപ്പൻ നിരീക്ഷിക്കുന്നുണ്ട്. ഇവിടെ ചിരിപ്പിക്കുന്ന ബലിദർശനം, അനാസക്തിയുടെ തീർത്ഥങ്ങളിൽ ഒഴുകിക്കൊണ്ടുള്ള എഴുത്ത് എന്നിങ്ങനെ എഴുത്തിനേയും എഴുത്തുകാരനേയും അസാമാന്യമായ പല സൂചനകളാൽ വിശേഷിപ്പിക്കുന്നതുകാണാം.

'എങ്കിലും ഏതു വിലപ്പെട്ട കലാസൃഷ്ടിയിലുമെന്നപോലെ ഖസാക്കിന്റെ ഇതിഹാസത്തിലും യാഥാർത്ഥ്യത്തെക്കുറിച്ചുള്ള എഴുത്തുകാരന്റെ സ്വപ്നദർശനബോധം നിറഞ്ഞുനിൽക്കുന്നു.' യാഥാർത്ഥ്യത്തെക്കുറിച്ചുള്ള സ്വപ്നദർശനബോധമെന്നത് മികച്ച കലാസൃ

ഷ്ടിയുടെ സവിശേഷതയാണെന്നും ഖസാക്ക് അത്തരത്തിലൊരു മികച്ച കൃതിയാണെന്നുമുള്ള സൂചന അപ്പന്റെ ഈ നിരീക്ഷണത്തിലുണ്ട്. അയുക്തികമായ ഒരു വിഷമസമസ്യയാണ് ഖസാക്കിന്റെ ഇതിഹാസമെന്നും അസ്തിത്വത്തിന്റെ അധിപ്രശ്നങ്ങളാണ് ഈ നോവലിന്റെ ബോധത്തെ നിയന്ത്രിക്കുന്ന പ്രധാനഘടകം എന്നും അപ്പൻ പറയുന്നു.

'ഖസാക്കിലെ പ്രകൃതിയും മിഥ്യകളിലൂടെ പ്രകൃതിപ്രതിഭാസങ്ങളെ അറിയാൻ ശ്രമിക്കുന്ന ആ ഗ്രാമത്തിലെ അന്ധവിശ്വാസത്തിന്റെ സൌന്ദര്യവും അപ്പുക്കിളി, മൊല്ലാക്ക, നൈസാമലി, മാധവൻനായർ, ആബിദ, കുഞ്ഞാമിന എന്നീ കഥാപാത്രങ്ങളും ചരിത്രപരവും സാമൂഹികശാസ്ത്രപരവുമായ ഏതെങ്കിലും വീക്ഷണത്തിന്റെ അന്തരീക്ഷമല്ല, മായയാൽ അകറ്റപ്പെടുകയും ബന്ധിക്കപ്പെടുകയും ചെയ്യുന്ന ഇരകൾ എന്ന നിലയിൽ പ്രത്യക്ഷപ്പെട്ട് വ്യർത്ഥമായി ഉത്തരം തേടാൻ നമ്മെ പ്രേരിപ്പിക്കുന്ന ഏതോ ഭ്രാന്തിജ്ഞാനത്തിന്റെ അന്തരീക്ഷമാണ് സൃഷ്ടിക്കുന്നത്. ഈ നോവലിൽ ആവർത്തിക്കപ്പെടുന്ന മൃഗതൃഷ്ണ, മരീചിക എന്നീ വാക്കുകളും അവയുണർത്തുന്ന ഭാവബന്ധങ്ങളും സകലതുമൊരു ഭ്രാന്തിജ്ഞാനമെന്ന ഈ ദർശനബോധത്തിന് ഒരുതരം മഷികാന്തി നൽകിക്കൊണ്ട് വീണ്ടും അതിനെ ദുരൂഹമാക്കിത്തീർക്കുന്നു.' ഇവിടെയും നോവലിന്റെ ദർശനബോധത്തിലാണ് അപ്പൻ ഊന്നുന്നത്.

'ജീവിതം നൽകുന്ന ഈ ദുർജ്ഞേയദുഃഖത്തിന്റെ നേരേ നോക്കി ചിരിക്കുകയാണ്, രവി എന്ന കഥാപാത്രത്തിന്റെ സൃഷ്ടിയിലൂടെ നോവലിസ്റ്റ് ചെയ്യുന്നത്. എന്നാൽ ഇത് ആനന്ദത്തിന്റെ ചിരിയല്ല, മനുഷ്യന്റെ ദാരുണമായ അവസ്ഥയുടെ നേർക്കുള്ള നിരാനന്ദത്തിന്റെ ചിരിയാണ്. എഴുത്തുകാരൻ ഇവിടെ ദാർശനികമായ ഒരു കോമാളിയായിത്തീരുന്നു.' ഇവിടെ കഥാപാത്രത്തിനു പുറകിൽ നോവലിസ്റ്റിന്റെ സാന്നിധ്യം ഉറപ്പിക്കുന്നുണ്ട്. നിരാശ, ദാരുണാവസ്ഥ, നിരാനന്ദം എന്നിങ്ങനെ ദുരന്തത്തിന്റെ ആവിഷ്കാരമാണിത് എന്ന തരത്തിൽ വ്യാഖ്യാനിക്കുന്നു. ഈ ചിരി നോവലിൽ ഉടനീളം 'കലുഷസുഖം പകരുന്ന ഫലിതമായി വ്യാപിച്ചുനിൽക്കുന്നു.' എന്ന് അപ്പൻ നിരീക്ഷിക്കുന്നു. രവി മരിക്കുന്ന സന്ദർഭത്തിൽ മരണം രവി ഏറ്റുവാങ്ങുകയാണെന്നാണ് അപ്പൻ പറയുന്നത്. ഒരു പാവകളിക്ക് സമാനമായി രവി സ്വയം പാമ്പിന് നിവേദിക്കുന്നുവെന്നാണ് അപ്പൻ പറയുന്നത്. 'നിരാനന്ദത്തിന്റെ സാന്ദ്രമായ കൗതുകത്തോടെ രവി, പാമ്പിനു സ്വയം നിവേദ്യമായിത്തീരുന്നതിന്റെ വിവരണ

കല മൃതിഭീകരമായ ഒരു പാവകളിയെ മാത്രം അനുസ്മരിപ്പിക്കുന്ന ഒന്നാണ്.' മരണം ക്രൂരമായ ഒരു ഫലിതമാണെന്നാണ് അപ്പൻ ഇവിടെയും സൂചിപ്പിക്കുന്നത്. ദാർശനികതയുടെ ആദർശവൽക്കരണം ഇവിടെയും കാണാം.

'വിഷബാധയേറ്റ് മരണം എന്ന അപാരമായ പ്രതിഭാസത്തെ അറിയുന്ന ഇടവേളകളിൽ 'രവി ചാഞ്ഞുകിടന്നു ചിരിച്ചു.' എന്നുകൂടി എഴുതിച്ചേർത്ത നോവലിസ്റ്റ് മലയാളസാഹിത്യത്തിന് അപരിചിതമായ വിധത്തിൽ അസുരച്ചിരി ചിരിക്കുന്ന യോഗിയായിത്തീരുകയാണ് ചെയ്യുന്നത്.' എഴുത്തുകാരൻ യോഗിയാണെന്നും ദാർശനികവ്യഥയാണ് അയാളുടെ പ്രശ്നമെന്നും കഥാപാത്രത്തിന്റെ സന്ദർഭത്തെ ഉപയോഗിച്ച് പറയുകയാണിവിടെ. മരണത്തിന്റെ ഈ ആവിഷ്കാരം, 'പ്രതിരോധിക്കാനാവാത്ത ഒരു ഘനസ്പർശമായി വായനക്കാരന്റെ ബോധത്തെ കീഴടക്കുകയും ചെയ്യുന്നു.' എന്ന് പറയുമ്പോൾ സക്രിയമായ എഴുത്തുകാരന്റെ ഇടപെടലും നിഷ്ക്രിയമായ വായനക്കാരന്റെ നിൽപ്പും എന്ന തരത്തിലാണ് സാഹിത്യം ഇടപെടുന്നത്.

ഒ.വി.വിജയൻ എന്ന നോവലിസ്റ്റിന്റെ 'സർഗ്ഗാത്മകമായ ഉന്മാദം' സമർത്ഥിക്കാനുള്ള നിരവധി ശ്രമങ്ങൾ ഇതിൽക്കാണാം.

'...ദുഃഖത്തേയും ഫലിതത്തേയും കലർത്തി, ഉപയോഗിക്കുന്നതുകൊണ്ടുമാത്രം ഭിന്നഗതിയായ മനോഭാവങ്ങളുടെ അന്വയങ്ങൾ സൃഷ്ടിക്കാനുള്ള വിജയന്റെ സർഗ്ഗാത്മകമായ ഉന്മാദം അവസാനിക്കുന്നില്ല. അപരിചിതഭാവങ്ങളുടെ തീരങ്ങൾതേടി അതു മറ്റുവഴിക്കു തിരിയുന്നു.'

ഡൂറലിനെപ്പോലെ തന്നെ വിജയനും വിഷയാസക്തിയുടെ കാളിന്ദിയിൽനിന്നു സൗന്ദര്യം സൃഷ്ടിക്കാൻ ശ്രമിക്കുന്നു. രവിയുടെ സ്വഭാവത്തിൽത്തന്നെ ഭിന്നഗതിയായ ഈ രണ്ടു ഭാവങ്ങളുടേയും അന്വയങ്ങൾ കാണാം. പാപത്തിന്റെ ഇരുണ്ട നിർവൃതി അനുഭവിച്ചുകൊണ്ടുതന്നെ ശമപ്രധാനമായ ജീവിതം നയിക്കുന്ന രവിയുടെ മനോഭാവം ഇതിനുതെളിവാണ്. ആശാബദ്ധമായ ഈ സംസാരത്തിൽ പ്രത്യേകിച്ചൊരു തൃഷ്ണയുമില്ലാതെ ജീവിക്കുകയും അതേസമയം തന്നെ ഖസാക്കിലെ വേശ്യയെയും ആശ്രമത്തിലെ സുന്ദരിയായ സ്വാമിനിയെയും കിരാതസുഖത്തോടെ അനുഭവിക്കുകയും ചെയ്യുന്ന രവിയുടെ പ്രവൃത്തികളും ഇതിനു തെളിവാണ്. നോവലിസ്റ്റ് പറയുന്നതുപോലെ കാലം തന്നെയും ഖസാക്കിൽ സ്നേഹവും പാപവും തേഞ്ഞുതേഞ്ഞില്ലാതാകുന്ന വർഷങ്ങളായി മാ

റിക്കൊണ്ടിരിക്കുന്നു. ഇതെല്ലാം വിഷയാസക്തിയും യോഗാനുഭൂതിയും പരസ്പരം ലയിച്ചു രൂപപ്പെടുന്ന ദർശനബോധത്തിന്റെ സ്വഭാവത്തെയാണ് പുറത്തുകൊണ്ടുവരുന്നത്. രവിയുടെ പ്രവൃത്തികൾക്ക് ദാർശനികമായ പിന്തുണ നൽകുന്നു. രവിയുടെ പ്രവൃത്തികളുടെ ഉത്തരവാദിത്തത്തിൽനിന്ന് രവിയേയും നോവലിസ്റ്റിനേയും മുക്തമാക്കുന്നു. ഇതെല്ലാം സർഗ്ഗാത്മകതയുടെ ഉന്മാദമായി കണക്കാക്കുന്നു.

ഈ ദർശനബോധം ഭാഷയിലും പ്രതീകങ്ങളിലും വ്യാപിച്ചിരിക്കുന്നുവെന്നും അപ്പൻ നിരീക്ഷിക്കുന്നു. "കൂർത്ത വസ്തുക്കൾ പുരുഷലിംഗത്തിന്റെ സാർവ്വലൌകിക പ്രതീകങ്ങളാണെന്ന് മനശ്ശാസ്ത്രജ്ഞന്മാർ ചൂണ്ടിക്കാണിച്ചിട്ടുണ്ട്."

'കുട്ടാടൻ, പൂജാരിയുടെ മടിയിൽക്കിടക്കുന്ന വാൾ എന്നിങ്ങനെയുള്ള വ്യക്തമായ പുരുഷലിംഗപ്രതീകങ്ങൾ കൊണ്ടുവരുക, മണ്ണിൽ വീഴുന്ന ആർത്തവരക്തത്തുള്ളികളെ നന്മതിന്മകൾക്കതീതമായി നിന്നുകൊണ്ടു സിന്ദൂരക്കുറികളായിക്കാണുക, വസൂരിയെ വർണ്ണിക്കുമ്പോൾ 'ചലത്തിന്റെ ജമന്തിപ്പൂക്കൾ വിതറുന്ന നല്ലമ്മയെ ഖസാക്കുകാർ കാമിച്ചു.' എന്ന് എഴുതുക, സുരതക്രിയപോലെ രോഗം ആനന്ദമൂർഛയായി എന്നു സങ്കൽപിക്കുക, ഇതിനിടയിൽ ആശാപാശങ്ങൾ, ആലില, കർമ്മബന്ധങ്ങൾ കൈനീട്ടി വിളിക്കുന്ന പൊരുൾ എന്നിങ്ങനെ യോഗാത്മകഗൌരവമുള്ള ഭാരതീയ വാങ്മയങ്ങൾ ആവർത്തിച്ചു പ്രയോഗിക്കുക ഈ സങ്കീർണ്ണ മനോഭാവം യോഗാനുഭൂതിയും വിഷയാസക്തിയും കലർന്നൊഴുകുന്നതിന്റെ ഉത്തമസാക്ഷ്യങ്ങൾ തന്നെയാണ്.' ഇത്തരത്തിൽ വിഷയാസക്തിയും ആദ്ധ്യാത്മികഭാവവും കൂടിക്കലർന്നുവരുന്ന സന്ദർഭങ്ങൾ ദർശനബോധത്തിന്റെ ആവിഷ്കാരമായാണ് അപ്പൻ കാണുന്നത്. ഇത് നോവലിസ്റ്റിന്റെ ഉഭയസ്വഭാവത്തെയാണ് കാണിക്കുന്നതെന്നും അപ്പൻ നിരീക്ഷിക്കുന്നു. 'വൈകാരികമായ ഈ ഉഭയസ്വഭാവമാണ് യുക്തിക്കു വഴങ്ങാതെ നിൽക്കുന്ന ജീവിതമെന്ന ഗഹനസമസ്യയെ അറിയാൻ ഈ എഴുത്തുകാരനെ കൂടുതൽ ശക്തനാക്കുന്നത്.' അയുക്തികമായ ജീവിതത്തെ മനസ്സിലാക്കാൻ എഴുത്തുകാരനെ പ്രാപ്തനാക്കുന്നത് യോഗാനുഭൂതിയും വിഷയാസക്തിയും കൂടിക്കലർന്ന വൈകാരികാവസ്ഥയാണെന്ന് പറയുന്നതിലൂടെ ഈ വൈകാരികാവസ്ഥയ്ക്ക് ധനാത്മകമൂല്യം കൽപിക്കുകയാണ് അപ്പൻ ചെയ്യുന്നത്.

ഉഭയസ്വഭാവത്തോടുകൂടിയ ഈ ദർശനമാണ് ഇക്കാലത്ത് അ

നുയോജ്യമായത് എന്ന് വീണ്ടും അതിനെ മൂല്യവത്താക്കുന്നു. 'വാസ്തവത്തിൽ ഫലിതവും ദുരന്തബോധവും പരസ്പരം ലയിച്ചുകിടക്കുന്ന ഈ ദർശനം മാത്രമാണ് നമ്മുടെ ഈ ഭാവവൈപരീത്യകാലത്ത് ഏറ്റവും യോജിച്ചത്.' ഇവിടെ അനുയോജ്യമായ മാതൃകയെന്ന തരത്തിൽ കൃതിയെ സ്ഥാപിക്കാൻ അപ്പൻ ശ്രമിക്കുന്നു.

'ഇതൊരു ജീവിതമല്ലെന്ന മട്ടിൽ ജീവിക്കുക, സാമൂഹികനിയമങ്ങളെ അംഗീകരിച്ചുകൊണ്ടുതന്നെ അതിന്റെ ലംഘനങ്ങളിൽ ആനന്ദം കണ്ടെത്തുക, ഇതൊന്നും ഒരു പരിത്യാഗമല്ലെന്നമട്ടിൽ സകലതിനേയും പരിത്യജിക്കുക, എല്ലാം അനുഭവിക്കുമ്പോൾത്തന്നെ അന്യനായി നിന്ന് അവയെ അപഗ്രഥിക്കുക, അങ്ങനെ അപഗ്രഥിക്കുമ്പോൾ അന്യനായി നിന്ന് അനുഭവിക്കുക, ഇത്തരമൊരു മാനസികാവസ്ഥയിലേക്കു നീങ്ങുക എന്നു പറഞ്ഞാൽ നിരാനന്ദത്തിന്റെ ചിരിയിലേക്കു നീങ്ങുക എന്നുതന്നെയാണ് അർത്ഥം.' ഇത് നോവലിസ്റ്റിന്റെ ചിരിയാണെന്നും ഇത് ആനന്ദത്തിൽനിന്നും ജനിക്കുന്ന പൊള്ളയായ ചിരിയിൽനിന്ന് വ്യത്യസ്തമാണെന്നും അപ്പൻ നിരീക്ഷിക്കുന്നു. ദുരന്തത്തിൽനിന്നുള്ള നിരാനന്ദത്തിന്റെ ചിരി ആനന്ദത്തേക്കാൾ മൂല്യവത്താണെന്ന് പറഞ്ഞ് നോവലിലെ രവിയുടെ ജീവിതത്തെ, അതെഴുതിയ നോവലിസ്റ്റിന്റെ പ്രതിഭയെ എല്ലാം അപ്പൻ വാഴ്ത്തുന്നതായി കാണാം.

രവിയുടെ ലൈംഗികപാപബോധം വിഷമാവസ്ഥയുടെ പ്രധാനകാരണമാണെന്നും അതിനെ രാജകൃഷ്ണനും ആഷാമേനോനും ചെയ്തതതുപോലെ ലൈംഗികപാപബോധത്തിന്റെ പരിമിതികളിൽ നോക്കിക്കാണാൻ ഞാനാഗ്രഹിക്കുന്നില്ലെന്നും അപ്പൻ അഭിപ്രായപ്പെടുന്നു. ഇത് ഖസാക്കിന്റെ ഇതിഹാസത്തിലെ ദർശനദുഃഖത്തെ അതിഭൌതികതയുടെ തലത്തിൽനിന്നും മാറ്റി ഭൗതികതയുടെ ബന്ധനത്തിലാക്കുമെന്നാണ് അപ്പൻ അതിന്റെ കാരണമായി പറയുന്നത്. 'ഖസാക്കിന്റെ ഇതിഹാസത്തിലെ പാപബോധം ഒരു പ്രവൃത്തിയുടെ ഫലമായുണ്ടാവുന്ന ഒന്നല്ല. ജനനമരണരൂപമായ ഈ സംസാരഗതിയുടെ സ്ഥിതിയാണത്. ജനിച്ചുപോയി എന്ന ദാർശനികപാപമാണ് രവിയുടെ വിഷമാവസ്ഥയുടെ പ്രധാനകാരണം. .... ദാർശനികമായ ഈ പാപബോധത്തെ തീവ്രമാക്കാൻ സഹായിച്ച നിമിത്തം മാത്രമാണ് രവിയുടെ ലൈംഗികപാപബോധം.' ഇത്തരത്തിൽ ഭൗതികജീവിതത്തിൽ രവി നടത്തുന്ന ഇടപെടലുകൾക്കെല്ലാം അതിഭൗതികമായ കാരണത്തെ കണ്ടെത്തി കഥാപാത്രത്തെ കുറ്റവിമുക്തമാക്കാൻ അപ്പന്റെ നിരൂപണം ശ്രമിക്കു

ന്നു. ദാർശനികവ്യഥ ആരോപിച്ചുകൊണ്ട് ആത്യന്തികമായ അസ്തിത്വദുഃഖമാണ് അയാളെ അത്തരം പാപങ്ങളിലേക്ക് എത്തിക്കുന്നതെന്ന് സമർത്ഥിക്കാനാണ് അപ്പൻ ശ്രമിക്കുന്നത്. വസൂരിയെന്ന രോഗം സാംക്രമികരോഗമായല്ല ജന്മാന്തരങ്ങളിലേക്ക് വ്യാപിച്ചുനിൽക്കുന്ന അർത്ഥം അതിനുണ്ടെന്ന് അപ്പൻ പറയുന്നു. 'ഭാരതീയ സങ്കൽപത്തിൽ വസൂരി വെറും രോഗമല്ല, പാപരോഗമാണ്. പാപരോഗങ്ങളിൽ പ്രധാനപ്പെട്ട ഒന്നായ വസൂരി രവിയെ മാത്രമല്ല ഖസാക്കിലെ മനുഷ്യരെയാകെ ബാധിക്കുന്നു എന്നതുതന്നെ, പാപം മനുഷ്യജീവിതത്തിന്റെ പൊതുവായ സ്ഥിതിയാണെന്ന ദർശനത്തെ വ്യക്തമായി അവതരിപ്പിക്കുകയാണ് ചെയ്യുന്നത്.' ഇങ്ങനെ രവിയെ പാപമുക്തനാക്കാനുള്ള പല ദൃഷ്ടാന്തങ്ങളും അപ്പൻ നിരത്തുന്നുണ്ട്.

ഇത്തരത്തിൽ മനുഷ്യജീവിതത്തിന്റെ സ്ഥിതിതന്നെ പാപമാണെന്നും ജനിക്കുകയെന്നതാണ് പരമമായ പാപമെന്നുമുള്ള ജീവിതബോധമാണ് ഖസാക്കിന്റെ ഇതിഹാസമെന്ന നോവൽ അവതരിപ്പിക്കുന്നതെന്നാണ് അപ്പൻ നിരീക്ഷിക്കുന്നത്. ഈ പാപത്തിൽനിന്നും രക്ഷനേടാനുള്ള ആഗ്രഹമാണ് നോവലിലെ ഗർഭപാത്രപ്രതീകങ്ങളായി വരുന്നതെന്നും മറ്റുമുള്ള ഉദാഹരണങ്ങളിലൂടെ തന്റെ വാദത്തെ ഉറപ്പിക്കാൻ അപ്പൻ ശ്രമിക്കുന്നു. നോവലിൽ അവതരിപ്പിക്കപ്പെടുന്ന ദാർശനികവ്യഥയെ വിവരിക്കുന്ന സന്ദർഭങ്ങളിൽ ജന്മാന്തരങ്ങളിലെ കർമ്മഫലം, ഭാരതീയചിന്ത, ഭാരതീയസങ്കൽപം എന്നിങ്ങനെയുള്ള യുക്തികളാണ് അപ്പൻ സ്വീകരിക്കുന്നത്.

ഖസാക്കിന്റെ ഇതിഹാസത്തിലെ കാലസങ്കൽപത്തെപ്പറ്റി പറഞ്ഞുകൊണ്ടാണ് ഈ കുറിപ്പവസാനിക്കുന്നത്. വിജയന്റെ ദർശനത്തിലും കാലഭീതിയുണ്ടെന്നും 'എന്നാൽ ഈ ഭീതിയിലും കോമാളിയുടെ ചിരി ചിരിക്കാൻ നോവലിസ്റ്റ് മറക്കുന്നില്ല.' എന്നും അപ്പൻ നിരീക്ഷിക്കുന്നു. കാലഭീതി തകർത്തിട്ടും അതിനെ വേദനിപ്പിക്കുന്ന യാഥാർത്ഥ്യമായി അംഗീകരിച്ചുകൊണ്ട് നിരാനന്ദത്തിന്റെ ചിരിയിലേക്ക് ചലിക്കുകയാണ് നോവലിസ്റ്റ് ചെയ്യുന്നതെന്ന് പറയുന്നു. ഇത്തരത്തിൽ നോവലിലെ കഥാപാത്രങ്ങളും കാലവും പ്രതീകങ്ങളുമെല്ലാം നിരാനന്ദത്തിന്റെ ചിരിയിൽ ലയിച്ചുകിടക്കുകയാണെന്നാണ് അപ്പൻ എത്തിച്ചേരുന്ന നിഗമനം. ഈ ചിരി ഉൾക്കൊള്ളാൻ കഴിയാത്തയാൾക്ക് ഈ നോവൽ ഒരു അടഞ്ഞ പുസ്തകമായിരിക്കും എന്ന് അപ്പൻ പ്രസ്താവിക്കുന്നു. ഇത്തരത്തിൽ ഈ നോവൽ വായിക്കേണ്ടത് ഇങ്ങനെ മാത്രമാണെന്നും അല്ലാത്തപ

ക്ഷം നോവലിലേക്ക് കടക്കാനാവില്ലെന്നും പറയുന്നതിലൂടെ ആസ്വാദനത്തിന്റെ നിയമംകൂടി അപ്പൻ മുന്നോട്ടുവെക്കുകയാണ് ചെയ്യുന്നത്. '....കലാസൃഷ്ടികൾ അരാജകവാദിയായ വിജയന്റെ സംഭാവനകളാണ്. നല്ല കലാകാരന്മാർ പലപ്പോഴും അരാജകവാദികളാണ്' എന്ന പ്രസ്താവനയും അപ്പൻ നടത്തുന്നുണ്ട്.

'മലയാള നോവലിൽ ആദ്യമായി അക്രമത്തെ ഭാഷയിലും ദർശനബോധത്തിലും വീര്യത്തോടെ കലർത്തിയത് കാക്കനാടനാണ്........... അക്രമത്തിന്റേയും ലൈംഗികതയുടേയും സീമകൾ തേടിപ്പോകുന്ന കലാപ്രതിഭയാണ് കാക്കനാടന്റേത്' എന്നു പറഞ്ഞ് എഴുത്തിനെ ആണത്തത്തിന്റേതായ പ്രക്രിയയായി അപ്പൻ ആവിഷ്കരിക്കുന്നുണ്ട്. ഏഴാംമുദ്രയെന്ന നോവലിലെ ബലാൽക്കാരമായ ലൈംഗികവേഴ്ചയെ ഉദ്ധരിച്ചുചേർത്തശേഷം അപ്പൻ പറയുന്നത്, 'അനുരാഗാതിശയത്തിൽ നിന്നുതന്നെ ജനിച്ച പവിത്രമായ ലൈംഗികബന്ധമാണ് ഇവിടെ അവതരിപ്പിക്കുന്നത്. എന്നാൽ ഈ ലൈംഗികവേഴ്ചയെ പറിച്ചെറിയുക, ക്ഷതങ്ങൾ ഏൽപ്പിക്കുക, കടിച്ചുമുറിക്കുക, കെട്ടിവരിയുക, ആക്രമിക്കുക, പകരം ചോദിക്കുക, ബലാത്സംഗം ചെയ്യുക എന്നിങ്ങനെയുള്ള ബലപ്രയോഗത്തിന്റെ ഭാഷയിലേക്ക് പരിഭാഷപ്പെടുത്തി അവതരിപ്പിക്കുന്ന രീതി ഈ എഴുത്തുകാരന്റെ കലാപ്രതിഭയുടെ അക്രമവാസനയെ ഒരു തെളിഞ്ഞ ചിത്രമാക്കി മാറ്റുന്നു. ഈ അക്രമഭാവം കൃത്രിമമായി സൃഷ്ടിക്കുന്നതല്ല. വേദപുസ്തകസംസ്കാരത്തിന്റെ സ്വഭാവമഹിമയെപ്പോലെ ക്ഷത്രിയസ്വഭാവവും ഈ നോവലിസ്റ്റിന്റെ വ്യക്തിത്വത്തിൽ കലർന്നിരിക്കുന്നു. ഈ ക്ഷത്രിയവീര്യമാണ് വാക്കുകൾ യോദ്ധാവിനെപ്പോലെ എടുത്തു പെരുമാറാനും ഭാഷയിൽ ശൗര്യം നിറഞ്ഞ പരുക്കൻ സ്വരം കലർത്താനും കാക്കനാടനെ പ്രേരിപ്പിച്ചത്.' എന്നാണ്. ഇവിടെ എഴുത്ത് ആണത്തത്തിന്റേതായ സക്രിയത നിറഞ്ഞതും സവർണവുമായ പ്രക്രിയയായി മാറുന്നു.

ഉപസംഹാരം

മലയാളത്തിലെ ആധുനിക നിരൂപണം മുന്നോട്ടുവെക്കുന്ന എഴുത്തുകാരൻ എന്ന സങ്കൽപം ഉറച്ചതും ഏകശിലാത്മകവും ആണത്തത്തിന്റെ സവിശേഷതകൾ വഹിക്കുന്നതുമാണ് എന്ന് ഇവിടെ വിശകലനത്തിനെടുത്ത മാതൃകകളിൽ നിന്നും വ്യക്തമാണ്. വ്യക്തിക്കും വ്യക്തിയുടെ ഇച്ഛാശക്തിയ്ക്കും അമിതമായ പ്രാധാന്യം നൽകിയ ഹ്യൂമനിസ്റ്റ് ആശയങ്ങളോടാണ് ഇതിന്റെ ഭാവുകത്വപരിസരം ചേർന്നുനിൽക്കുന്നത്. അത് സ്ത്രീ/ക്വീർ/ദലിത് അ

നുഭവങ്ങളെയെല്ലാം പുറത്തുനിർത്തുന്നതും ചരിത്രനിരപേക്ഷവുമാണ്. കർതൃത്വത്തെ ഉറച്ച ഒന്നായി കാണുന്നതിലൂടെ അതിനകത്തെ നിർവ്വാഹകത്വത്തെ ഇല്ലായ്മ ചെയ്യുന്നതായും കാണാം.

○○

7

പ്രതീകാത്മകതയുടെ സ്വരലയം ജിയുടെ കവിതകളിൽ

ഡോ. മിജോയ് ജോസ്

ആമുഖം

ഒരു ആശയം അല്ലെങ്കിൽ സ്വഭാവം പോലെയുള്ള അമൂർത്തമായ അല്ലെങ്കിൽ അദൃശ്യമായവയെ പ്രതിനിധീകരിക്കാൻ വസ്തുക്കളോ വാക്കുകളോ പോലെ ദൃശ്യമായ എന്തെങ്കിലും ഉപയോഗിക്കുന്ന രീതിയാണ് പ്രതീകാത്മകത. ആന്തരികമായ മനസാക്ഷിയെ പ്രതിനിധീകരിക്കാൻ വില്യം ഷേക്സ്പിയർ ചിഹ്നങ്ങൾ ഉപയോഗിച്ചു. മാക്ബത്തിലെ രക്തം ഇതിനുദാഹരണമാണ്. എഡ്ഗർ അലൻ പോ അത് ഭയവും മരണവും അറിയിക്കാൻ ഉപയോഗിച്ചു. അദ്ദേഹത്തിന്റെ കൃതിയിലെ 'ദി റേവൻ' എന്ന പേരിലുള്ള പക്ഷി ഉദാഹരണമാണ്. വില്യം ബ്ലെയ്ക്ക് മനുഷ്യവികാരങ്ങളേയും ആഗ്രഹങ്ങളേയും പ്രതിനിധീകരിക്കാൻ മതചിഹ്നങ്ങൾ ഉപയോഗിച്ചു. സാഹിത്യത്തിന്റെ വിഷയം കാലത്തിനനുസരിച്ച് വ്യത്യസ്തമാണെങ്കിലും പ്രതീകാത്മകതയുടെ നിർവചനം സ്ഥിരമായി തുടരുന്നു. എല്ലാ പ്രതീകാത്മകതകളും ഒരു പദത്തിന്റെയോ, വസ്തുവിൻറേയോ സങ്കൽപ്പത്താൽ ഏകീകരിക്കപ്പെടുന്നു. അത് അതിന്റെ അക്ഷരാർത്ഥത്തിനപ്പുറം എന്തെങ്കിലും പ്രതിനിധീകരിക്കുന്നു. സാഹിത്യത്തിലെ മതപരമായ പ്രതീകാത്മകതകളിൽ ഊന്നിപ്പറയേണ്ടത് ജോൺ മിൽട്ടന്റെ പാരഡൈസ് ലോസ്റ്റ് ആണ്. അത് ബൈബിളിലെ ഉൽപ്പത്തിയുടെ പുനരാഖ്യാനമാണ്. റഷ്യൻ എഴുത്തുകാരനായ ഫിയോദർ ദസ്തയേവ്സ്കിയുടെ ദ ബ്രദേഴ്സ് കരമസോവ് അതിന്റെ സൂക്ഷ്മമായ പ്രതീകാത്മകതയിൽ പരിശുദ്ധാത്മാവിന്റെ ശാരീരിക പ്രതിനിധാനവും ഉൾപ്പെടുന്നു. ലോകസാഹിത്യത്തിൽ വ്യാപകമാ

യി കാല്പനിക പ്രതീകാത്മകത വ്യാപിച്ചിരിക്കുന്നു. ഷേക്സ്പിയ റിന്റെ സോണറ്റുകൾ മുതൽ അഡ്ന വിൻസെൻറ് മില്ലേയുടെ ആ ധുനിക കാവ്യങ്ങൾ വരെ റൊമാൻറിക് പ്രതീകാത്മകതയ്ക്ക് ഫല ഭൂയിഷ്ഠമായ ഒരു മാധ്യമമായി നില്ക്കുന്നു. പല എഴുത്തുകാരും, കവികളും മെറ്റാഫിസിക്കൽ വികാരങ്ങളെ വിവരിക്കാൻ ശാരീരിക പ്രതീകാത്മകത ഉപയോഗിക്കുന്നു. വില്യം ബട്ട്ലർ, യീറ്റ്സ്, സീമ സ് പീനി തുടങ്ങിയ ആംഗലേയ എഴുത്തുകാരെപ്പോലെ, ഫ്രഞ്ച് എഴുത്തുകാരായ സ്റ്റെഫാൻ മല്ലാർമെ. പോൾ വെർലെയ്ൻ എന്നി വരും പ്രതീകാത്മകതക്ക് പേരുകേട്ടവരാണ്.

പ്രതീകാത്മകതയുടെ വിവിധ ഭാവങ്ങൾ

ഇന്ദ്രിയാനുഭവത്തിലേക്ക് എഴുത്തിനെ ഉയർത്താൻ പ്രതീകാത്മ കതക്ക് കഴിയും. ചിഹ്നങ്ങൾക്ക്, വാക്കുകൾക്ക് അക്ഷരീയവും ആ ലങ്കാരികവുമായ ദ്വയാർത്ഥങ്ങൾ നൽകാൻ കഴിയും. കൂടാതെ എ ഴുത്തുകാർക്ക് കുറച്ചു വാക്കുകൾ കൊണ്ട് കൂടുതൽ പറയാൻ കഴി യും. പ്രതീകാത്മകത എഴുത്തുകാരനും വായനക്കാരനും തമ്മിലു ള്ള ഒരുതരം രഹസ്യഭാഷയായിരിക്കാം. പ്രത്യേകിച്ചും പ്രതീകാ ത്മകത ഇതിനായി ഉപയോഗിക്കാം.

ചിഹ്നങ്ങൾ ഒരു കഥക്ക് വൈകാരിക അനുരണനം നൽകുന്നു. അത് വായനക്കാരിൽ ശാശ്വതമായ മതിപ്പ് സൃഷ്ടിക്കുന്നു. ഉദാഹര ണത്തിന് വില്യം ഷേക്സ്പിയറിന്റെ മാക്ബത്തിൽ കുറ്റബോധമു ള്ള ലേഡി മാക്ബെത്ത്, ഡങ്കൻ രാജാവിനെ കൊന്നതിനുശേഷം വൃത്തിയായി കഴുകാത്ത കൈകളിലെ രക്തംകൊണ്ട് പീഡിപ്പിക്ക പ്പെടുന്നു.

സങ്കീർണ്ണമായ വിഷയങ്ങളിലേക്ക് ചിഹ്നങ്ങൾ ഒരു വിഷ്വൽ ഘ ടകം ചേർക്കുന്നു. സീമസ് ഹീനിയുടെ 1995 ലെ കവിതയിൽ 'എ ഡോഗ് വാസ് ക്രൈയിങ്ങ് ടു നൈറ്റ് ഇൻ വിക്ലോ ആൽസ്' എന്ന കവിതയിൽ മറ്റുള്ളവരുടെ ബോധത്തിൽനിന്ന് വ്യതിചലിക്കുന്ന മ രിച്ച മനുഷ്യരുടെ ആശയം വിവരിക്കാൻ രചയിതാവ് 'കത്തിയ മ രം പുകയിലേക്ക് അപ്രത്യക്ഷമാകുന്നു' എന്ന ചിത്രം ഉപയോഗി ക്കുന്നു. എഫ്. സ്കോട്ട് ഫിറ്റ്സ് ജെറാൾഡിന്റെ 'ദി ഗ്രേറ്റ് ഗാറ്റ്സ് ബി'യിൽ ഉടനീളം ഉപയോഗിച്ചിരുന്ന പച്ച നിറം, ലോംഗ് ഐലൻ ഡിന്റെ വടക്കൻ തീരത്തെ ജീവിതത്തെ നിർവ്വചിക്കുന്ന പണത്തിന്റെ യും ഭൗതികതയുടെയും അടയാളമാണ്. പ്രതീകങ്ങൾക്ക് സ്വഭാവ ഗുണങ്ങൾ പ്രകടിപ്പിക്കാൻ കഴിയും. ഉദാഹരണത്തിന് ഹാരിപോർ ട്ടർ പരമ്പരയിലെ പുസ്തകങ്ങൾ. ഹാരിയുടെ മിന്നൽപ്പിണർ ആ

കൃതിയിലുള്ള വടു, വോൾഡ്മോർട്ട് പ്രഭുവിന്റെ ജീവന് നേരെയുള്ള അക്രമത്തേയും അവനെ രക്ഷിച്ച സ്നേഹത്തേയും പ്രതീകപ്പെടുത്തുന്നു.

പ്രതീകാത്മകത ജിയുടെ കവിതകളിൽ

ജി. ശങ്കരക്കുറുപ്പിന്റെ കവിതകളിൽ പ്രതീകാത്മകത വളരെ സമർത്ഥമായി ഉപയോഗിച്ചിരിക്കുന്നു. ആസ്തിക്യം മുഖ്യധർമ്മമായിട്ടുള്ള കൃതികൾ ജിയുടെ ആദ്യകല കവനങ്ങളിൽ സമൃദ്ധമാണ്. എന്നാൽ പ്രതീകാത്മകത എല്ലാറ്റിലുമില്ല എന്ന് എം. ലീലാവതി, ജിയുടെ തിരഞ്ഞെടുത്ത കവിതകളുടെ അവതാരികയിൽ സൂചിപ്പിച്ചിട്ടുണ്ട്. സത്യസൗന്ദര്യമേ; എന്നാണ് പ്രപഞ്ചൈക സാരഥിക്ക് പകരം 'പൂജാപുഷ്പം' എന്ന കവിതയിൽ ജി. സൂചിപ്പിച്ചിട്ടുള്ളത്. ആരാധ്യശക്തി നിർവ്യക്തികമായിത്തീർന്നിരിക്കുന്നു.

'എന്നുമെനിക്കു നിറമുളവാക്കുക, നിന്നുജ്ജ്വലാനുഗ്രഹത്തിൻ കതിരുകൾ' എന്നാണ് തുടർന്നു വരുന്ന വരികളിൽ ആഗ്രഹിക്കുന്നത്. ഇവിടെ ഈശ്വരസങ്കല്പം വ്യക്തിസങ്കൽപ്പത്തിൽ നിന്ന് 'സത്യസൗന്ദര്യം' എന്ന പ്രതീകത്തിലേക്ക് മാറി ചിന്തിക്കാൻ കവിയെ പ്രേരിപ്പിക്കുന്നു. ഓടക്കുഴൽ, പുഷ്പഗീതം, പങ്കജഗീതം, കാട്ടുമുല്ല, പ്രഭാത ദീപഗീതി, മേഘഗീതം, നിശാഗീതം, സൂര്യകാന്തി, അന്വേഷണം മുതലായ കൃതികൾ പ്രതീകങ്ങളിലൂടെയാണ് ആവിഷ്കൃതമാകുന്നത്. പ്രകൃതിയുമായുള്ള ഐക്യം പ്രാപിക്കലാണ് ശങ്കരക്കുറുപ്പിനെ മിസ്റ്റിക് ആക്കിയതെന്ന് എസ്. ഗുപ്തൻനായർ ഓടക്കുഴലിന്റെ അവതാരികയിൽ അഭിപ്രായപ്പെടുന്നു.

പൂർണ്ണവും അനുഭവൈകവേദ്യമായ സത്യത്തിന്റെ അപൂർണ്ണമായ ഒരാവിഷ്കരണമാണ് പ്രപഞ്ചമെന്ന് വിചാരിക്കുന്നതായി ജി. ശങ്കരക്കുറുപ്പ് തന്നെ അഭിപ്രായപ്പെട്ടിരുന്നു. പുഷ്പഗീതം എന്ന കവിതയിൽ വിശ്വപൂർണ്ണനെ രൂപഹീനനായി വർണ്ണിച്ചിരിക്കുന്നു. വിശ്വപൂർണ്ണനെ എന്റെ ചാപല്യം പൊറുത്താലും ഞാൻ അജ്ഞനായ വനപുഷ്പം ഭൂമിക്ക് അങ്ങയുടെ മേധയെപ്പറ്റി എന്തറിയാം. സമുദ്രത്തെ വെറും മുത്തുച്ചിപ്പി കൊണ്ടളക്കാമോ. ക്ഷുദ്രമായ ഈ പുഷ്പം ഭഗവാന്റെ സാന്നിധ്യം മറന്ന് ഉറങ്ങിപ്പോയി എന്ന് പരിതപിക്കുന്നു.

കാട്ടുമുല്ലയെ കവി ഭൂമിയുടെ മൃദുനിർമ്മലഹാസമായി വർണ്ണിച്ചിരിക്കുന്നു. നയനചുംബിയായ നവ്യപ്രകാശമായി കരുതുന്നു: കാട്ടുമുല്ലയെ നിസ്തുല വിശ്വോത്സവത്തിനായ് ഉയരുന്ന നീരാളച്ചെങ്കൊടിക്കൂറയായ് കവി ചൂണ്ടിക്കാണിക്കുന്നു. സന്തോഷത്താൽ ആ

കാശതാരകമിഴി നിന്നെക്കൂടി സ്പർശിക്കുന്നു. അങ്ങനെ കാട്ടുമുല്ലയെ ആരാധ്യശക്തിയുടെ പ്രതീകങ്ങളായി കരുതുന്നു. മേഘഗീതം എന്ന കവിതയിൽ 'നിത്യനാമവിടുത്തെ, പ്രകാശസൗന്ദര്യം

അത്യന്തം നുകർന്നെന്റെ ഹൃദയം തെളിഞ്ഞു' എന്നു പാടുന്നു.

'പാഴ്മണ്ണിൻ വികാരമാം ഞാനെങ്ങ് തേജോരൂപ

ശ്രീമാനങ്ങെങ്ങ്' എന്ന് പങ്കജഗീതത്തിലും

'സർവ്വസന്നുതൻ സവിതാ

വെങ്ങെങ്ങു നിർഗ്ഗന്ധം പുഷ്പം' എന്ന് സൂര്യകാന്തിയും

'ലോകങ്ങൾക്കൊക്കെയും മേലെ ലസിക്കുന്നോ

രേകസനാതനാത്മാവങ്ങെങ്ങോ' എന്ന് നിശാഗീതത്തിലും പാടുന്നു.

പങ്കജവും സൂര്യകാന്തിയുമെല്ലാം ആരാധ്യശക്തിയുടെ മുന്നിൽ തങ്ങളുടെ നിശൂന്യതയെപ്പറ്റി ഓർക്കുന്നു. ആരാധ്യശക്തിയാകട്ടെ എല്ലായ്പ്പോഴും ആ അപകർഷതാബോധത്തെ മായ്ച്ചുകളയത്തക്കവണ്ണം കരുണാദ്രമായി, വാത്സല്യാന്ധമായി പ്രവർത്തിക്കുന്നതായും ചിത്രീകരിച്ചിരിക്കുന്നു. പുഷ്പം, സൂര്യകാന്തി, നിശ, കാട്ടുമുല്ല, മേഘം, ഹിമബിന്ദു, പ്രഭാതദീപം മുതലായ പ്രതീകങ്ങൾ ധ്വനിപ്പിക്കുന്ന ഭാവങ്ങൾ രതി, വിനയം, ഭക്തി, ലജ്ജ, അധീരത, അപകർഷബോധം, ധന്യത, ശോകം മുതലായവയുടെ സ്ത്രൈണ പരിവേഷമാണ്. ഈ സൗമ്യത ഇവിടെ വിരിഞ്ഞ മറ്റൊരു പുലരിയിലും ഞാൻ കണ്ടിട്ടില്ല എന്ന് എം. എൻ. വിജയൻ, സാഹിത്യകൗതുകം അവതാരികയിൽ സൂചിപ്പിക്കുന്നു. അന്വേഷണമെന്ന കവിതയിൽ, കാറ്റ് പ്രതീകമാണെങ്കിലും വാസ്തവത്തിൽ പൗരുഷവും അധീശഭാവവും അല്ല, വിധേയതയും അധീരതയും ആണ് അതിനുള്ളതെന്ന് എം. ലീലാവതി അഭിപ്രായപ്പെടുന്നു. തിരുനാമം എന്ന കവിതയിലെ 'കൂട്ടിലെ കിളി' എന്ന പ്രതീകത്തിലൂടെ ആവിഷ്കൃതമാകുന്നത് ആസ്തിക്യത്തിന്റെ ദീപ്തി മാത്രമാണ്. ഭാരതീയ ചേതനയിൽ വിലയിച്ചു കിടക്കുന്ന ഒരു ആദിബിംബത്തെ ഉന്നിദ്രമാക്കുന്ന കവിതയാണ് 'ശിവതാണ്ഡവം'. വിരാട് രൂപസങ്കല്പം ഹൈന്ദവ മനസ്സിനെ അത്യുദാത്തവും ഭാവതരളവുമായ പ്രണവമന്ത്രത്തിന്റെ ഉന്നതമേഖലയിലേക്കുയർത്തുന്ന ഒരു ആദിബിംബമാണ്. 'എന്റെ വേളി' എന്ന കവിത മരണത്തെയാണ് സൂചിപ്പിക്കുന്നത്. ഇങ്ങനെ ജിയുടെ കവിതകളിൽ പ്രതീകാത്മകതയുടെ സ്വരലയം തെളിഞ്ഞും ഒളിഞ്ഞും നിൽക്കുന്നതായി വായിച്ചെടുക്കാൻ സാധിക്കും.

8

ആഖ്യാനം ഗോവർദ്ധന്റെ യാത്രകളിൽ

ഡോ. ഷൈജി സി. മുരിങ്ങാത്തേരി

കഥ പറയുന്ന സവിശേഷരീതിയാണ് ആഖ്യാനം. 'ഒരു സംഗതി നടന്നതായി പ്രസ്താവിക്കുന്നതിന് പൊതുവെ ചെയ്ത പേരാകുന്നു ആഖ്യാനം എന്നത്. കഥാകഥനം ആണ് ആഖ്യാനത്തിന്റെ സ്വഭാവം.' എ.ഡി. 5-ാം നൂറ്റാണ്ടിനു മുമ്പ് ദക്ഷിണേന്ത്യയിൽ വിപുലമായ സാഹിത്യം രൂപപ്പെട്ടിരുന്നു. അതാണ് സംഘസാഹിത്യം. തൊൽകാപ്പിയത്തിൽ സൂചിതമായിരിക്കുന്ന അകംപുറം കവിതകളിലെല്ലാം കാലദേശനിഷ്ഠമായ ആഖ്യാനസമ്പ്രദായങ്ങളാണ് കാണുന്നത്. അകനാനൂറിലും കുറുന്തൊകൈയിലും മറ്റും നാടകീയമായ കഥാഖ്യാനവും ഒരു കഥാസന്ദർഭം മാത്രം ആധാരമാക്കിയുള്ള കഥനവും കാണാൻ സാധിക്കും. തെക്കേ ഇന്ത്യയിലെ ആഖ്യാനപാരമ്പര്യത്തിന്റെ ശക്തമായ മാതൃകകളാണ് ചിലപ്പതികാരവും മണിമേഖലയും. ഇതിൽ ആഖ്യാനത്തിന് മുഖ്യ അവലംബം സ്ഥലവും കാലവുമാണെന്ന് കാണാം. ചോളദേശത്തുനിന്ന് പാണ്ഡ്യദേശം വഴി ചേരരാജ്യത്ത് വന്നവസാനിക്കുന്ന കഥയുടെ സ്ഥലഗതി ശ്രദ്ധേയമാണ്.

പരമശിവൻ പാർവ്വതിക്ക് കഥപറഞ്ഞ് കൊടുക്കുന്ന രീതിയിലാണ് മഹാഭാരതകഥ രൂപകല്പന ചെയ്തിട്ടുള്ളത്. അനേകം ഉപകഥകളോടുകൂടിയ ബൃഹത്തും മഹത്തുമായ ഈ കഥ ആലേഖനം ചെയ്യാൻ ഗണപതിയെ നിയോഗിക്കുന്നതിൽ കാണിക്കുന്ന പുതുമയും ശ്രദ്ധേയമാണ്. വ്യാസൻ നേരിട്ട് കഥ പറയുന്ന രീതിയാണെങ്കിലും യുദ്ധവർണ്ണനകൾക്ക് സഞ്ജയനെ നിയോഗിക്കുന്നത് ശ്രദ്ധേയമാണ്. ആഖ്യാനകലയിലെ ബോധാബോധ പ്രേരണകളെ അപഗ്രഥിച്ച് എങ്ങനെയാണ് കഥാകാരൻ കഥ മെനഞ്ഞെടു ക്കുന്നത് എന്ന് അന്വേഷിക്കുന്ന പ്രക്രിയയാണ് ആഖ്യാനശാസ്ത്രം.

ഒരു കൃതിയുടെ ആഖ്യാന സവിശേഷത കണ്ടെത്താൻ അതിൽ ഉൾച്ചേരുന്ന ആഖ്യാനഘടകങ്ങളെ സൂക്ഷ്മമായി അപഗ്രഥിക്കണം. ഇതിവൃത്തം, കഥാപാത്രം, ദർശനം, ഭാഷ, കാലം, സ്ഥലം എന്നിവയാണ് ആഖ്യാനഘടകങ്ങൾ. ഇവ പരിശോധിച്ച് ഗോവർധന്റെ യാത്രകളിലെ ആഖ്യാനത്തെ അടയാളപ്പെടുത്തുകയാണ് ഈ പ്രബന്ധത്തിന്റെ ലക്ഷ്യം.

ഇതിവൃത്തം

മനുഷ്യനെ സംബന്ധിക്കുന്ന പ്രശ്നങ്ങളും ദുരന്തങ്ങളും മനുഷ്യചിന്തയെ തീവ്ര സംഘർഷങ്ങളിലേക്ക് തള്ളിവിടമ്പോഴാണ് ഉത്തമമായ കഥ ജനിക്കുന്നത്. ഈ കഥയെ കാലദേശങ്ങളോടെ കഥാപാത്രങ്ങളിലൂടെ ആവിഷ്കരിക്കുന്നതാണ് ഇതിവൃത്തം. ഇതിവൃത്തമാണ് നോവലിലെ കഥാപാത്രങ്ങൾക്ക് പ്രവർത്തി ക്കാനുള്ള തട്ടകം ഒരുക്കുന്നത്.

നീതി നിഷേധിക്കപ്പെടുന്നവരുടെ സമൂഹവും നീതി നടപ്പിലാക്കുന്ന അധികാരികളുടെ സമൂഹവുമാണ് ലോകവ്യവസ്ഥിതികളെ രൂപപ്പെടുത്തുന്നത് എന്ന ചിന്തയെ അവതരിപ്പിച്ചുകൊണ്ടാണ് നോവൽ ആരംഭിക്കുന്നത്. 'നീതി കാത്തിരിക്കുന്നവനേയും അവന്റെ നീതി അപഹരിക്കുന്നവനെയും ചുറ്റിയുണ്ടായ പ്രതിഭാസങ്ങളല്ലേ നമ്മുടെ നഗരങ്ങൾ.' ആധുനിക നാഗരികതയുടെ രൂപീകരണവും നഗരവാസിയുടെ നീതിബോധത്തിന്റെ വ്യവസ്ഥാപിത രൂപമായ കോടതിയുടെ ചിത്രീകരണവും കൊണ്ടാണ് നോവലിസ്റ്റ് ഇതിവൃത്തത്തിൽ നീതി എന്ന പ്രശ്നത്തെ അവതരിപ്പിക്കുന്നത്. ഒരു നൂറ്റാണ്ടു മുമ്പ് നീതിയെ സംബന്ധിക്കുന്ന സാർവ്വകാലിക പ്രശനം അവതരിപ്പിച്ച ഭാരതേന്ദു ഹരിശ്ചന്ദ്രയുടെ അംധേർ നഗരി ചൗപട് രാജാ എന്ന പ്രഹസനത്തിലെ മുഖ്യകഥാപാത്രമായ ഗോവർദ്ധനെ നോവലിലെ ക്രിയയുടെ കേന്ദ്രമായി സ്വീകരിക്കുന്നത് ഇതിവൃത്തത്തിലെ പുതുമയാണ്. ഗോവർദ്ധന്റെ നീതിനിഷേധത്തിന് കാലാകാലമായി നിലനിൽക്കുന്ന അധികാരത്തിന്റെ നീതിബോധമാണ് ഉത്തരവാദിയെന്ന് കണ്ടെത്തുന്ന ആനന്ദ്, കാലത്തിലൂടെ നീതിതേടി അലയാൻ അയാളെ സ്വതന്ത്രനാക്കുന്നു. ഗോവർദ്ധനെ നിർബാധം പിൻതുടരുന്ന നോവലിസ്റ്റ് സംസ്കാരത്തിന്റെ വ്യവസ്ഥാപിത മുഖങ്ങളെയും പുനർവിചാരണക്കു വിധേയമാക്കുന്നു. ചരിത്രത്തിലും പുരാണത്തിലും നീതിനിഷേധിക്കപ്പെട്ട അനേകം മനുഷ്യരെ കാലത്തിലൂടെ നീതിതേടി അലയാൻ വിടുന്നതാണ് ഗോവർദ്ധന്റെ യാത്രകളുടെ ഇതിവൃത്തം.

ശാസ്ത്രസാങ്കേതിക ചരിത്രവഴികളിലെ കഥാപാത്രങ്ങളുടെ ചിത്രീകരണങ്ങളിലൂടെ ഇതിവൃത്തത്തിന് പുതിയ മാനം കൈവരുന്നു. ഇതിവൃത്തം ഉന്നയിക്കുന്ന തീവ്രമായ നീതിപ്രശ്നം കാലത്തിലേക്കും മനുഷ്യമസ്തിഷ്കത്തിലേക്കും പ്രഹരമേല്പിക്കുമാറ് ഇട്ട്കൊടുത്തുകൊണ്ടാണ് നോവലിസ്റ്റ് പിൻമാറുന്നത്. 'കഥ അവസാനിച്ചു എന്ന് കരുതി ഒരു നോവലും ഞാൻ നിർത്തിയിട്ടില്ല. ഒരു ഘട്ടത്തിൽ എഴുത്തുകാരൻ പിൻവാങ്ങണം എന്നേ ഞാൻ മനസ്സിലാക്കിയിട്ടുള്ളൂ. അവിടന്നങ്ങോട്ട് കൃതിയെ മുന്നോട്ട് കൊണ്ടുപോകുവാൻ വായനക്കാരന് മനസ്സിലാകുന്ന ഘട്ടത്തിൽ.'

കഥാപാത്രങ്ങൾ

കഥാസന്ദർഭങ്ങളിൽ ക്രിയാത്മകമായി ഇടപെടുന്നവരാണ് കഥാപാത്രങ്ങൾ. ഓരോ കഥാപാത്രത്തിനും അവരുടേതായ ആകൃതി പ്രകൃതി സ്വഭാവ സവിശേഷതകളോടെയാണ് നോവലിസ്റ്റ് അവതരിപ്പിക്കുന്നത്. നോവലിൽ ഒരു നിമിഷത്തിന് വേണ്ടി കടന്നുവരുന്ന കഥാപാത്രങ്ങൾക്ക് പോലും കഥാഗതിയിൽ സുസ്ഥിരമായ സ്ഥാനവും നിർണ്ണായകമായ പങ്കും ഉണ്ടായിരിക്കുമ്പോഴാണ് കഥാപാത്ര ചിത്രീകരണം സഫലമാകുന്നത്.

ഗോവർദ്ധൻ: പത്തൊമ്പതാം നൂറ്റാണ്ടിന്റെ ഉത്തരാർദ്ധത്തിൽ ജീവിച്ചിരുന്ന ഭാരതേന്ദു ഹരിശ്ചന്ദ്ര എന്ന നാടകകൃത്ത് ഉത്തര ഭാരതത്തിൽ പ്രചാരത്തിലിരുന്ന നാടോടിക്കഥയെ ഉപജീവിച്ച് അംധേർ നഗരി ചൗപട് രാജ എന്ന പേരിൽ ഒരു പ്രഹസനം എഴുതി നീതി നിഷേധിക്കപ്പെട്ട നിസ്വജനതയുടെ പ്രതീകമായി ഗോർദ്ധനെ അവതരിപ്പിക്കുന്നു. നീതിയുടെ മാർഗങ്ങൾ പരിഹാസ്യമാം വിധം വക്രീകരിക്കുന്നു എന്ന സത്യം മലയാള സാഹിത്യത്തിൽ അവതരിപ്പിക്കാനാണ് ആനന്ദ്, ഗോവർദ്ധൻ എന്ന കഥാപാത്രത്തെ സ്വീകരിച്ചത്. ജീവിതത്തിന്റെ എല്ലാ തുറകളിലും മനുഷ്യനു നീതി നിഷേധിക്കപ്പെടുന്നുവോ? ഈ മനുഷ്യാനുഭവത്തിന്റെ മുഴുവൻ പ്രാധിനിത്യം ഗോവർദ്ധനിൽ ഉണ്ട്. ജീവിതം മുഴുവൻ ഒരു ഇരയായി കഴിയേണ്ടി വരുന്നവനാണ് ഗോവർദ്ധൻ. ഭരണകൂടങ്ങളുടേയും പ്രസ്ഥാനങ്ങളുടേയും നീതിശാസ്ത്രം നൽകിയ ക്രൂരപീഡനങ്ങൾ ഏറ്റുവാങ്ങി തന്റെ ഏകാന്തത മാത്രം കൂട്ടിനായികിട്ടിയ ഗോവർദ്ധൻ ഭൂതവും ഭാവിയും കൂട്ടിക്കുഴയ്ക്കുന്ന തന്റെ വിധിയുടെ വിചിത്രസമസ്യകളിലൂടെ യാത്ര തുടരുന്നു.

ചൗപട് രാജാവ്: അംധേർ നഗരത്തിന്റെ രാജാവാണ് ചൗപട്ട്. ഇതാകട്ടെ അന്ധയായ ദേവതയുടെ ക്രൂരഹസ്തങ്ങളിൽ ഞെരിഞ്ഞ്

നീതിയുടെയും, സ്വാതന്ത്ര്യത്തിന്റെയും ലോകം നഷ്ടപ്പെട്ട ഇരുളിന്റെ ആവാസകേന്ദ്രമാണ്. 'കൂടിക്കാത്ത മദ്യം പോലെയാണ് ഭരിക്കാൻ കഴിയാത്ത രാജ്യം' എന്ന വാക്കുകളിലൂടെ തന്റെ ദയനീയമായ അവസ്ഥയെ ചൗപട് രാജാവ് അവതരിപ്പിക്കുന്നു. ഇന്ത്യാചരിത്രത്തിലെ സാമ്രാജ്യത്വവിധേയത്വത്തിന്റെ പ്രതീകമാണ് ചൗപട് രാജാവ്.

അലിദോസ്ത്: അടിമവ്യവസ്ഥിതിയുടെ ഭയാകുലതയും മനുഷ്യത്വത്തിന്റെ മരവിപ്പും, ഭീകരവാദത്തിന്റെ അന്ധതയും വെളിപ്പെടുത്താൻ ആനന്ദ് അവതരിപ്പിക്കുന്ന കഥാപാത്രമാണ് അലിദോസ്ത്. ഭാരതത്തെ കീഴടക്കിയ സാമ്രാജ്യശക്തികളെയും അതിനവരെ സഹായിച്ച ഭീകര പ്രവർത്തനങ്ങളെയും വെളിച്ചപ്പെടുത്തുക എന്നതാണ് അലി ദോസ്ത് എന്ന കഥാപാത്രത്തിന്റെ ദൗത്യം.

സൽമ/മന്നു: അലിദോസ്തിന്റെ ഭാര്യയും മകളുമായിരുന്നു. സൽമയും മന്നുവും. യുദ്ധത്തിനു പോയ അലിദോസ്ത് തിരിച്ചുവരാതായപ്പോൾ ഗോവർധൻ അവരെ സംരക്ഷിച്ചു. ഗോവർദ്ധനെ കാരാഗൃഹത്തിൽ അടച്ചപ്പോൾ മരിക്കാറായി കിടക്കുന്ന ഠാക്കൂറിന്റെ പത്നിയാവാൻ പാണ്ഡകൾ മന്നുവിനെ പിടിച്ചുകൊണ്ടുപോയി. അയാൾ മരിച്ചപ്പോൾ മന്നുവിനെ ചിതയിലേക്ക് വലിച്ചെറിഞ്ഞു. കലാപത്തിൽ സൽമയെ കോത്വാലും, മന്നുവിനെ ബട്ലറും രക്ഷിക്കുന്നു.

മറിയ: കാളിക്ഷേത്രത്തിലെ ഒരു യൂപത്തിൽ ബലിമൃഗത്തെപ്പോലെ കെട്ടിയിട്ട നിലയിലാണ് മറിയയെ ഗോവർധൻ കണ്ടെത്തിയത്. ഏകാന്തമായ തന്റെ യാത്രയിൽ ഗോവർദ്ധൻ അവളെ തന്റെ സഹയാത്രികയാക്കി. പോലീസുകാർ അവരെ തേടിയെത്തി. ഗോവർധന്റെ ചെവികൾ മുറിച്ച് തെമ്മാടി എന്ന് മുദ്രകുത്തി. മറിയയെ അടിമയാക്കി വിൽക്കാൻ വിധിച്ചു.

കോത്വാൽ: കല്ലുവിന്റെ മതിൽ വീണ് ആട് ചത്തകേസിൽ, ആടിനെ വിൽക്കുന്ന സമയത്ത് ഇടയന്റെ ശ്രദ്ധ തെറ്റിച്ച ആളാണ് കോത്വാൽ മൊയ്നുദീൻ. കോത് വാലിനെ തൂക്കികൊല്ലാൻ ചൗപട് രാജാവ് തീരുമാനിക്കുന്നു. അവസാനം തൂക്കുകയറിന്റെ കുടുക്ക് കോത്വാലിന്റെ കഴുത്തിൽ പാകമാകാതെ വന്നപ്പോൾ കുടുക്കിന് പാകമായി കഴുത്തുള്ള ഗോവർദ്ധനെ തൂക്കാൻ വിധിക്കുന്നു.

നചികേതസ്: കോത്വാൽ ദീനെന്ന ഉദ്ദാലകന്റെയും സൽമ എന്ന സാവിത്രിയുടെയും മകനായി നചികേതസിനെ അവതരിപ്പി

ക്കുന്നു. യമന്റെ പുത്രനായ നചികേതസിന്റെ പേരിട്ട് വിളിക്കുന്ന ഈ കഥാപാത്രം ഉപനിഷത്തിൽ താൻ സ്വീകരിച്ച ധർമ്മത്തെ നോവലിൽ തുടരുന്നു. സഹൃദയന്റെ പ്രതീക്ഷയ്ക്ക് അപ്പുറം പോകുന്ന വളർച്ചയുള്ള കഥാപാത്രങ്ങൾ ഗോവർധന്റെ യാത്രയിൽ കണ്ടെത്താനാവില്ല. അതിനാൽ നോവലിലെ കഥാപാത്രങ്ങൾ പരന്ന കഥാപാത്രങ്ങളാണ്

ദർശനം

യഥാർത്ഥ ജീവിതത്തിന്റെ സ്വപ്നദർശനമാണ് കല. അതുകൊണ്ടുതന്നെ എഴുത്തുകാരന്റെ ദർശനത്തെപറ്റിയുള്ള അന്വേഷണം സങ്കീർണ്ണമാണ്. കൗടില്യന്റെ അർത്ഥശാസ്ത്രവും ഗാന്ധിജിയുടെ തത്വചിന്തകളും സദാചാര നിയമങ്ങളും ആധുനികതയുടെ വേദാന്തവും ഉത്തരാധുനിക ചിന്തകളും ആനന്ദിനെ സ്വാധീനിച്ചിട്ടുണ്ട്. 'ആനന്ദിന്റെ ഗോവർധന്റെ യാത്രകൾ നീതിയും നീതി പ്രതീക്ഷിച്ചിരിക്കുന്നവരുടെ ഒരു സമൂഹവും കച്ചേരികളും കച്ചേരികളിലെ മനുഷ്യർക്കു ചുറ്റും തളം കെട്ടിക്കിടക്കുന്ന കാലവും കൈകാര്യം ചെയ്യുന്നു.' കാലത്തെ നിയന്ത്രിക്കുന്ന നീതിബോധമാണ് ഗോവർധന്റെ യാത്രകളിൽ കണ്ടെത്താനാവുക. നീതി സങ്കല്പം നഷ്ടപ്പെടുമ്പോൾ ചരിത്രവും വർത്തമാനവും ഇല്ലാതാകുന്നു. നിരപരാധിയാണ് എന്ന് അറിഞ്ഞുകൊണ്ടു വധശിക്ഷയ്ക്ക് വിധിക്കപ്പെട്ട വ്യക്തിയാണ് ഗോവർദ്ധൻ. അയാളുടെ തെറ്റ് കുടുക്കിന് പാകമായ കഴുത്ത് ഉണ്ട് എന്നതാണ്. ഗോവർദ്ധൻ ഉയർത്തുന്ന ചോദ്യം കേവല നീതിയെക്കുറിച്ച് മാത്രമല്ല. ഭരണസംഹിതയോടും ചരിത്രത്തോടുമുള്ള കലാപമാണ്. തന്നെപ്പോലെത്തന്നെ നിരപരാധികളായ മനുഷ്യനെ ചരിത്രത്തിലുടനീളം ഗോവർദ്ധൻ കണ്ടെത്തുന്നു. സാധാരണ മനുഷ്യന്റെ അവസ്ഥ എന്നും ഇരയുടേതാണ് എന്ന ബോധമാണ് നോവൽ ആത്യന്തികമായി കാഴ്ചവക്കുന്നത്.

ഭാഷ

കാലദേശാതിസത്യങ്ങളെ ഭാഷയിലേക്ക് പരിവർത്തിപ്പിക്കുമ്പോൾ നിലവിലുള്ള പദങ്ങൾ അപര്യാപ്തമാവുകയും പുതിയ ഭാഷയ്ക്കു വേണ്ടിയുള്ള അന്വേഷണം അനിവാര്യമാവുകയും ചെയ്യും. ഭാഷാപരമായ ഈ സന്നിഗ്ദ്ധത അനുഭവിച്ച നോവലിസ്റ്റാണ് ആനന്ദ്. ബിംബഭാഷയിലൂടെയും നാടോടി വാങ്മയങ്ങളിലൂടെയും സമകാലികർ ഈ പ്രശ്നത്തെ അതിജീവിക്കുവാൻ ശ്രമിച്ചപ്പോൾ ശാസ്ത്രീയവും നിസ്സംഗവുമായ ശൈലിയും ചരിത്രത്തിന്റെ പശ്ചാത്തലത്തവും, സംവാദത്തിന്റെ ചടുലതയും ചിന്തയുടെ

ഭാരവുമുള്ള ഭാഷയുമാണ് ആനന്ദ് സ്വീകരിച്ചത്. 'ഞാനുദ്ദേശിക്കുന്ന കാര്യങ്ങൾ എനിക്ക് പറയാൻ അനുയോജ്യമെന്ന് എനിക്ക് തോന്നുന്ന ഭാഷയാണ് ഞാൻ സൃഷ്ടിക്കുന്നത്.' നീതി നിഷേധിക്കുന്ന ജനതയുടെ വിങ്ങൽ അനുഭവപ്പെടുത്താൻ തികച്ചും നിസ്സംഗമായ ഭാഷാശൈലിയാണ് ആനന്ദ് ഉപയോഗിക്കുന്നത്. തൂക്കിലേറ്റാൻ ശിക്ഷിക്കപ്പെട്ട ഗോവർധനെ കാരാഗൃഹത്തിൽ നിന്ന് പുറത്തേക്ക് ഇറക്കുമ്പോൾ ആനന്ദ് അയാളുടെ മാനസികഭാവങ്ങൾക്ക് വാക്കുകൾ നൽകുന്നില്ല. ചിന്തയുടെ ഭാരം കൊണ്ട് കഥാപാത്രങ്ങളെയും അനുവാചകനെയും പലപ്പോഴും ബുദ്ധിമുട്ടിക്കുന്ന ഭാഷയാണ് ആനന്ദ് സ്വീകരിച്ചിട്ടുള്ളത്.

സ്ഥലം

നോവലിലെ ക്രിയകൾക്ക് തട്ടകമൊരുക്കുകയും അവയുടെ നിലനിൽപ്പിനെ നിർണ്ണയിക്കുകയും ചെയ്യുന്നത് സ്ഥലസങ്കല്പമാണ്. കഥാകാരന്റെ ദർശനം പൂർത്തിയാക്കുന്നത് ഈ സ്ഥലപരിധിയ്ക്കുള്ളിലാണ്. കഥയുടെ സാമൂഹികാന്തരീക്ഷമാണ് സ്ഥലം എന്ന ബാക്തിയൻ നിരീക്ഷണം നോവലിന്റെ സ്ഥലത്തെ കേവലം പശ്ചാത്തലം എന്ന അവസ്ഥയിൽ നിന്ന് വിശാലമാക്കുന്നു. ഗോവർധന്റെ യാത്രകളിൽ ആനന്ദ് തന്റെ ദർശനത്തിന്റെ സാമൂഹികാന്തരീക്ഷമായി സ്വീകരിക്കുന്നത് ചരിത്രത്തിലെയും പുരാണത്തിലെയും നീതി പ്രശ്നം നിലനിൽക്കുന്ന ഭൂമികകളെയാണ്. കച്ചേരിവളപ്പുകളെ കേന്ദ്രീകരിച്ച് നഗരവത്ക്കരണം സാധ്യമാകുന്നു എന്ന വീക്ഷണത്തിലൂടെ ആനന്ദ്, ഗോവർദ്ധന്റെ യാത്രകളിൽ സ്ഥലം ക്ലിപ്തപ്പെടുത്തുന്നു. നീതി വിതരണം ചെയ്യുന്ന അധികാരകേന്ദ്രങ്ങളും നീതി നിഷേധിക്കപ്പെടുന്ന സാധാരണജനങ്ങളും ചേരുന്ന സമൂഹമാണ് ഈ കൃതിയിലെ സ്ഥലത്തിൽ ഉൾച്ചേർന്നിരിക്കുന്നത്

കാലം

പ്രപഞ്ചത്തെ അഥവാ ചരിത്രത്തെ വ്യാഖ്യാനിക്കാൻ വേണ്ടി ഉപയോഗിക്കുന്ന സൗകര്യമുള്ള ഒരു സമവാക്യം മാത്രമാണ് ഭൂതം-ഭാവി- വർത്തമാനം എന്നത്. ഈ സമവാക്യത്തിന്റെ കാലാനുക്രമത തകർത്തുകൊണ്ടാണ് കഥാപാത്രങ്ങളെയും സ്ഥലകാലങ്ങളെയും ഗോവർധന്റെ യാത്രയിൽ അവതരിപ്പിച്ചിരിക്കുന്നത്. 'നീതിബോധം ഒരു തീപോലെ ആവേശിക്കാത്ത സമൂഹത്തിന് കാലം തീർച്ചയായും നഷ്ടപ്പെടും.' സംഭവിച്ച് കഴിഞ്ഞവയും സംഭവിക്കാനിരിക്കുന്നവയും ക്രമമില്ലാതെ നോവലിൽ പ്രത്യക്ഷപ്പെടുന്നു. ഭൂത-വർത്തമാന- ഭാവികൾ തമ്മിൽ കുഴഞ്ഞുമറിയുന്ന കാലസങ്കല്

പ്പമാണ് ആനന്ദ്, ഗോവർദ്ധന്റെ യാത്രയിൽ മെനഞ്ഞെടുക്കുന്നത്. എന്താണ് നീതി എന്ന ചോദ്യം വിവിധ ചരിത്രഘട്ടങ്ങളുടെ പശ്ചാത്തലത്തിൽ കാലങ്ങളെ കുഴച്ചുമറിച്ചുകൊണ്ട് ചോദിക്കുകയാണ് ഗോവർധന്റെ യാത്രകളുടെ ആഖ്യാനകാലം. ഇങ്ങനെ കാലം തളംകെട്ടിക്കിടക്കുന്ന പാതയിലൂടെയാണ് ഗോവർധൻ യാത്ര തുടരുന്നത്. പുരാണങ്ങളിൽ നിന്നും സമൂഹത്തിൽ നിന്നും ഒട്ടേറെ ആളുകൾ ഗോവർദ്ധന് ഒപ്പം ചേരുന്നു.

OO

9

വിമർശനാത്മക വ്യവഹാര അപഗ്രഥനം; കെ. ആർ. മീരയുടെ തിരഞ്ഞെടുത്ത കൃതികളിൽ

നിധിന അശോകൻ

ഭാഷയെ ശാസ്ത്രീയമായി അപഗ്രഥിക്കുന്ന ശാസ്ത്രശാഖയാണ് ഭാഷാശാസ്ത്രം. ഭാഷാശാസ്ത്രമേഖലയിലെ സവിശേഷമായ രീതിശാസ്ത്രമാണ് വ്യവഹാരാപഗ്രഥനം. കാര്യകാരണ ബന്ധം ഉളവാക്കുന്ന ഏതൊരു ആഖ്യാനവും വ്യവഹാരം ആണ്. പതിനാറാം നൂറ്റാണ്ടിൽ വ്യവഹാരത്തിന് സംഭാഷണം, വാചികവൃത്തി, ഒന്നിൽ കൂടുതൽ വാക്യങ്ങളെ അപഗ്രഥിക്കുന്ന രീതി എന്ന നിലയിലാണ് അർത്ഥം കൽപ്പിച്ചിരുന്നത്. അതിനാൽ വാമൊഴി സംബന്ധമായതിനെ അപഗ്രഥിക്കുന്നത് വ്യവഹാരാപഗ്രഥനമായും വരമൊഴി സംബന്ധമായതിനെ അപഗ്രഥിക്കുന്നത് പാഠാപഗ്രഥനമായുമാണ് കണക്കാക്കപ്പെട്ടിരുന്നത്. എന്നാൽ ഇന്ന് ഭാഷയിൽ ആവിഷ്കരിക്കുന്ന എന്തിനെയും വ്യവഹാരമായി സ്വീകരിക്കുന്നു.

പോസ്റ്റ് മോഡേൺ തത്വചിന്തകനായ മിഷേൽ ഫുക്കോ സാമൂഹ്യജ്ഞാനവുമായി വ്യവഹാരത്തെ ബന്ധപ്പെടുത്തുന്നുണ്ട്. സാമൂഹ്യ സന്ദർഭങ്ങളിൽ നിന്നും വേറിട്ടൊരു നിലനിൽപ്പ് വ്യവഹാരത്തിനില്ല. സാമൂഹ്യനിലയും പരിത്രസന്ദർഭവും ചേർന്നതാണ് വ്യവഹാരം എന്നദ്ദേഹം സ്ഥാപിക്കുന്നു. ചുരുക്കത്തിൽ സാമൂഹ്യപ്രാധാന്യമുള്ള ചോദ്യങ്ങളെ പുറത്തുകൊണ്ടുവരികയാണ് വ്യവഹാരം ചെയ്യുന്നത്.

വ്യവഹാരാപഗ്രഥനത്തോടൊപ്പം മനസ്സിലാക്കേണ്ട മറ്റൊരു വാക്കാണ് വിമർശനാത്മക വ്യവഹാരാപഗ്രഥനം. സാമൂഹ്യ സന്ദർഭത്തിൽ ഭാഷയെയും വ്യവഹാരത്തെയും വിമർശനാത്മകമായി അ

പഗ്രഥിക്കുന്നതാണ് വ്യവഹാരാപഗ്രഥനം. പ്രത്യശാസ്ത്രത്തിന്റെയും അധികാരത്തിന്റെയും ആധിപത്യത്തിന്റെയും സ്വഭാവത്തെ പഠിക്കുന്നതിന്റെ അടിസ്ഥാനത്തിലാണ് ഈ പഠനരീതി വിമർശനാത്മകം എന്നറിയപ്പെടുന്നത്. വ്യവഹാരാപഗ്രഥനത്തിൽ നിന്നും വ്യത്യസ്തമാണ് വിമർശനാത്മക വ്യവഹാരപഗ്രഥനം. പുറമേ നിന്ന് നോക്കുമ്പോൾ നിഷ്പക്ഷമെന്നും നിഷ്കളങ്കമെന്നും കരുതുന്ന ആശയധാരയുടെ അധികാരഘടനയേയും ആധിപത്യത്തെയും പ്രത്യയശാസ്ത്ര സ്വഭാവത്തെയും വെളിച്ചത്തു കൊണ്ടുവരികയാണ് വിമർശനാത്മക വ്യവഹാരഅപഗ്രഥനത്തിന്റെ പ്രധാനലക്ഷ്യം. വ്യവഹാരത്തിനകത്തുള്ള അധികാരബന്ധം പഠിക്കുന്നത് പോലെ വ്യവഹാരത്തിനു പുറത്തുള്ള അധികാരബന്ധത്തെയും വിമർശനാത്മക വ്യവഹാരപ്രഥാനത്തിലൂടെ പഠിക്കുന്നു.

ഭാഷാശാസ്ത്രത്തിൽ നോർമൽ ഫെയർ ക്ലോ, റുത് വോഡാക്, വാൻ ഡിജിക്, ജാഗർ എന്നിവരാണ് ഈ ആശയത്തെ സിദ്ധാന്തവൽക്കരിച്ച് മുന്നോട്ടുകൊണ്ട് വന്നത്. ലൂയി അൽത്തൂസർ, മിഷേൽ ഫൂക്കോ, അന്റോണിയോ ഗ്രാംഷി, ഹാബർമാസ് തുടങ്ങിയ ചിന്തകരുടെ സിദ്ധാന്തങ്ങളും ഇതിന് അടിസ്ഥാനമായിട്ടുണ്ട്.

എൺപതുകളിൽ അമേരിക്കയിൽ മാർഗറ്റ് താച്ചർ പ്രധാനമന്ത്രിയായിരുന്ന സമയത്ത് നടത്തിയ സാമ്പത്തിക പ്രഖ്യാപനത്തെയും അതിനെ തുടർന്നുണ്ടായ മാധ്യമ അഭിമുഖത്തെയും വിശകലനം ചെയ്ത് ഭാഷയിൽ നിർലീനമായിരുന്ന അധികാരഘടനയെ കണ്ടെത്തുകവഴിയാണ് നോർമൻ ഫെയർ ക്ലോ ഈ ശാഖയ്ക്ക് തുടക്കം കുറിച്ചത്. മുകളിൽ നിന്നും താഴോട്ടാണ് അധികാരം എന്ന അധികാരത്തിന്റെ പരമ്പരാഗത നിർവചനങ്ങളെ തിരസകരിച്ചുകൊണ്ടുള്ള ഫൂക്കോയുടെ ആശയങ്ങളെ പിന്തുടർന്ന് അധികാരസ്വഭാവത്തെ കുറിച്ചുള്ള നിഗമനങ്ങൾ നോർമൻ ഫെയർ ക്ലോ സ്വീകരിച്ചത്. അൽത്തുസറിന്റെ പ്രത്യയശാസ്ത്ര നിർവചനങ്ങളുടെ സ്വീകരണത്തിലൂടെയാണ് ഭാഷയും പ്രത്യയശാസ്ത്രവും എന്ന പഠനരീതിയും വിമർശനാത്മകവ്യവഹാരാപഗ്രഥനത്തിന്റെ ഭാഗമായത്. ആശയസംവേദന ഉപാധിയായ ഭാഷ എത്തരത്തിലാണ് അധികാരത്തെ നിഗൂഢമായി സംവേദനം ചെയ്യുന്നതെന്ന് സാമൂഹിക സന്ദർഭത്തിന്റെ അടിസ്ഥാനത്തിൽ വിശകലനം ചെയ്യുകയാണ് വിമർശനാത്മകവ്യവഹാരാപഗ്രഥനത്തിലൂടെ ചെയ്യുന്നത്. വ്യവഹാരം ആരെയാണ് അഭിസംബോധന ചെയ്യുന്നത്? അങ്ങനെ ചെയ്യുന്നതിൽ കർത്താവിന് എന്തെങ്കിലും നിഗൂഢലക്ഷ്യമുണ്ടോ? എന്നെ

ല്ലമാണ് വിമർശനാത്മക വ്യവഹാരപ്രശ്നം അന്വേഷിക്കുന്നത്.

നോർമൻ ഫെയർ ക്ലോവിന്റെ ത്രിമാനരൂപരേഖ

വിമർശനാത്മകവ്യവഹാരാപഗ്രഥനത്തിൽ നോർമൽ ഫെയർ ക്ലോ, റുത് വോഡാക്, വാൻഡിജിക്, ജാഗർ തുടങ്ങിയവർ പല രീതിശാസ്ത്രങ്ങൾ അവതരിപ്പിച്ചിട്ടുണ്ട്. വാൻഡിജിക് സോഷ്യോകോഹിനിസ്റ്റിക്ക് രീതിയും വോഡാക് സോഷ്യോ ലിംഗ്വിസ്റ്റിക്സ് രീതിയുമാണ് പ്രധാനമായും മുന്നോട്ട് വെച്ചത്. വിമർശനാത്മകവ്യവഹാരാപഗ്രഥനത്തിന്റെ പ്രധാന പദ്ധതി നോർമൻ ഫെയർ ക്ലോവിന്റെ ത്രിമാനരൂപരേഖയാണ്.

നോർമൻ ഫെയർ ക്ലോ വ്യവഹാരത്തെ മൂന്നായി തിരിക്കുന്നു. പാഠം, പ്രയോഗം, സാമൂഹിക പ്രയോഗം എന്നിങ്ങനെ.

വ്യവഹാരമൊരു പാഠമാണ്

വ്യവഹാരത്തിൽ പാഠം എന്നത് ഭാഷയുടെ ആവിഷ്ക്കാരമാണ്. ഡിസ്കോഴ്സ് മാർക്കർ (discourse marker) കണ്ടെത്തുക വഴി പാഠത്തെ അപഗ്രഥിക്കാൻ സാധിക്കുന്നു. ഒരു വ്യവഹാരം കണ്ടാൽ ഏതെന്നു മനസിലാക്കാൻ പറ്റുന്ന തരത്തിലുള്ള വസ്തുതകൾ അതിലടങ്ങിയിട്ടുണ്ടാകും. ഉദാഹരണത്തിന് ഒരു പരസ്യം കണ്ടാൽ അത് പരസ്യമാണെന്ന് തിരിച്ചറിയാനുള്ള ഘടനാരീതികൾ അതിൽ ഉണ്ടായിരിക്കും. അതുകൊണ്ട് അത് പ്രത്യേകമായി എഴുതേണ്ട ആവശ്യം വരുന്നില്ല. വ്യവഹാരത്തെ മനസിലാക്കാൻ കഴിയുന്ന വസ്തുതകളെയാണ് ഡിസ്കോഴ്സ് മാർക്കർ എന്ന് പറയുന്നത്. ചില വ്യവഹാരങ്ങളിൽ നമ്മുക്ക് ഇത്തരം സൂചനകൾ ലഭിക്കണമെന്നില്ല. അത്തരം വ്യവഹാരങ്ങളിൽ അതിലെ പദങ്ങൾ നോക്കി ഡിസ്കോഴ്സ് മാർക്കർ കണ്ടെത്തണം. പാഠത്തിലെ പദങ്ങൾ എടുത്തെടുത്താണ് പാഠാപഗ്രഥനം ചെയ്യുന്നത്. പദാവലികൾ തിരിക്കുക, ഏതുതരത്തിലുള്ള വ്യാകരണഘടന, വാക്യഘടന കാണിക്കുന്നുവെന്ന് കണ്ടെത്തുക, പ്രത്യയങ്ങൾ, സംബോധനകൾ, പരാമർശകപദങ്ങൾ, വിശേഷണപദങ്ങൾ, ക്രിയ, പ്രകാരങ്ങൾ, ഊണം എന്നിവയിലെ അധികാരഘടനകളെ കണ്ടെത്തുക എന്നിവയാണ് പാഠാപഗ്രഥനത്തിലൂടെ ഉദ്ദേശിക്കുന്നത്.

വ്യവഹാരമൊരു പ്രയോഗമാണ്

പദങ്ങൾ, വ്യാകരണങ്ങൾ ഇവ സാമൂഹികസന്ദർഭങ്ങളുമായി അടയാളപ്പെടുത്തുകയാണ് പ്രയോഗത്തിലൂടെ ചെയ്യുന്നത്. സാമൂഹികധർമ്മത്തെ പരിശോധിക്കുകയാണ് ഇതിന്റെ ലക്ഷ്യം.

വ്യവഹാരമൊരു സാമൂഹിക പ്രയോഗമാണ്

വ്യവഹാരത്തിനുള്ളിൽ അടങ്ങിയിരിക്കുന്ന പ്രത്യയശാസ്ത്രം, അധികാരം, വിധേയത്വം എന്നിവയാണ് ഈ ഘട്ടത്തിൽ അപഗ്രഥനം ചെയ്യുന്നത്. വ്യവഹാരവിവരണം, വ്യാഖ്യാനം, വിശദീകരണം എന്നീ തലങ്ങളിലൂടെയാണ് സാമൂഹികപ്രയോഗം കണ്ടെത്തുന്നത്.

നോർമൻ ഫെയർ ക്ലോവിന്റെ ത്രിമാനരൂപരേഖയിലെ ഘട്ടങ്ങളിലൂടെ ഭാഷയിലൂടെ കടന്നുവരുന്ന അധികാരപ്രത്യയശാസ്ത്രങ്ങളെ കണ്ടെത്താൻ കഴിയുന്നു. അതുകൊണ്ടുതന്നെ വിമർശനാത്മകവ്യവഹാരാപഗ്രഥനമെന്നത് ഭാഷയിലെ രാഷ്ട്രീയപാരായണമാണ്

'പുരുഷന്റെ സ്നേഹവും സ്ത്രീയുടെ സ്നേഹവും രണ്ടും രണ്ടാണ്. ആഹ്ലാദിപ്പിക്കുന്നവളെ മാത്രമേ പുരുഷന് സ്നേഹിക്കാൻ കഴിയൂ. സ്ത്രീക്ക് അവളെ വേദനിപ്പിക്കുന്നവനെയും സ്നേഹിക്കുവാൻ കഴിയും.' (ആരാച്ചാർ)

സ്ത്രീയും പുരുഷനും സ്നേഹത്തെ സമീപിക്കുന്നതിലെ വ്യത്യാസമാണ് വരികളിലൂടെ സൂചിപ്പിക്കുന്നത്. തന്നെ ആഹ്ലാദിപ്പിക്കുന്നവളെ മാത്രം സ്നേഹിക്കാൻ കഴിയുന്ന പുരുഷന്റെയും ആഹ്ലാദിപ്പിക്കുന്നവനേയും വേദനിപ്പിക്കുന്നവനെയും സ്നേഹിക്കാൻ കഴിയുന്ന സ്ത്രീയുടെയും പരികൽപ്പനകളാണ് വരികളിൽക്കൂടി പ്രത്യക്ഷത്തിൽ സ്ത്രീ കർത്തൃത്വത്തെ മഹത്വവത്കരിക്കുകയാണ് ഈ വ്യവഹാരത്തിലൂടെ ചെയ്യുന്നത്. എന്നാൽ സൂക്ഷ്മമായി പരിശോധിച്ചാൽ സ്ത്രീ കർതൃത്വത്തെ വേദനിപ്പിക്കുന്നവനെയും സ്നേഹിക്കാൻ ഉതകുന്ന തരത്തിൽ ഉദാരവത്കരിക്കുന്നത്തിലൂടെ വിധേയത്വമനോഭാവം അവരിൽ നിക്ഷിപ്തമാക്കുന്നതായി അവരിൽ പരമ്പരാഗതമായി പുരുഷധിപത്യസമൂഹം ശ്രമിക്കുന്നതായി കാണാം. വേദനിപ്പിക്കുന്നവനെയും സ്നേഹിക്കാൻ കഴിയും എന്ന് നായിക കഥാപാത്രത്തെ കൊണ്ട് പറയിപ്പിക്കുകയാണ് ഇവിടെ. അതുവഴി സ്ത്രീ അങ്ങനെയാവണം എന്ന ധ്വനിയും കടന്നുവരുന്നു. ഉത്തമസ്ത്രീ സങ്കല്പങ്ങളെ ഉടച്ചുവാർത്തുകൊണ്ടെഴുതുന്ന നോവൽ കഥാപാത്രങ്ങളിലൂടെ കടന്നുവരുന്ന സ്ത്രീവിരുദ്ധ സങ്കൽപ്പങ്ങൾ ഇത്തരത്തിൽ മനസിലാക്കാം.

'ഞങ്ങൾ സ്ത്രീകൾ ഒറ്റയ്ക്ക് ഒരു നേട്ടവും കൈവരിക്കാറില്ല. ഞങ്ങളുടെ ജീവിതങ്ങൾ ഒരു ചങ്ങല പോലെ തമ്മിൽ പിണഞ്ഞു കിടക്കുന്നു. ഒരാൾ തുടങ്ങിവച്ചത് മറ്റൊരാൾ പൂർത്തിയാക്കുന്നു. തുടങ്ങി വയ്ക്കുന്നയാൾ ഒരിക്കലും പൂർത്തിയാക്കുന്നില്ല. പൂർത്തി

യാക്കുന്നയാൾ തുടങ്ങിവയ്ക്കുന്നുമില്ല' ആരാച്ചാർ എന്ന നോവലിലെ തന്നെ വരികളാണിത്. സ്ത്രീ ജീവിതം പരസ്പരം കണ്ണിചേർക്കപ്പെട്ടതിനെ പറ്റിയുള്ള സൂചന ഇതിൽ നിന്നു ലഭിക്കുന്നു. സ്ത്രീകളുടെ ഒരുമയും പലകാലങ്ങളിലായി അവരിലൂടെ കടന്നുപോയ അനുഭവങ്ങളും അവർ സാധ്യമാക്കിയ വിജയങ്ങളെയും അനുസ്മരിപ്പിക്കുന്നതാണ് ഈ വരികൾ.

'ഞങ്ങൾ സ്ത്രീകൾ ഒറ്റയ്ക്ക് ഒരു നേട്ടവും കൈവരിക്കാറില്ല.' എന്നാണ് വരികൾ തുടങ്ങുന്നത്. സ്ത്രീകൾ ഒറ്റയ്ക്ക് ഒരു നേട്ടവും കൈവരിക്കാറില്ല എന്ന പ്രസ്താവനയ്ക്കൊപ്പം 'ഞങ്ങൾ' ചേരുമ്പോൾ സ്ത്രീകളുടെ പ്രതിനിധി എന്ന നിലയ്ക്ക് ഒരു സ്ത്രീ പറയുന്നു എന്ന ഒരുറപ്പ് ആ പ്രസ്താവനയ്ക്ക് ലഭിക്കുന്നു. ഒരു സ്ത്രീക്കും ഒറ്റയ്ക്ക് ഒന്നും നേടാൻ ആവില്ലെന്ന പൊതുധാരണയെ ഉറപ്പിക്കുന്നതാണ് ഈ പ്രസ്താവനയെന്ന് മനസിലാക്കാം. കൂട്ടായ്മയെ സൂചിപ്പിക്കുമ്പോൾ പോലും സ്ത്രീകൾക്ക് പരാശ്രയജീവിതം മാത്രമേ സാധ്യമാവുകയുള്ളൂ എന്ന പൊതുബോധനിർമ്മിതികളെ പ്രസ്താവന പിന്തുണയ്ക്കുന്നു. സ്ത്രീകളുടെ ഉന്നമനം എന്ന രീതിയിൽ പ്രസ്താവിക്കപ്പെടുന്ന കാര്യങ്ങൾ സ്ത്രീകൾക്ക് വിപരീതമാകുന്നതെങ്ങനെയെന്ന് ഇവിടെ നിന്ന് മനസിലാകുന്നു.

'മനസ്സ് വായിക്കാൻ പഠിച്ചതിൽ പിന്നെ ഒരു ബന്ധത്തിലും അധികം തുടരാൻ സാധിച്ചിട്ടില്ല. മനസ്സ് വായിക്കൽ അത്ര സുഖകരമായ കാര്യമൊന്നുമല്ല. കീറിമുറിച്ചാൽ ലോകസുന്ദരിയാണെങ്കിലും കണ്ടിരിക്കാൻ ബുദ്ധിമുട്ടാണ്.' (ഖബർ)

കെ. ആർ. മീരയുടെ ഖബർ എന്ന നോവലിലെ വരികളാണ് ഇത്. ഒരാളുടെ മനസ്സ് മനസ്സിലാക്കിയാൽ ആ ബന്ധം തുടരുന്നത് ബുദ്ധിമുട്ടാണ് എന്ന് സൂചിപ്പിക്കാൻ കീറിമുറിച്ചാൽ ലോകസുന്ദരിയാണെങ്കിലും കണ്ടിരിക്കാൻ ബുദ്ധിമുട്ടാണ് എന്നു പറയുന്നു. ഇവിടെ ലോകസുന്ദരി എന്ന പ്രയോഗം സമൂഹത്തിന്റെ പൊതുബോധങ്ങളെ തൃപ്തിപ്പെടുത്തുന്നതാണ്. സ്ത്രീയുടെ മുഖസൗന്ദര്യത്തിനും ശരീരസൗന്ദര്യത്തിനും മാത്രം പ്രാധാന്യം നൽകിയിരുന്ന സാമൂഹ്യബോധങ്ങളോട് ചേർന്നുനിൽക്കുന്നതാണ് ലോകസുന്ദരി എന്ന പ്രയോഗം. ലോകസുന്ദരി എന്ന വിശേഷണം സമൂഹം കല്പിച്ചുകൊടുത്തിരുന്നത് ബാഹ്യസൗന്ദര്യസങ്കൽപ്പങ്ങളുടെ അടിസ്ഥാനത്തിലാണ്. അത് കാഴ്ച്ചയിൽ ഭംഗിയുള്ളതാണ്. ഇവിടെ ലോകസുന്ദരിയായാലും കീറിമുറിച്ചാൽ കണ്ടിരിക്കാൻ ബുദ്ധിമുട്ടാണ് എന്ന് പറയുന്നതിലൂടെ ബാഹ്യസൗന്ദര്യസങ്കൽപ്പങ്ങളെക്കുറിച്ചു പൊ

തുബോധം നിർമിച്ചുവച്ചിരിക്കുന്ന വസ്തുത തന്നെയാണ് എഴുത്തുകാരിയും പറഞ്ഞുവയ്ക്കുന്നത്. ലോകസുന്ദരി ഇവിടെ ഭംഗിയുള്ളതാണ്. ഏതു വസ്തുവും കീറിമുറിച്ചാൽ വികൃതമാണ്. ലോകസുന്ദരിയായാലും എന്നിവിടെ എടുത്ത് പറയുന്നതിലൂടെ എഴുത്തുകാരി പൊതുബോധത്തെ പിന്തുണയ്ക്കുന്നു എന്ന് മനസിലാകുന്നു.

'വീട്ടിൽ സംരക്ഷിക്കപ്പെടുകയും സ്കൂളിലും കോളേജിലും നിർലീനം സുഹൃത്തുക്കൾക്കിടയിലും ബഹുമാനിക്കപ്പെടുകയും ചെയ്യുന്ന ഒരു സ്ത്രീയുടെ കുതികാലിൽ പരുക്കേൽപ്പിക്കാനുള്ള സമൂഹത്തിന്റെ പദ്ധതിയാണ് ദാമ്പത്യമെന്നവൾ തീർച്ചപ്പെടുത്തി.'

കെ. ആർ. മീരയുടെ സൂര്യനെ അണിഞ്ഞ ഒരു സ്ത്രീ എന്ന നോവലിലെ ഒരു ഭാഗമാണിത്. സ്ത്രീകളുടെ സ്വാതന്ത്ര്യത്തെ അവസാനിപ്പിക്കാനുള്ള സമൂഹത്തിന്റെ പദ്ധതിയാണ് ദാമ്പത്യമെന്ന് സാമൂഹികവിമർശനം നടത്തുകയാണ് ഇവിടെ ചെയ്യുന്നത്. സ്ത്രീയുടെ സവിശേഷതകളെപ്പറ്റി പറയുമ്പോൾ വീട്ടിൽ സംരക്ഷിക്കപ്പെടുകയും സ്കൂളിലും കോളേജിലും ബഹുമാനിക്കപ്പെടുകയും ചെയ്യുന്ന സ്ത്രീ എന്നാണ് പറയുന്നത്. വീട് എന്ന അധികാരസ്ഥാപനത്തെ സംരക്ഷണസ്ഥലമായി കാണുന്ന സാമൂഹിക പൊതുബോധം തന്നെയാണ് ഇവിടെ പ്രവർത്തിക്കുന്നത്. സ്ത്രീ, വീടുകളിൽ സുരക്ഷിതയായിരിക്കുമെന്ന സാമൂഹികധാരണകളെ ഇവിടെ ഉറപ്പിക്കുന്നു. സ്കൂളിലും കോളേജുകളിലും സുഹൃത്തുക്കൾക്കിടയിലും ബഹുമാനം ലഭിക്കുന്ന സ്ത്രീയ്ക്ക് വീട്ടിൽ നിന്ന് ലഭിക്കുന്നത് സംരക്ഷണമാണ്. സംരക്ഷണമെന്ന പേരിൽ അധികാരം പ്രയോഗിക്കുന്ന സാമൂഹികാധികാരത്തെ പരോക്ഷമായി വരികൾ പിന്തുണയ്ക്കുന്നു.

'സൂര്യനെ അണിഞ്ഞ ഒരു സ്ത്രീ' എന്ന നോവലിൽ നായികാകഥാപാത്രമായ ജസെബൽ പറയുന്നതാണ് ചുവടെ കൊടുത്തിരിക്കുന്നത്.

'ഒരു മനുഷ്യന് മറ്റൊരു മനുഷ്യനെ അളക്കാൻ ഒറ്റ അളവുപാത്രമേയുള്ളു. അത് അവനവൻ തന്നെയാണ്.'

ജസബെൽ എന്ന നായികാകഥാപാത്രത്തിന്റെ ആത്മഗതത്തിൽ ഉപയോഗിച്ചിരിക്കുന്ന ഭാഷ പുരുഷപ്രത്യയങ്ങൾ ഉപയോഗിച്ചുള്ള പുരുഷപക്ഷഭാഷയാണ് എന്നത് ശ്രദ്ധിക്കേണ്ടതാണ്. മനുഷ്യർ എന്നതിലൂടെ ലിംഗബോധങ്ങളെ ഒഴിവാക്കാൻ കഴിയുന്നിടത്ത് മനുഷ്യൻ എന്നും അവൻ എന്നുമാണ് ഉപയോഗിച്ചിരിക്കുന്നത്. ഒരു

സ്ത്രീ പറയുന്ന സംഭാഷണത്തിൽ പുരുഷഭാഷ കടന്നുവരുന്നത് പുരുഷമേൽകോയ്മയുള്ള സമൂഹത്തിന്റെ അബോധത്തിൽ നിന്നാണ്. സ്ത്രീപക്ഷഎഴുത്ത് എന്ന രീതിൽ ആഘോഷിക്കപ്പെടുന്ന എഴുത്തുകളിൽ ഇത്തരത്തിൽ എങ്ങനെയാണ് സാമൂഹികാധികാരവും പുരുഷാധികാരവും കടന്നുവരുന്നതെന്ന് വിമർശനാത്മകവ്യവഹാര അപഗ്രഥനത്തിലൂടെ കണ്ടെത്താൻ കഴിയുന്നു.

○○

10

ചിത്രകലാനിരൂപണത്തിലെ ധൈഷണികഭാഷാശാസ്ത്രവായന

അഫ്സൽ ശാഹിദ് എ.

ചരിത്രം

നൂതനമായ ചിന്താപദ്ധതികൾകൊണ്ട് സജീവമായ ഭാഷാശാസ്ത്ര ശാഖയാണ് ധൈഷണികഭാഷാശാസ്ത്രം. ധൈഷണികമനഃശാസ്ത്ര (Cognitive Psychology) ത്തിന്റെ അടിസ്ഥാനതത്വങ്ങളെ ആശ്രയിക്കുന്ന ഭാഷാശാസ്ത്രശാഖ 1970 കളിൽ റൊണാൾഡ് ലങ്ഗാക്കർ വികസിപ്പിച്ചെടുത്ത ഭാഷാപഠനപദ്ധതിയാണ്. തുടർന്ന് 1980കൾ മുതൽ സജീവമായി നിലകൊള്ളുകയും ഭാഷയെയും ഭാഷാർജനത്തെയും സംബന്ധിച്ച് സാമ്പ്രദായികമായി നിലനിൽക്കുന്ന പണ്ഡിതാഭിപ്രായങ്ങളെ ധൈഷണികഭാഷാശാസ്ത്രം തിരുത്തിയെഴുതുകയും ചെയ്തു. ലിയോനാഡ് ടാൽമി, വലാസ് കഫെ, ചാൾസ് ഫിൽമോർ, ജോർജ് ലക്കോഫ്, ഫൂക്കോണിയർ എന്നിവരാണ് ധൈഷണികഭാഷാശാസ്ത്രത്തിന്റെ പ്രധാനപ്പെട്ട സൈദ്ധാന്തികർ. (1975ൽ പുറത്തിറങ്ങിയ ലിയോനാഡ് ടാൽമിയുടെ Figure and Ground 'എന്ന ലേഖനമാണ് ധൈഷണികഭാഷാശാസ്ത്രപഠനപദ്ധതിക്ക് തുടക്കം കുറിച്ചത്. തുടർന്ന് 1976ൽ റൊണാൾഡ് ലങ്ഗാക്കർ Cognitive Grammar എന്ന പുസ്തകം പ്രസിദ്ധീകരിക്കുകയും ധൈഷണിക മനഃശാസ്ത്രത്തിന്റെ പരികല്പനകളുടെ അടിസ്ഥാനത്തിൽ ഈ ഭാഷാശാസ്ത്രശാഖയെ പരിചയപ്പെടുത്തുകയും ചെയ്തു. പിന്നീട് ഈ ശാഖയുടെ അടിസ്ഥാനം ഉറപ്പിക്കുന്നതിൽ പ്രധാന പങ്കുവഹിച്ചത് ജോർജ് ലക്കോഫും മാർക് ജോൺസും ചേർന്നെഴുതിയ Metaphors We Live By (1980), soolong Women, Fire, Dangerous Things: What Categories Reveal About the Mind (1987) എന്നീ ഗ്രന്ഥങ്ങളാണ്. അതിനുമുൻപ് 1977 തന്നെ ലക്കോഫ് (Linguistic Gestalls എന്നൊരു പ്രബന്ധവും രചിച്ചിരുന്നു. ഇതേ കാലഘട്ടത്തിൽ തന്നെ റൊണാൾഡ് ലങ്ഗാക്കർ, Foundation of Cognitive Grammar (1983) എന്ന പേരിൽ മറ്റൊരു പുസ്തകവും എഴുതി. ചാൾസ്ഫിൽമോറിന്റെ ജ്ഞാനാർഥവിചാരം, ജോർജ് ലക്കോഫിന്റെ ലക്ഷകസിദ്ധാന്തം, ഉപാദാനലക്ഷണ, ഉത്തമധൈഷണികമാതൃക, ഗില്ലിസ്ഫക്കാനിയറിന്റെ മനോതലസിദ്ധാന്തം എന്നിവയാണ് ഈ ഭാഷാശാസ്ത്രമേഖലയിലെ പ്രധാന സിദ്ധാന്തങ്ങൾ. 1989 ൽ ജർമനിയിലെ ഡൂയിസ് ബർഗിൽ വെച്ചു നടന്ന അന്താരാഷ്ട്ര ധൈഷണിക ഭാഷാശാസ്ത്ര സമ്മേളനവും പിന്നീട് നടന്നിട്ടുള്ള നിരവധി അന്തർദേശീയ സെമിനാറുകളും സംഘടനകളും സമ്മേളനങ്ങളും ധൈഷണിക ഭാഷാശാസ്ത്രത്തിന് കൂടുതൽ പ്രോത്സാഹനം നൽകി. ഈ സംഭാവനകൾ എല്ലാംതന്നെ ധൈഷണികഭാഷാശാസ്ത്രത്തിന്റെ ചർച്ചയ്ക്കും വികാസത്തിനും കാരണമായി തീർന്നു. 1977 മുതൽ 1997 വരെയുള്ള കാലഘട്ടം ധൈഷണികഭാഷാശാസ്ത്രത്തിന്റെ വളർച്ചയുടെ കാലഘട്ടമായിരുന്നു.

ധൈഷണികഭാഷാശാസ്ത്രം പ്രധാന പരികല്പനകൾ

മനുഷ്യബുദ്ധിയുമായി ബന്ധപ്പെട്ട പ്രവർത്തനങ്ങളെയാണ് ധൈഷണികം എന്നതുകൊണ്ട് അർഥമാക്കുന്നത്. ഇന്ദ്രിയാനുഭവങ്ങളിലൂടെ മനുഷ്യരുടെ മനസ്സിലെത്തുന്ന അറിവുകൾ ഓർമ്മയിൽ സൂക്ഷിച്ചുവെക്കുകയും ആവശ്യമായ സന്ദർഭത്തിൽ ഉപയോഗിക്കുകയും ചെയ്യുന്നതിനെ ധൈഷണികത എന്ന് പറയുന്നു. 'ധൈഷണികത അതിന്റെ വിശാലമായ അർഥത്തിൽ, ജ്ഞാനം അഥവാ മനസ്സിലാക്കലാണ്. അതിനാൽതന്നെ ധൈഷണികതയെ സംബന്ധിക്കുന്ന പഠനങ്ങൾ, ഒരു ജീവിക്ക് തന്റെ ചുറ്റുപാടുകളെകുറിച്ച് അറിവുനേടാൻ സഹായകമാകുന്ന എല്ലാ ബൗദ്ധികവൃത്തികളേയും ഉൾക്കൊള്ളുന്നതാണ്.' (റൂഡ്ജ് നിഘണ്ടു, 1996:257) എന്ന് നിർവചിക്കപ്പെടുന്നു. ഇന്ദ്രിയസംവേദനം, ചിന്ത, ശ്രദ്ധ അനുഭവം തുടങ്ങിയവയിലൂടെ മനുഷ്യമനസ്സ് അറിവാർജ്ജിക്കുകയും തന്റെ ചുറ്റുപാടുകളെ മനസ്സിലാക്കുകയും ചെയ്യുന്ന പ്രക്രിയയാണ് ധൈഷണികത. ഇവയെല്ലാം ഉൾക്കൊണ്ട് ഭാഷാശാസ്ത്രരംഗത്തെ നൂതനമായ ഒരു ഭാഷാശാസ്ത്ര സമീപനമാണ് ധൈഷണികഭാഷാശാസ്ത്രം.

പൊതുധൈഷണികവൃത്തികൾ

ലക്ഷകം

താരതമ്യം, വിലയിരുത്തൽ തുടങ്ങിയ ധൈഷണികവൃത്തിക

ളുമായി ബന്ധപ്പെടുന്ന ആശയങ്ങളിൽ ഒന്നാണ് ലക്ഷകം അഥവാ മെറ്റഫർ. ചിന്തയേയും ഭാഷയേയും ഇണക്കുന്ന പ്രക്രിയയിൽ മെറ്റഫറിന് സുപ്രധാനമായ പങ്കുണ്ടെന്ന് ജോർജ് ലക്കോഫും ടാൽമിയും നിരീക്ഷിക്കുന്നു. ജോർജ് ലക്കോഫിന്റെ (2003) 'മെറ്റഫർ തിയറി' ചിന്താവഹമെന്ന നിലയ്ക്ക് മെറ്റഫറിനെ സമീപിക്കാവുന്നതി അത് അരിസ്റ്റോട്ടിലിന്റെ മെറ്റഫറിൽ നിന്ന് വ്യത്യസ്തമാകുന്നത്. ധൈഷണികഭാഷാശാസ്ത്രത്തിന്റെ പ്രധാനപരികല്പനയായ ലക്ഷകത്തിന് രണ്ടു തലങ്ങളാണ് ഉള്ളത്. സ്രോതസ്തലവും ലക്ഷ്യതലവും. സ്രോതസ്തലമെന്നത് ലക്ഷകത്തിന്റെ വാച്യാർഥത്തിന്റെ ഉറവിടമാണ്. എന്നാൽ ലക്ഷ്യതലം ലക്ഷകത്തിൽ ആവിഷ്കരിക്കുന്ന അനുഭവത്തിന്റേതാണ്. ഇവ തമ്മിലുള്ള അടയാളപ്പെടുത്തലാണ് യഥാർത്ഥത്തിൽ ലക്ഷകാത്മകചിന്തയിൽ നടക്കുന്നത്. അഥവാ സ്രോതസ്തലവും ലക്ഷ്യതലവും തമ്മിലുള്ള ബന്ധമാണ് ലക്ഷകത്തെ നിർണ്ണയിക്കുന്നത്. ജോർജ് ലക്കോഫ് ലക്ഷകങ്ങൾക്ക് അവാന്തരവിഭാഗങ്ങൾ കല്പിച്ചിട്ടുണ്ട്. ലക്ഷകങ്ങൾ എങ്ങനെ ചിന്തയുടെ വാദങ്ങളായിത്തീരുന്നതെന്ന് തെളിയിക്കുകയാണ് ഈ വിഭജനത്തിന്റെ അടിസ്ഥാനം. ഘടനാത്മകലക്ഷകം, ലക്ഷ്യലക്ഷകം, സത്താപരമായ ലക്ഷകം, പാത്രലക്ഷകം, നവീന ലക്ഷകം എന്നിങ്ങനെയാണ് ലക്കോഫിന്റെ വിഭജനങ്ങൾ. ലക്ഷകങ്ങൾ എങ്ങനെ ചിന്തയുടെ വാഹകങ്ങളായിത്തീരുന്നതെന്ന് തെളിയിക്കുകയാണ് ഈ വിഭജനത്തിന്റെ അടിസ്ഥാനം.

ഘടനാത്മകലക്ഷകം

സ്രോതസ്തലം, ലക്ഷ്യതലം എന്നിങ്ങനെ തിരിക്കാവുന്ന ലക്ഷകങ്ങളാണ് ഘടനാത്മക ലക്ഷകങ്ങൾ. ഉദാഹരണം: പുസ്തകപ്പുഴു

സ്രോതസ്തലം: പുഴുവെന്ന ജീവിവർഗം ഇലകളിൽ വസിക്കുകയും ഇലകളെ തന്നെ ആഹരിക്കുകയും ചെയ്യുന്നു. ഇവയുടെ നിലനിൽപ്പ് തന്നെ ഇലകളിലാണ്.

ലക്ഷ്യതലം: വായനയെ ഏറെ ഇഷ്ടപ്പെടുന്നവർക്ക് പുസ്തകമാണ് അവരുടെ ലോകം. പുസ്തകങ്ങളുടെ ദൗർലഭ്യം വായനക്കാർക്ക് ബുദ്ധിമുട്ടുണ്ടാക്കുന്നു.

ലക്ഷ്യലക്ഷകങ്ങൾ

സ്ഥലം എന്ന ആശയത്തെ ആവിഷ്കരിക്കുന്ന ലക്ഷകങ്ങളാണ് ലക്ഷ്യലക്ഷകങ്ങൾ. അനുഭവങ്ങളെ മുൻ - പിൻ, അകം പുറം, മേൽ - കീഴ്, കേന്ദ്രം ഉപരിപ്ലവം, അഗാധം ഉപരിതലം എന്നിങ്ങനെ മ

നസ്സിലാക്കുന്ന സ്ഥല ദൂരങ്ങളോടു ബന്ധപ്പെടുത്തി ആവിഷ്കരിക്കുന്ന ലക്ഷകങ്ങളാണ് ലക്ഷ്യലക്ഷകങ്ങൾ എന്നതു കൊണ്ട് അർഥമാക്കുന്നത്.

ഉദാഹരണം: ദുഃഖം താങ്ങാനാവാതെ വീണുപോയി.

സന്തോഷം ഉയർച്ചയും സങ്കടം താഴ്ചയുമാകുന്നു എന്ന ധാരണയാണ് ഈ ലക്ഷകപ്രയോഗത്തിന് അടിസ്ഥാനം. വൈകാരികാവസ്ഥകളെ ആവിഷ്കരിക്കുന്ന ലക്ഷകങ്ങൾക്കും ഭൗതികാടിസ്ഥാനങ്ങളുണ്ടെന്നാണ് ലക്കോഫ് അഭിപ്രായപ്പെടുന്നത്.

സത്താപരമായ ലക്ഷകങ്ങൾ

ക്രിയ, സംഭവങ്ങൾ തുടങ്ങിയവയെ ആവിഷ്കരിക്കുന്ന ലക്ഷകങ്ങളാണ് സത്താപരം എന്നതുകൊണ്ട് അർഥമാക്കുന്നത്. പരിചയവും അതിലൂടെയുള്ള അനുമനവുമാണ് സത്താപരലക്ഷകനിർമിതിക്ക് ആധാരം. ഉദാഹരണം : ഇന്ദുലേഖ പാശ്ചാത്യ നോവൽ സങ്കേതത്തിനു മേലാണ് കെട്ടിപ്പൊക്കിയിരിക്കുന്നത്.

പാത്രലക്ഷകങ്ങൾ

ഭൗതികജീവിയെന്ന നിലയിൽ മനുഷ്യർ ലോകത്തെ മനസ്സിലാക്കുന്നത് എങ്ങനെയാണെന്ന് ലക്കോഫ് ഈ വിഭജനത്തിലൂടെ വ്യക്തമാക്കുവാൻ ശ്രമിക്കുന്നു. ലോകത്തെ മനുഷ്യർ നോക്കിക്കാണുന്നത് അകം പുറം വിന്യാസത്തിലാണെന്ന് ലക്കോഫ് വ്യക്തമാക്കുന്നു. ഈ വിന്യാസത്തെ ലക്കോഫ് ഒരു പാത്രമായാണ് കരുതുന്നത്. പുറം എന്ന വിന്യസിക്കപ്പെട്ടതും ഒരു പ്രതലത്തിൽ ചുറ്റപ്പെട്ടതുമായ ഒന്ന്. ഇത്തരത്തിൽ പാത്രം എന്ന ആശയത്തിന്റെ ഉള്ളിൽ പുറത്ത് എന്ന രീതിയിൽ ആവിഷ്കരിക്കപ്പെടുന്ന ലക്ഷങ്ങളാണ് പാത്രലക്ഷങ്ങൾ.

ഉദാഹരണം: കേരളമെന്ന സംസ്ഥാനത്ത് പതിനാല് ജില്ലകളുണ്ട്.

ഇവിടെ അകം പുറം വിന്യാസക്രമത്തിന്റെ അടിസ്ഥാനത്തിലാണ് ഈ വാക്യം നിലനിൽക്കുന്നത്. ഇവിടെ കേരളം പാത്രമായും കേരളത്തിലെ ജില്ലകൾ പാത്രത്തിലെ വസ്തുവായും മാറുന്നു.

ഭാഷയെ ലക്ഷകത്തോട് ബന്ധിപ്പിച്ചുകൊണ്ടുള്ള ജോർജ് ലക്കോഫിന്റെ നിഗമനങ്ങളിൽ നിന്നും രൂപപ്പെടുന്ന ആശയങ്ങൾ ഇവയാണ്: ലക്ഷകം അടിസ്ഥാനപരമായും സങ്കല്പനമാണ്. ലക്ഷകാത്മക ഭാഷയ്ക്ക് തൊട്ടടുത്ത സ്ഥാനമയുള്ളൂ.

നിത്യജീവിതാനുഭവങ്ങളിൽനിന്നാണ് സങ്കല്പനലക്ഷകങ്ങൾ ഉടലെടുക്കുന്നത്.

അമൂർത്തമായ ചിന്ത ലക്ഷകാത്മകമായിരിക്കും; അതാവിഷ്കരിക്കുന്നത് ലക്ഷകമായിരിക്കും.

5. നവീനലക്ഷകങ്ങൾ

ഭാഷയിൽ പുതുതായി രൂപപ്പെടുന്ന ലക്ഷകങ്ങളാണ് നവീന ലക്ഷകങ്ങൾ എന്ന് വിളിക്കുന്നത് എങ്കിലും സങ്കല്പനവ്യവസ്ഥയുടെ സമഗ്രമായ ആവിഷ്കാരങ്ങളാണ് ലക്ഷകങ്ങൾ എന്ന് പറയുന്ന നവീന ലക്ഷകങ്ങൾ വേണ്ടത്ര പ്രാധാന്യത്തോടെ വിശകലനം ചെയ്യുന്നതായി കാണുന്നില്ല. ലക്കോഫിന്റെ ലക്ഷകപഠനം പൂർത്തിയാകണമെങ്കിൽ ഭാഷയിൽ നിരന്തരമായി ആവിർഭവിക്കുന്ന നവീന ലക്ഷ്യങ്ങളെ പഠിക്കേണ്ടതുണ്ട്. 'പുതുലക്ഷകങ്ങൾ ആവർത്തിച്ചാവർത്തിച്ച് ഉപയോഗിക്കപ്പെടുമ്പോൾ അവ ഭാഷയിൽ ഉറച്ചുപോകുന്നു. അങ്ങനെ ഉറച്ചുപോകുന്ന ലക്ഷകങ്ങൾക്ക് തീർച്ചയായും ധൈഷണികസവിശേഷത ഉണ്ടായിരിക്കും.' എന്ന ഗിരീഷ് പി. എം. ന്റെ നിരീക്ഷണം ഇവിടെ പ്രസക്തമാണ്.

വില്യം ക്രോഫ്റ്റിന്റെ വിഭജനരീതി

ഭാഷയുമായി ബന്ധപ്പെടുന്ന ധൈഷണികവൃത്തികളെ നാലായി തിരിച്ച് ഉപവിഭാഗങ്ങൾ അവതരിപ്പിക്കുന്ന രീതിയാണ് വില്യം ക്രോഫ്റ്റ് അവലംബിക്കുന്നത്. ശ്രദ്ധ, വിലയിരുത്തൽ, വീക്ഷണം, സമഗ്രത എന്നിങ്ങനെയാണ് അദ്ദേഹം ഉപവിഭാഗങ്ങൾ നൽകുന്നത്.

ശ്രദ്ധ

ഭാഷയുമായി വളരെയധികം ബന്ധപ്പെട്ട ധൈഷണികവൃത്തിയാണ് ശ്രദ്ധ. വിവരങ്ങൾ ശേഖരിക്കുന്ന ഇന്ദ്രിയവൃത്തികളിൽ ഒന്നാണത്. വിവിധതരത്തിലുള്ള ശ്രദ്ധയെക്കുറിച്ച് ധൈഷണിക മനശ്ശാസ്ത്രം പഠിക്കുന്നുണ്ട്. ശ്രദ്ധക്ക് പ്രധാനപ്പെട്ട നാലുവശങ്ങളുണ്ട്. ശിഥില ശ്രദ്ധ, ജാഗ്രതശ്രദ്ധ, അന്വേഷണശ്രദ്ധ, കേന്ദ്രശദ്ധ എന്നിവയയാണ് അത്.

വിലയിരുത്തൽ

വർഗീകരണം, ലക്ഷകം, വസ്തുപശ്ചാത്തലബന്ധം എന്നിവയെക്കുറിച്ചുള്ള സങ്കല്പനങ്ങളാണ് വിലയിരുത്തൽ എന്ന വിഭാഗത്തിൽ ക്രോഫ്റ്റ് ഉൾപ്പെടുത്തിയിരിക്കുന്നത്.

വീക്ഷണം

സ്ഥലത്തിന്റെ അടിസ്ഥാനത്തിൽ ഒരാളുടെ വീക്ഷണം രൂപപ്പെടുന്നത് എങ്ങനെയെന്നതിന്റെ അടിസ്ഥാനത്തിലാണ് വീക്ഷണം എന്ന ധൈഷണികവൃത്തിയെപ്പറ്റി ക്രോഫ്റ്റ് പറയുന്നത്. വീക്ഷ

ണത്തെക്കുറിച്ച് ലങ്ഗാക്കർ പറഞ്ഞുവെച്ച് കാര്യങ്ങൾ സംഗ്രഹിക്കുകയാണ് അദ്ദേഹം ചെയ്യുന്നത്.

സമഗ്രത

വസ്തുപശ്ചാത്തലബന്ധം, അടുപ്പം, സാദൃശ്യം, തുടർച്ച. അടച്ചുകാണൽ, താരതമ്യം തുടങ്ങിയവയെല്ലാം കാര്യങ്ങൾ സമഗ്രമായി മനസ്സിലാക്കാൻ വ്യക്തിയെ സഹായിക്കുന്നതിനെയാണ് ഇവിടെ അർഥമാക്കുന്നത്.

ചിത്രകലയിലെ ധൈഷണികഭാഷാശാസ്ത്രവായനയും, വ്യാഖ്യാനവും

ധൈഷണികഭാഷാശാസ്ത്രത്തിന്റെ പരികല്പനകളിൽ സങ്കല്പനലക്ഷകം എന്ന സമീപനത്തിന്റെ അടിസ്ഥാനത്തിൽ കെ രഘുനാഥൻ ദേശാഭിമാനി വാരികയിൽ എഴുതിയ 'വി കെ എൻ പഞ്ചതന്ത്രം ' എന്ന പംക്തിയിലെ വി. കെ. എന്നും മാധവിക്കുട്ടിയും (29 ജനുവരി 2023) എന്ന കുറിപ്പിന് മദനൻ വരച്ച ചിത്രങ്ങളെ ഇങ്ങനെ വ്യാഖ്യാനിക്കാം,

ഒരു ചിത്രം മലയാളനാട് വരികയ്ക്ക് നേരെയുള്ള മാധവിക്കുട്ടിയുടെ ശാപത്തെ സ്രോതസ്തലമായും സാഹിത്യത്തിൽ അരങ്ങേറിയ വാദപ്രതിവാദങ്ങളെ ലക്ഷ്യതലമായും അവതരിപ്പിക്കുന്നു. മാധവിക്കുട്ടി എന്ന സാഹിതകാരിയെ ജന്തുലക്ഷകത്തിലൂടെയും മലയാളവരികയെന്ന സാഹിത്യവരികയും അതിൽ അച്ചടിച്ച 'ഭ്രാന്ത്' എന്ന പമ്മന്റെ നോവലിനെയും ഗൃഹലക്ഷത്തിലൂടെയും ചിത്രത്തിൽ അവതരിപ്പിക്കുന്നു. ഇവിടെ മാധവിക്കുട്ടിയെ മയിൽ എന്ന പക്ഷിയുടെ ഉടലിലൂടെയാണ് ചിത്രകാരൻ വരച്ചുകാണിക്കുന്നത്. അതോടൊപ്പം തന്നെ ശാപാവസരത്തിലെ മാധവിക്കുട്ടിയുടെ ദേഷ്യത്തെ ശരീര- വികാരലക്ഷകത്തിലൂടെ ചിത്രത്തിൽ അവതരിപ്പിക്കുന്നതായി കാണാം. അതിനായി മുഖഭാവത്തെയും വലിയ പാട്ടിലൂടെയും അഴിച്ചിട്ട് അൽപ്പം ഉയർന്നുനിൽക്കുന്ന തലമുടിയേയും ഉയർത്തിപ്പിടിച്ച കൈയും ചുവന്ന വിടർത്തിനിർത്തിയകാലുകളേയും ചിത്രീകരിച്ചിരിക്കുന്നു. എഴുത്തുകാരിയുടെ വികാരത്തിന്റെ തീക്ഷ്ണതയെയാണ് ഇവിടെ അവതരിപ്പിക്കുന്നത്. അതിനായി മുകളിൽ സൂചിപ്പിച്ച ശരീരത്തിന്റെ അവതരണത്തിലൂടെ ചിത്രത്തിന് ഒരു ചലന സ്വഭാവം നൽകുകയും ചെയ്യുന്നു. ഇവിടെ ശാപം എന്നതിന്റെ അവതരണം ശാരീരികമായാണ് ചിത്രകാരൻ സാധ്യമാക്കുന്നത്. ആ ചിത്രങ്ങളുടെ സ്വഭാവം പരിശോധിക്കുന്ന അവസരത്തിൽ മാധവിക്കുട്ടിയേയും വി.കെ. എന്നിനെയും ജന്തുല

ക്ഷകത്തിലൂടെയാണ് അവതരിപ്പിക്കുന്നത്. ജന്തുക്കൾ ജീവിക്കുന്ന പ്രകൃതിയിൽ മനുഷ്യരുടെ ആവാസകേന്ദ്രമായ അല്ലെങ്കിൽ സുരക്ഷിതത്വം നൽകുന്ന വീട് എന്ന സാമൂഹിക നിർമ്മിതിയെ കാടിന്റെ പശ്ചാത്തലത്തിൽ നൽകുന്നു. അവിടെ കാടിനെ സങ്കല്പനം ചെയ്യുന്നതിനായി പശ്ചാത്തലത്തിൽ ചച്ചപ്പിനെയും ആനയെയും നൽകുന്നു. ചിത്രത്തിൽ വീട് എന്ന സങ്കല്പനത്തിലൂടെ അവതരിപ്പിക്കുന്നത് മലയാളനാട് വരികയായാണ്. അതിലൂടെ എഴുത്തുകാരുടെ സുരക്ഷിതത്വം അഥവാ അഭയകേന്ദ്രം സാഹിത്യവരികളാണ് എന്ന വായനയും സാധ്യമാണ്. എന്നാൽ മയിൽ എന്ന പക്ഷിയിലൂടെ മാധവിക്കുട്ടിക്ക് നൽകിയ ഉടൽബോധം ഇവിടെ അരാഷ്ട്രീയമായി തീരുന്നതായി കാണാം. മയിൽ എന്ന പക്ഷിയെ 'ആൺ, പെൺ' എന്ന പൊതുബോധവർഗ്ഗീകരണത്തിന് വിധേയമാക്കുമ്പോൾ പീലി ഉള്ളതായി കണക്കാക്കപ്പെടുന്നത് ആൺമയിലുകൾക്കാണ്. പെൺമയിലുകൾക്ക് വിടർന്നു നിൽക്കുന്ന പീലികൾ കണ്ടുവരാറില്ല. സ്ത്രീസ്വത്വവുമായി ജീവിച്ച മാധവിക്കുട്ടിക്ക്, ചിത്രത്തിൽ ആൺമയിലിന്റെ ഉടൽബോധമാണ് നൽകിയിരിക്കുന്നത്. ഈ വായന ഉടൽരാഷ്ട്രീയ കേന്ദ്രീകൃതമായി നിലനിൽക്കുന്നതാണ്. ഇവിടെ ചിത്രകാരന്റെ ഉടൽബാധം പുരുഷ കേന്ദ്രീകൃതമാണ് എന്നു വായിക്കാവുന്നതാണ്. അതോടൊപ്പം തന്നെ പാഠത്തിൽ പരാമർശിക്കുന്ന മൂന്ന് എഴുത്തുകാരിൽ രണ്ട് വ്യക്തികളെ ജന്തുലക്ഷകത്തിലൂടെ അവതരിപ്പിക്കുന്ന ചിത്രകാരൻ, പമ്മൻ എന്ന എഴുത്തുകാരനെ, വീടെന്ന സങ്കല്പനത്തിലൂടെ അവതരിപ്പിക്കുന്ന മലയാളനാട് വാരികയുടെ 'ചവിട്ടി' ആയാണ് ചിത്രീകരിക്കുന്നത്. ചവിട്ടി എന്ന വസ്തു കാലിലെ അഴുക്കിനെ വൃത്തിയാക്കി അകത്തേക്ക് കയറുക എന്ന ഉദ്ദേശത്തിൽ വീടിനുമുന്നിൽ ഉപയോഗിക്കുന്നതാണ്. ഇവിടെ പമ്മൻ എന്ന സാഹിത്യകാരന്റെ സാഹിത്യകൃതികളുടെ മൂല്യത്തെ ഉയർച്ച താഴ്ച എന്ന ബോധത്തിന്റെ അടിസ്ഥാനത്തിൽ അവതരിപ്പിക്കുന്നു എന്ന വായനയും സാധ്യമാണ്.

മറ്റൊരു ചിത്രം പ്രകൃതിയെ പശ്ചാത്തലമാക്കി നിർത്തിക്കൊണ്ട് ജന്തുലക്ഷകത്തിലൂടെ മാധവിക്കുട്ടി, വി. കെ. എൻ. എന്നീ സാഹിത്യകാരെ അവതരിപ്പിക്കുന്നു. ഇവിടെ സ്രോതസ് തലത്തെയും ലക്ഷ്യതലത്തെയും ഒരുമിച്ച് അവതരിപ്പിക്കുന്നതായി കാണാം. മാധവിക്കുട്ടിയും വി. കെ. എന്നും തമ്മിലുള്ള ഫോൺ സംഭാഷണത്തെയാണ് ഇവിടെ ചിത്രീകരിക്കുന്നത്. ഈ ചിത്രത്തിലെ ഉടൽബോധവും പക്ഷി, മൃഗം എന്നീ ജന്തുക്കളുമായി ബന്ധപ്പെട്ടു നിൽ

ക്കുന്നു. മുൻപ് നൽകിയ ചിത്രത്തിൽ നിന്നും ശാരീരിക ഭാവങ്ങൾക്ക് വ്യത്യസ്തത നൽകിയാണ് മാധവിക്കുട്ടിയെ രണ്ടാമത്തെ ചിത്രത്തിൽ അവതരിപ്പിക്കുന്നത്. ഇവിടെ 'ശാന്തം' എന്ന രസബോധത്തോടെ നിൽക്കുന്ന മാധവിക്കുട്ടിയെ വായിച്ചെടുക്കാം. അതിനായി മുൻപുനൽകിയ ചിത്രത്തിൽ നിന്നും വ്യത്യസ്തമായി താഴേക്ക് വീണുകിടക്കുന്ന തലമുടിയും ശാന്തമായ മുഖഭാവവും നൽകുന്നു. കൂടാതെ മുൻപ് നൽകിയ വലുപ്പമുള്ള ചുവന്ന നിറത്തിലുള്ള വട്ടപ്പൊട്ട് ഒഴിവാക്കുകയും ചെയ്യുന്നു. ഇവിടെ ചുവന്ന നിറത്തിലുള്ള വലിയവട്ടപ്പൊട്ട് ധരിക്കുന്നവർ ഒരുതരത്തിൽ അക്രമാസക്തനാണ് എന്ന വായന കൂടി സാധ്യമാണ്. അത് സമൂഹത്തിന്റെ പൊതുബോധത്തിൽ ചിത്രീകരിക്കപ്പെട്ട തെറ്റായ ഫെമിനിസ്റ്റ് വീക്ഷണത്തെ ചിത്രകാരൻ ശരിവെക്കുന്നതായും വായിക്കാം.

വി. കെ. എന്നിനെ ചിത്രത്തിൽ അവതരിപ്പിക്കുന്നത് കടുവ എന്ന മൃഗത്തിന്റെ ഉടൽബോധത്തോടെയാണ്. പാഠപശ്ചാത്തലത്തിൽ നിന്നും വ്യത്യസ്തമായി വികെഎന്നിന്റെ മുഖഭാവത്തിന് 'ഹാസ്യം' എന്ന രസമാണ് ചിത്രകാരൻ നൽകുന്നത്. എന്നാൽ പാഠഭാഗത്താവട്ടെ സംശയം. ദേഷ്യം എന്നീ വികാരത്തോടെയാണ് വി എൻ ഇടപെടുന്നത്. ഇത് പൊതുബോധ ധാരണയിൽ വികെയെന്നെന്ന ഹാസ്യസാഹിത്യകാരന്റെ അവതരണം ആയിക്കൂടി കാണാവുന്നതാണ്. എന്നാൽ നാം കേട്ട് പരിചയിച്ച കഥകളിലൂടെ കാട്ടിൽ യാതൊരു തരത്തിലുള്ള അധികാരസ്ഥാനവും കയ്യാളാത്ത കടുവ എന്ന ജീവിയിലൂടെ വി കെ യെന്നിനും ഹാസ്യസാഹിത്യത്തിനും മലയാള സാഹിത്യരംഗത്ത് ലഭിക്കുന്ന സ്വീകാര്യതയെയും വായിച്ചെടുക്കാവുന്നതാണ്.

ചിത്രത്തിന്റെ പശ്ചാതലത്തിൽ ഒരേ വലിപ്പത്തിലുള്ള രണ്ടു കുന്നിൻമുകളിലാണ് രണ്ടു ജന്തുക്കളും നിൽക്കുന്നത്.മലയാളസാഹിത്യമായി വായിക്കുകയാണെങ്കിൽ സാഹിത്യത്തിലെ സ്ത്രീ,പുരുഷ എഴുത്തുകാർക്ക് ചിത്രകാരൻ നിൽകുന്ന ഉടൽബോധം പ്രശ്നവൽക്കരിക്കുന്നതുണ്ട്. മാധവിക്കുട്ടി എന്ന സ്ത്രീ സ്വത്വത്തെ മുൻ ചിത്രത്തിലേതെന്നതു പോലെ തന്നെ ആൺമയിലിന്റെ ഉടൽബോധത്തിൽ ചേർത്തു നിർത്തുന്നതോടൊപ്പം തന്നെ വി. കെ. എൻ. എന്ന പുരുഷസ്വത്വത്തെ കടുവ എന്ന മൃഗത്തോടാണ് ചിത്രകാരൻ ചേർത്തുനിർത്തുന്നത്. ശാരീരികമായ വ്യത്യസ്തതകളുടെ അടിസ്ഥാനത്തിൽ ഈ ജന്തുക്കളെ വർഗീകരിക്കുന്ന അവസരത്തിൽ മയിലിനെ കീഴ്പ്പെടുത്താവുന്ന മൃഗമായിയാണ് കടുവയെ അവത

രിപ്പിക്കുന്നത്. ഇതിനെ ഇര വേട്ടക്കാരൻ എന്ന ബന്ധമായും ചേർത്തു വായിക്കാവുന്നതാണ്. ആ വായന പാഠത്തിനോട് ചേർന്നു നിൽക്കുകയും ചെയ്യുന്നു. മുൻചിത്രത്തിലേതെന്നപോലെ പുരുഷാധിപത്യത്തെ സാധൂകരിക്കുന്ന തരത്തിലാണ് രണ്ടാമത്തെ ചിത്രത്തിന്റെ വായനയിലൂടെയും കഴിയുന്നത്. വി കെ എന്നിനെ കൂടാതെ മറ്റ് രണ്ട് കടുവകളെ കൂടി പുരുഷനെന്നു തോന്നിക്കുന്ന വിധത്തിൽ അവതരിപ്പിക്കുന്നതിലൂടെ ഈ വാദത്തിനു വ്യക്തതലഭിക്കുന്നു.

ഉപസംഹാരം

ഒരു വ്യക്തി തനിക്ക് ചുറ്റുമുള്ള കാര്യങ്ങളെ മനസ്സിലാക്കുന്ന പ്രക്രിയയാണ് സങ്കല്പനം. ചിന്ത എന്നത് സങ്കല്പനപരമാണ്. ചിന്തയേയും ഭാഷയേയും ഇണക്കുന്ന പ്രക്രിയയിൽ മെറ്റഫറിന് സുപ്രധാനമായ പങ്കുണ്ട്. മനുഷ്യർ തന്റെ ചുറ്റുപാടിൽ നിന്നും ഉൾക്കൊള്ളുന്ന ലോകാനുഭവത്തിൽ നിന്നാണ് സങ്കല്പനം സാധ്യമാകുന്നത്. മദനന്റെ ചിത്രങ്ങളെ അപഗ്രഥിക്കുമ്പോൾ കൂടുതലായി കാണാൻസാധിക്കുന്നത് ജന്തുലക്ഷകങ്ങളും ശരീരലക്ഷങ്ങളുമാണ്. അവ പുരുഷ കേന്ദ്രീകൃതമാണ്. മനുഷ്യസങ്കല്പനങ്ങൾ ഉടൽകേന്ദ്രീകൃതമാണ്.

ലേഖനസൂചി

രഘുനാഥൻ, കെ. 2023. 'വി കെ യെന്നും മാധവിക്കുട്ടിയും', ദേശാഭിമാനി. പു :15. ല :38.

○○

11

പി. എൻ. ഗോപീകൃഷ്ണന്റെ കവിതയിലെ ഇടങ്ങൾ

ആദിത്യ എ. എസ്.

ഒരു കവിത ജനിക്കുന്നതും വളരുന്നതുമെല്ലാം അതിന്റെ സ്ഥലകാലങ്ങളിലൂടെയാണ്. സ്ഥലകാലങ്ങളുടെ ആഴവും രൂപവും വ്യക്തമാക്കുന്നതിലൂടെ കവിത പുനർജനിക്കുകയാണ് ചെയ്യുന്നത്. അതു മരണത്തിൽ നിന്ന് മോചിപ്പിക്കപ്പെടുന്നു. കാലത്തിന്റെ കവി എന്നതുപോലെ തന്നെയാണ് കാലത്തിന്റെ കവിത. ആ കവിത ബാഹ്യമായതിനപ്പുറം ആന്തരികമായതിനെ കൂടി കണ്ടെത്തുന്നുണ്ടെന്ന് നമുക്ക് കാണാം. രാമചരിതം മുതൽ ഇങ്ങോട്ടുള്ള മലയാളത്തിന്റെ കാവ്യപാരമ്പര്യത്തിൽ സ്ഥലകാലങ്ങൾ പ്രാധാന്യം അർഹിക്കുന്നു. സമകാലിക മലയാളകവിതയും അത്തരത്തിൽ സ്ഥലകാലങ്ങളെ പ്രാധാന്യമാക്കിക്കൊണ്ട് മുൻകാലങ്ങളിലെ പോരായ്മകളെ കണ്ടെത്തി വർത്തമാനകാലത്തിന്റെ സാധ്യതകളെ ഉപയോഗപ്പെടുത്തി സാഹിത്യത്തെ പരുവപ്പെടുത്തിയെടുക്കുന്നു. പ്രാചീന സാഹിത്യത്തിൽ തൊട്ട് മലയാളത്തിൽ സ്ഥലം അടയാളപ്പെട്ടുപോയിട്ടുണ്ട്. കഴിഞ്ഞ ഒരു കാലഘട്ടത്തിനകത്ത് ദേശം എന്ന വാക്ക് മലയാളത്തിൽ വ്യാപകമായി ഉപയോഗിച്ച് വരുന്നത് ഒരു പ്രദേശത്തെ ജനങ്ങളെയും അവരുടെ സംസ്ക്കാരത്തെയും സ്മരണകളെയും ചരിത്രത്തെയും പരിണാമങ്ങളുടെ നൈരന്തര്യത്തെയും ഒരുമിച്ചു സൂചിപ്പിക്കാനാണ്.

കവിത യാഥാർത്ഥ്യത്തിന്റെ സൂക്ഷ്മമായ അനക്കങ്ങളെ പോലും അറിയുന്നത് ആന്തരികതയിൽ വിന്യസിക്കപ്പെടുന്ന ഇടങ്ങളിലൂടെയാണ്. ചില സാഹചര്യങ്ങളിൽ നമ്മൾ നിത്യജീവിതത്തിൽ

പെരുമാറുന്ന ഇടങ്ങളിൽ നിന്ന് തലങ്ങൾ വേറിട്ട് നിൽക്കുന്നതായി തോന്നാം. എന്നാൽ നിത്യ ജീവിതത്തെ അടയാളപ്പെടുത്തുന്നത് ഈ ഇടങ്ങളാണ്. ഫ്രഞ്ച് ഫിലോസഫറും ചിന്തകനുമായ ഹെൻറി ലെഫബ്രയുടെ പ്രൊഡക്ഷൻ ഓഫ് സ്പേസ് എന്ന സിദ്ധാന്തം, സ്ഥലം അഥവാ ഇടത്തെ കുറിച്ചുള്ളതാണ്. സാമൂഹികമായ ഒരു ഉൽപ്പന്നമാണ് അഥവാ സങ്കീർണമായ ഒരു സാമൂഹിക നിർമ്മിതിയാണ് ഇടം എന്നാണ് മുന്നോട്ടുവയ്ക്കുന്ന ദർശനം. ഹെൻറി ലെഫെബ്ര ഊന്നി പറയുന്നത് മനുഷ്യസമൂഹത്തിൽ എല്ലാ സ്ഥലവും സാമൂഹികമാണ് എന്നാണ്. സാമൂഹികബന്ധങ്ങൾക്ക് ഏറെക്കുറെ ഉചിതമായ സ്ഥലങ്ങൾ നൽകുന്നതിൽ ഇത് ഉൾപ്പെടുന്നു. അങ്ങനെ സാമൂഹ്യയിടം എല്ലായിപ്പോഴും ഒരു സാമൂഹിക ഉത്പന്നമായി മാറുന്നു. അതുവഴി അത് സാമൂഹിക ജീവിതത്തിന്റെ അനുഭവത്തിന്റെ ഒരു രൂപകമായി മാറുന്നു. നിത്യജീവിതത്തിൽ നാം ഇടപെട്ടുപോകുന്ന സ്ഥലങ്ങൾ വിശാലാർത്ഥത്തിൽ ഇടങ്ങൾ ആകുന്നത് എങ്ങനെ എന്ന ആശയവും, തീർത്തും വ്യക്തിപരം എന്ന് കരുതുന്നിടത്ത് സാമൂഹികമായ ഓരോ ഇടങ്ങൾ എങ്ങനെ രേഖപ്പെടുത്തുന്നു എന്നും പി. എൻ. ഗോപീകൃഷ്ണന്റെ തിരഞ്ഞെടുത്ത കവിതകളെ മുൻനിർത്തി ഈ ലേഖനത്തിൽ അവതരിപ്പിക്കുന്നു.

പി. എൻ. ഗോപീകൃഷ്ണന്റെ കവിതകൾക്ക് വ്യക്തിപരതയെ വിട്ട്, പ്രാദേശികതയെ വിട്ട് സർവ്വലൗകികവും വിശാലവുമായ തുറസുകളാക്കി പരിവർത്തിപ്പിക്കുന്നതിന് കഴിഞ്ഞിട്ടുണ്ട്. തന്റെ ജീവിതവുമായി ഇഴുകിച്ചേർന്ന് നിൽക്കുന്ന ഭാഷാപ്രയോഗങ്ങളാണ് അദ്ദേഹത്തിന്റെ കവിതകൾ സ്വാംശീകരിക്കുന്നത്. അതൊരിക്കലും കവിയിൽ മാത്രം ഒതുങ്ങുന്നില്ല. ഓരോരുത്തരുടെയും നിത്യജീവിതത്തിലേക്ക് ആ പ്രയോഗങ്ങൾ കടന്നുവരുന്നു. കാണുന്നതിനെയൊക്കെയും തന്റേതു മാത്രമായ കാഴ്ചയിലേക്ക് എടുത്തിട്ട് വായിക്കാനാണ് പി. എൻ. ഗോപികൃഷ്ണന്റെ കവിതകൾ നിശ്ചയിച്ചിരിക്കുന്നത്. ഓർമ്മകളിലൂടെ ചരിത്രത്തിലേക്കും അതിലൂടെ താൻ ഉയർത്തുന്ന രാഷ്ട്രീയത്തിലേക്കും തന്റെ കവിതകളിലൂടെ അദ്ദേഹം കൊണ്ടുപോകുന്നുണ്ട്.

പി. എൻ. ഗോപീകൃഷ്ണന്റെ ആദ്യ സമാഹാരമായ മടിയന്മാരുടെ മാനിഫെസ്റ്റോയിൽ തുടങ്ങിയ 'ദേശത്തെ എഴുതുന്നതാണ് എഴുത്ത്' എന്ന കെ.ജി.എസിന്റെ പ്രസ്താവനയെ ശരിവെക്കുന്ന രീതി ഇരിക്കാലൂരി പനമ്പട്ടടി എന്ന കവിത സമാഹാരത്തിലെ ഭൂരി

ഭാഗം കവിതകളിലും തുടരുന്നു. തുടർന്ന് ദേശം എന്ന ആശയകേന്ദ്രം കൂടുതൽ വിശാലമായ രാഷ്ട്രീയ സാമൂഹികമാനങ്ങൾ കൈവരിക്കുന്നുണ്ട്. ഈ ദേശപരാമർശങ്ങൾ കേവലം ഭൂമിശാസ്ത്രപരമായ സ്ഥലപരിചയങ്ങൾക്കപ്പുറം നിന്നുകൊണ്ട് സാമൂഹികവും സങ്കീർണ്ണവുമായ അനുഭവമായി മാറുന്നു. ഹെൻറി ലെഫബ്രു തന്നെ സിദ്ധാന്തത്തിൽ പ്രകൃതിദത്ത ഇടം മുതൽ കൂടുതൽ സങ്കീർണമായ ഇടങ്ങൾ വരെയുണ്ടെന്ന് പ്രസ്താവിക്കുന്നു. സാമൂഹിക ബന്ധങ്ങളുടെ ഉൽപാദനത്തിലും പുനരുൽപാദനത്തിലും ഇടത്തിന്റെ പ്രാധാന്യം എന്തെന്ന് അദ്ദേഹം തന്റെ സിദ്ധാന്തത്തിലൂടെ വ്യക്തമാക്കുന്നു. ഇത്തരത്തിൽ പി. എൻ. ഗോപീകൃഷ്ണന്റെ കവിതകളിലെ സ്ഥലങ്ങൾ ദേശബോധത്തെ വ്യക്തിപരതയ്ക്ക് അപ്പുറമുള്ള വിശാലമായ ഇടത്തിൽ നിർത്തുന്നത് എങ്ങനെയെന്ന് പരിശോധിക്കുന്നു.

നവകവിതയിൽ ദേശരചന എന്നത് പാരമ്പര്യവാദികളെയെല്ലാം അട്ടിമറിക്കുന്നതാണ് എന്നു കാണാം. അതിന് വ്യത്യസ്തമാനങ്ങളും വ്യത്യസ്തമുഖങ്ങളും ഉണ്ട്. ദേശം എന്നത് വിപുലമായ ഒരു അർത്ഥമണ്ഡലത്തിൽ വ്യവഹരിക്കുന്ന ഒന്നാണ്. പ്രദേശം എന്നും സ്ഥലം എന്നും ഇടമെന്നും ശരീരം എന്നുമെല്ലാം അതിനൊരു രീതിയിൽ അർത്ഥവും ഉണ്ടെന്ന് കാണാം. ഈ ദേശനിർമ്മിതിയാണ് സമൂഹമെന്നതിൽ നമുക്ക് എത്തിച്ചേരാൻ കഴിയുന്നതും. ഓരോ കാലഘട്ടത്തിലും ദേശം ഓരോ സ്ഥലം സ്വീകരിക്കുന്നു. പ്രദേശം പശ്ചാത്തലമാകും പശ്ചാത്തലം ഇടമാകും ഇടം അനുഭവമാകും. ഒരു മനുഷ്യജീവിതം നമുക്ക് ഇതെല്ലാം സ്വായത്തമാക്കി തരും എന്നത് നിർബന്ധിക്കാൻ ആവാത്ത സാഹചര്യത്തിലാണ് സാഹിത്യം ഇതിൽ ഇടപെടുന്നത്. സാഹിത്യത്തിന്റെ തോള് പറ്റി വളർന്നു പന്തലിച്ച അനവധി പരിസരങ്ങളിൽ ഇതുകൂടി എഴുതി ചേർക്കപ്പെടും എന്നു പറയാം. മലയാള സാഹിത്യത്തിന്റെ ഗതി, സ്ഥലങ്ങളെ അടിസ്ഥാനപ്പെടുത്തിയാണല്ലോ. കാലമെന്ത് ആവശ്യപ്പെടുന്നുണ്ടോ അതെല്ലാം സാഹിത്യത്തിൽ പ്രതിഫലിച്ചിട്ടുണ്ട്. പ്രാചീനതയിൽ അതിനു ചൂണ്ടിക്കാണിക്കാൻ ബാഹ്യ പരിസരങ്ങൾ ഉണ്ടായിരുന്നെങ്കിൽ പുതു കവിതയുടെ കാലത്തിൽ എത്തുമ്പോൾ അത് ഇടം എന്ന് ആന്തരിക അനുഭവമായി മാറുന്നതും കാണാം. പ്രാചീനതയുടെയും കാല്പനികതയുടെയും ആധുനികതയുടെയും ഉത്തരാധുനികതയുടെയും എല്ലാ ഘട്ടത്തിൽ സ്ഥലം എന്ന സങ്കല്പം പരിവർത്തനപ്പെടുന്നുണ്ട് എന്ന് കാണാം. സംഘകാല സാ

ഹിത്യത്തിലെ തിണസങ്കല്പത്തിൽ ഉരുത്തിരിഞ്ഞ കവിത മുതൽ മധ്യകാല സാഹിത്യത്തിലെ ചമ്പുക്കൾ സന്ദേശകാവ്യങ്ങൾ, ഗാഥകൾ, പിന്നിട്ട് പ്രാചീന കവിത്രയം, ആധുനിക കവിത്രയം, ആധുനികത ഉത്തരാധുനികത ഇവയെല്ലാം പശ്ചാത്തലത്തിന് പ്രാധാന്യം നൽകുന്ന ഒരു കവിത കാലം സൃഷ്ടിച്ചെടുത്തു.

ആധുനികതയുടെ കേന്ദ്ര ആശയം എന്താണെന്ന് ചോദിച്ചാൽ അത് മനുഷ്യന് പ്രാധാന്യം കൊടുക്കുന്നതാണെന്നു കണ്ടെത്താൻ കഴിയും. മനുഷ്യന് ഇഷ്ടം പോലെ വിഹരിക്കാനുള്ളതാണ് ലോകം എന്നതാണതിന്റെ വിവക്ഷ. അവിടെ സ്ഥലം എന്ന പ്രയോഗം മാറ്റിമറിക്കപ്പെടും. പ്രാചീന ആധുനിക കവിതകളിൽ എന്നപോലെ മൂർത്തമായ ഒരു ദേശത്തെ കണ്ടെടുക്കാൻ പറ്റാത്ത വിധമാണ് ഇന്ന് കവിതകൾ ആവിഷ്കരിക്കുന്നത്. കവിതയ്ക്ക് ഓരോ കാലത്തിലും എന്തൊക്കെ തരം മാനങ്ങൾ ആണ്. അത് എല്ലാ കാലത്തും മനുഷ്യന്റെയും മനുഷ്യേതരതയുടെയും വികാരവിക്ഷേപണം ചെയ്യുന്നു. ഓരോ ഘട്ടത്തിലും അത്യാവശ്യപ്പെടുന്ന തരത്തിലുള്ള കവികളെ ജനിപ്പിക്കുന്നു പ്രണയിക്കാനും കലഹിക്കാനും പൂക്കാനും പൂക്കാതിരിക്കാനും വിളയാനും കരിയാനും ഓർമ്മിപ്പിച്ചുകൊണ്ട് ഓരോ കവിതാകാലവും കടന്നുപോകുന്നു. പുരാണേതിഹാസങ്ങളെ കാവ്യമാക്കി തുടങ്ങിയ സപര്യ പിന്നീട് വീരാപദാനങ്ങളും ആഘോഷങ്ങളും വസ്തുനിഷ്ഠതയും വ്യക്തിപരതയും പ്രതിരോധങ്ങളും ഏറ്റെടുത്തു. അതിൽ ഗോപീകൃഷ്ണന്റെ സ്ഥാനം ഗണനീയമാണ്. പി. എൻ. ഗോപീകൃഷ്ണന്റെ കവിതകളെ പല വിഭാഗങ്ങളായി തിരിക്കാം. അതിനാൽ തന്നെ ഇന്ന ശൈലിയിൽ എഴുതുന്ന കവി എന്നു പറഞ്ഞുകൊണ്ട് അവസാനിപ്പിക്കാവുന്ന ഒരാളല്ല പി. എൻ. ഗോപീകൃഷ്ണൻ. എങ്കിലും തന്റെ എല്ലാ കവിതകളിലും ദേശത്തിന്റെ വിവിധ അർത്ഥതലങ്ങൾ അദ്ദേഹം ഉൾപ്പെടുത്തുന്നുമുണ്ട്. വർത്തമാനകാലത്തിന്റെ പ്രശ്നങ്ങൾ എങ്കിലും നമ്മൾ നിത്യജീവിതത്തിൽ കണ്ടു പഴകുന്ന പലതിന്റെയും രീതിയിൽ തന്റെ കാവ്യത്തെ സമത്ക്കരിക്കാൻ പി എൻ ഗോപികൃഷ്ണൻ അറിയാം. പി. എൻ. ഗോപീകൃഷ്ണന്റെ കവിതകളായ വാടാനപ്പള്ളി (എന്റെ ജീവിതത്തിലെ ഏറ്റവും ആദ്യത്തെ സ്ത്രീ ഏറ്റവും അവസാനത്തെ സ്ത്രീയോട് പറയുന്നത്), ഹൈസ്കൂൾ മൈതാനം പനങ്ങാട് (ഇടിക്കാലൂരി പനമ്പട്ടടി), രുചി ഒന്ന് കഥ വേറെ (എന്റെ ജീവിതത്തിൽ ഏറ്റവും ആദ്യത്തെ സ്ത്രീ ഏറ്റവും അവസാനത്തെ സ്ത്രീയോട് പറയുന്നത്), പോളടാക്കീസ് എസ്

എൻ പുരം (ഇടിക്കാലൂരി പനമ്പട്ടടി) കുഴലൂത്തുകാരൻ (ഇടിക്കാലൂരി പനമ്പടി), ജി. എൽ. പി. എസ് പാപ്പിനിവട്ടം (മടിയന്മാരുടെ മാനിഫെസ്റ്റോ) എന്നീ കവിതകളിൽ ദേശത്തെ, സ്ഥലത്തെ എങ്ങനെ ഇടമായി അവതരിപ്പിക്കുന്നു എന്ന് മനസ്സിലാക്കാം. ഇത്രനാളും കവിതയിൽ ഉണ്ടായിരുന്ന ഭൂമിശാസ്ത്രപരതയുടെയോ വസ്തുനിഷ്ഠതയുടെയോ പ്രവണതയല്ല അതിലുള്ളത് എന്നും കണ്ടെത്താം.

ഹെൻറി ലെഫബ്രെയുടെ സിദ്ധാന്തപ്രകാരം പ്രകൃതിദത്ത ഇടങ്ങൾക്കും വ്യത്യസ്തമായ ഉൽപാദനരീതികളും വ്യവഹാരങ്ങളും ഉണ്ടാകുന്നു. അവിടെയും സാമൂഹികമായ ഇടങ്ങൾ ഉത്പാദിപ്പിക്കപ്പെടുന്നു. ഇവിടെ വാടാനപ്പള്ളി എന്ന കവിതയിൽ സ്ഥലം പ്രകൃതിദത്തമാണ്. സ്വയം നഷ്ടപ്പെടുന്ന ഒരു ഇടമായി അത് പിന്നീട് രൂപാന്തരപ്പെടുന്നു. വാടാനപ്പള്ളി എന്ന സ്ഥലം പലർക്കും പലതാണ്. പല ഓർമ്മകളാണ്, പല ശേഷിപ്പുകൾ ആണ്. ചിലർക്ക് വാടാനപ്പള്ളി നല്ല ഓർമ്മയല്ല. അത് അവർക്ക് നഷ്ടങ്ങൾ മാത്രം ഉണ്ടാക്കിയ ഒരിടമാണ്. ചിലർക്കാകട്ടെ അവിടെ ഒരു വീട് ഉള്ളതിന്റെ, സുഹൃത്തുക്കളുള്ളതിന്റെ തങ്ങൾ അവിടെ ജീവിച്ചിരുന്നു, ഗ്രാമത്തിന്റെ തനിമയിൽ യൗവനവും കൗമാരവും വാർദ്ധക്യവും കണ്ടു എന്നതുകൊണ്ട് നിലനിൽക്കുന്ന ഒന്നാണ്. പക്ഷേ, ഇതൊന്നുമല്ലാത്ത വാടാനപ്പള്ളി ഉണ്ട്. കേരളത്തിന് പുറത്തു പോകുന്ന വാടാനപ്പള്ളിക്കാരന്റെ കൂടെ പോകുന്നത്. ചിലപ്പോൾ അത് ഇന്ത്യയും കടന്ന് പ്രവാസിയുടെ കൂടെ അത് പോകുന്നു. ചിലപ്പോൾ തിരിച്ചുവന്നു കടപ്പുറത്ത് ഇരിക്കുന്നു. ചിലപ്പോൾ വാടാനപ്പള്ളി ഇല്ലാതാകും ചിലയിടങ്ങളിൽ ചില മനുഷ്യരിൽ നിന്ന്. അപ്പോൾ അതിന് അനേകം മനുഷ്യരെ പേറിയ ചരിത്രമില്ലാതാകും, അത് ആത്മഹത്യക്ക് ഒരുങ്ങും. ചിലപ്പോൾ ഒറ്റയടി വയ്ക്കുന്ന കുട്ടിയെ പോലെയോ കുടിയനെ പോലെയോ പകച്ചു നടക്കും. അത് ചെഗുവേരയെയും റെജിസ് ദെബ്രെയെയും പറ്റി സംസാരിക്കുന്ന എല്ലാതരം ഉന്മാദങ്ങളിലും നിറഞ്ഞാടുന്ന ആധുനികതയുടെ എല്ലാത്തിനെയും വെടിഞ്ഞ കളവും മണലും ചെളിയുമായി നടക്കുന്ന ഒന്നാകുമത്.

നാഗരികത എന്ന ആശയം ചരിത്രത്തിന്റെ ഒരു ഘട്ടത്തിൽ പുരോഗമനാത്മകമായിരുന്നു. സിന്ധു നദീതട നാഗരികത, ഈജിപ്ഷ്യൻ നാഗരികത എന്നൊക്കെ പറയുന്നത് മനുഷ്യപുരോഗതിയുടെ നാഴികക്കല്ലുകൾ ആയാണ് കണക്കാക്കിയിരുന്നത്. എന്നാൽ

പുതിയ നഗരവത്കരണം അതല്ല, അത് പലപ്പോഴും പൊതുസ്മൃതിയുടെ നാശത്തിലേക്കും ചരിത്ര നാശത്തിലേക്കു നയിക്കുന്ന ഇരപിടിയൻ സ്വഭാവവുമുള്ള ഒന്നാണ്. അത് മനുഷ്യരെ തുരന്ന് അവരുടെ ഓർമ്മയെയും ജീവിതാനുഭവങ്ങളെയും കാർന്നു തിന്നുന്നു. ചരിത്രവുമായി ഒരു ബന്ധവുമില്ലാത്ത ഒരാൾക്കൂട്ടമായി ദേശവാസികളെ മാറ്റുന്നു. ഇതാണ് ഒരർത്ഥത്തിൽ വാടാനപ്പള്ളിയിലെ പ്രമേയം. വാടാനപ്പള്ളി എന്ന സ്ഥലം തന്നെ വാടാനപ്പള്ളിയെ തേടുകയാണ്. ജീവിതകേന്ദ്രം നഷ്ടപ്പെട്ട ഒന്നായി അതിനെത്തന്നെ തിരിച്ചറിയുന്നുണ്ട്. വികസനത്തിന്റെ പേരിൽ സ്വന്തം സ്വത്വത്തെ പിൻവലിക്കുകയോ മറച്ചുവയ്ക്കുകയോ ചെയ്യേണ്ടി വരുന്ന ദേശം, മുറിവേറ്റയിടം, അതിന്റേതായി ഉണ്ടായിരുന്നു. സ്വകാര്യതകളെ ഇല്ലാതാക്കുന്ന പുതിയ ലോകവ്യവസ്ഥയുടെ കടന്നുവരവിനെ സൂചപ്പിച്ചുകൊണ്ട് ഈ കവിത അവസാനിക്കുന്നു. (ഇ.എം സുരജ മനസ്സുകൊണ്ട് മാത്രം എത്തിച്ചേരാവുന്ന സ്ഥലങ്ങൾ) ജനിച്ചു വളർന്ന ഇടത്തെ എത്രയൊക്കെ ഇകഴ്ത്തിയാലും വേരുകൾക്കരികിലേക്ക് അടുക്കാതിരിക്കാൻ കഴിയില്ല. പേരുകൾ ആഴത്തിൽ പതിഞ്ഞ സ്ഥലങ്ങളിൽ വെച്ചാകും നമ്മൾ നമ്മളെ തന്നെ കണ്ടെത്തിയത്.ഓർമ്മ എന്നത് വലിയ അനുഗ്രഹമാണ്. വേദനിപ്പിക്കുന്നവ അതിൽ ഉണ്ടെങ്കിൽക്കൂടിയും അവിടെ നിന്നാണ് ജയപരാജയങ്ങളെ നേരിടാൻ പഠിച്ചത്, വിഷാദങ്ങളും സന്തോഷങ്ങളും ഉണ്ടായത്, സ്വപ്നങ്ങൾ കണ്ടത്, ലക്ഷ്യത്തിലേക്കുള്ള ആദ്യപാത കണ്ടുപിടിച്ചത്. അതിനാൽ എന്നെങ്കിലും ഒരിക്കൽ ജനത വാടാനപ്പള്ളിയെ കണ്ടെത്തുമെന്ന് പറയുന്നതുപോലെ ഒരിക്കൽ ദൈന്യം ദീനതയുടെ ഭാഗമായിരുന്ന പലതിനോടും നമ്മൾ ചേർന്നുപോകും. അങ്ങനെ ചേർത്ത് കെട്ടാൻ ഒരു കവിക്കും അദ്ദേഹത്തിന്റെ കവിതകൾക്കും സാധിക്കുന്നു എന്നത് വളരെ ശ്രദ്ധനീയമായ ഒന്നാണ്. പി.എൻ. ഗോപീകൃഷ്ണന്റെ ഹൈസ്കൂൾ മൈതാനം പനങ്ങാട് എന്ന കവിത ഇത്തരത്തിൽ ഒരു മടക്കിക്കൊണ്ടുപോകലാണ് നടത്തുന്നത്. ഒരു തലമുറയുടെ സാംസ്കാരിക ഭൂമികയുടെ അടിയുറപ്പിനെ ദ്യോതിപ്പിക്കാൻ ഈ കവിതയ്ക്ക് കഴിയുന്നുണ്ട്. മതത്തിന്റെ പണത്തിന്റെ വിദ്യാഭ്യാസത്തിന്റെ നൂലാമാലകളിൽ വീണുപോകാത്ത ഒരു സമൂഹത്തെ പരിചയപ്പെടുത്തിക്കൊണ്ടാണ് ഈ കവിത തുടങ്ങുന്നത്. ഇവിടെ ഒരു മൈതാനം അവിടെ കുറെ മനുഷ്യരും എന്ന ചിന്ത മാത്രമേ ഉണ്ടായിരുന്നു എന്ന് കാണാം. ഒരു ഉച്ചനീചത്വമില്ലാത്ത ഒരു വേർതിരിവും ഇല്ലാത്ത ഒരു ഭൂമികയെ ഈ

കവിത അവതരിപ്പിക്കുന്നു. അത് 90കളുടെ സാംസ്കാരികതലം വ്യക്തമാക്കിത്തരുന്നു. അത് വായിക്കുന്ന വായനക്കാരനെ തന്റെ വളർച്ചയ്ക്ക് കാരണമായ ഇടങ്ങളിലേക്ക് സഞ്ചരിക്കാനുള്ള ഒരു കാരണവും ഉണ്ടാക്കുന്നു. ആളുകളുടെ ഓർമ്മകൾ, അഭിലാഷങ്ങൾ, ചിന്തകൾ എന്നിങ്ങനെ അസ്ഥിത്വത്തിന്റെ എല്ലാ ഘടകങ്ങളും ചേർത്ത് നിർമ്മിക്കപ്പെട്ടതാണ് ഈ സ്ഥലങ്ങൾ. ഓരോ കാലഘട്ടവും ഓരോ ജനതയും അവിടെ സ്വന്തം അടയാളങ്ങൾ പതിപ്പിച്ചു. ജീവിച്ചതിന്റെയും അതിജീവിച്ചതിന്റെയും അടയാളങ്ങൾ, ആ സ്ഥലം വെറുതെ ഉണ്ടായതല്ല ഉണ്ടാക്കിയതാണ് എന്നർത്ഥം. അതുകൊണ്ടാണ് ജനതയുടെ ഓരോ രോമകൂപത്തിലും ദേശം വിയർക്കുന്നത്. ദേശം മണക്കുന്നത്. അതുകൊണ്ടുതന്നെ അവിടെ ജീവിച്ചവർ എങ്ങോട്ടൊക്കെ പോയാലും അതിനെ കൂടെ കൊണ്ടുപോകും.

ദേശത്തെക്കുറിച്ചുള്ള കവിയുടെ കാഴ്ചപ്പാടിൽ മരണവും കൊലയും മാറിമാറി വരുന്നുണ്ട് എന്ന് കാണാം. വേറൊരു തരത്തിൽ നോക്കിയാൽ ദേശത്തിന്റെ അല്ലെങ്കിൽ സ്ഥലത്തിന്റെ തന്നെ രണ്ട് സാധ്യതകൾ. അതിൽ രണ്ടിലും കാണുന്നത് മനുഷ്യരെയാണ്. ഒന്നിന്റെ അടിസ്ഥാനം ഒന്ന് ദേശത്തെ സൃഷ്ടിക്കുന്ന മനുഷ്യരും മറ്റൊന്ന് ദേശത്താൽ നിർണയിക്കപ്പെടുന്ന മനുഷ്യരുമാണ്. ഇവ രണ്ടും ഒരുമിച്ച് ഭൂതകാല സ്മൃതികളെ ഓർത്തെടുത്തു മുന്നോട്ടു നീങ്ങുമ്പോൾ ഉള്ള സംഘർഷങ്ങളാണ് ഗോപീകൃഷ്ണന്റെ കവിതകളിൽ കാണുന്നത്. ഈ ദേശം എങ്ങനെ അവിടുത്തെ ജനങ്ങളിലൂടെ പ്രതിഫലിക്കുന്നു എന്നതിന് ഉദാഹരണമാണ് 'രുചി ഒന്ന് കഥ വേറെ' എന്ന കവിത. ആളുകളുടെ സ്വഭാവം അത് നല്ലതായാലും ചീത്തയായാലും ദേശത്തിലൂടെയാകും, ദേശത്തെ കുറിച്ചുള്ള വിവരങ്ങൾ വിലയിരുത്തലിലാവും അത് പ്രതിഫലിക്കുക. ആധുനികതയുടെയും വികസനത്തിന്റെയും കരങ്ങളിൽ ഞാൻ ഞെരിഞ്ഞമർന്ന കേരള ജനത നഷ്ടപ്പെടുത്തിയ മൂല്യങ്ങളിൽ അവരാൽ നിർണയിക്കേണ്ട അവരുടെ ഇടങ്ങളും ഉണ്ടായിരുന്നു. അവ സദാ വിമർശിക്കപ്പെട്ടുകൊണ്ടിരുന്നു. വലിയ മാറ്റങ്ങൾ ആയതോടെ മറ്റു ദേശങ്ങളെ നിർണയിക്കുമ്പോൾ ഉള്ള വൈകാരികതയൊന്നും കേരളത്തിനെ നിർണയിക്കുമ്പോൾ ഇല്ലാതായി.

ഞങ്ങൾ ഉണ്ടായതുകൊണ്ട് ദേശം ഉണ്ടായി എന്ന് പറയുന്നവർ ഉണ്ട്. പക്ഷേ, സ്ഥലമുള്ളതുകൊണ്ട് നിർണയിക്കപ്പെടുന്നവരാണ് ഇവരെല്ലാം. അതിന് പലപല സ്വഭാവങ്ങൾ ഉണ്ടായി എന്ന്

മാത്രം വിശദീകരിക്കേണ്ടിവരുന്നു. പി എൻ ഗോപീകൃഷ്ണന്റെ കവിതകളിൽ ആവർത്തിച്ചു വരുന്ന ഒരു ഇടമാണ് പാപ്പിനിവട്ടം. പലകാലങ്ങളിൽ പാപ്പിനിവട്ടം എന്ന ഇടം പല മാനങ്ങൾ കൈവരിക്കുന്നതായി കാണാം ഇവയിൽ. ജി.എൽ.പി.എസ് പാപ്പിനിവട്ടം എന്ന കവിതയിൽ ഇടം പ്രത്യക്ഷപ്പെടുന്നത് വളരെ ശ്രദ്ധാർഹമാണ്. വിദ്യാർത്ഥികളുടെ പോരായ്മ കണ്ട് എക്കണോമിക്കലി നഷ്ടമായതുകൊണ്ട് സർക്കാർ അടച്ചുപൂട്ടാൻ തീരുമാനിച്ച ഒരു വിദ്യാലയത്തെ കുറിച്ച് കവി ഓർക്കുകയാണ്. തന്റെ പ്രാഥമിക വിദ്യാഭ്യാസത്തിന്,തന്റെ വ്യക്തിത്വരൂപീകരണത്തിന്റെ ആദ്യമിടമായ ആ വിദ്യാലയം അവസാനിക്കുകയാണ് എന്ന് കവി ഒരു വിദ്യാർത്ഥി എന്ന നിലയിൽ ആകുലപ്പെടുകയാണ്. ആ വിദ്യാലയം പാഠപുസ്തകങ്ങൾ മാത്രമല്ല പഠിപ്പിച്ചത്, സ്വപ്നം കാണാൻ, ഉറങ്ങാൻ, കഥ കേൾക്കാൻ, കളിക്കാൻ എല്ലാം പഠിപ്പിച്ചയിടത്തു നിന്നുകൊണ്ട് കവിയോർക്കുകയാണ്. ഇങ്ങനെ കവി ഓർത്തെടുക്കുമ്പോൾ ഈ വിദ്യാലയം പാപിനിവട്ടം എന്ന സ്ഥലം വിട്ടു ഉയരുന്നത് കാണാം. അത് നമ്മുടെയെല്ലാം സ്കൂൾ കാലഘട്ടത്തെ തിരികെ വിളിക്കുന്നത് പോലെ തോന്നും. കൈമോശം വരുന്ന തങ്ങളുടെ വിദ്യാലയത്തിന്റെ ഇനിയുള്ള നാളുകളെ കുറിച്ച് ആശങ്കപ്പെടുകയാണ്. ഒരു ഹർജിയും പരിഗണിക്കാതെ അതിനെ ഇല്ലാതാക്കുമ്പോൾ അവിടെ പഠിച്ചിറങ്ങിയ പൗരന്മാർക്ക് ഒന്നും ചെയ്യാൻ ആകുന്നില്ല. ഒരുക്കി മക്കളെയും ഷൂസും ടൈയും കെട്ടിയിറക്കുമ്പോൾ താൻ അന്നിറങ്ങി പോന്ന വിദ്യാലയത്തെക്കുറിച്ച് ഓർക്കുമ്പോൾ കവിക്ക് കൈ വിറയ്ക്കുന്നു. പേരിൽ പാപ്പിനിവട്ടത്തിന്റെ മുദ്ര ചാർത്തുന്നുണ്ടെങ്കിലും അനുഭവങ്ങളെ സാമാന്യവൽക്കരിച്ചുകൊണ്ട് ഓർമ്മയുടെ ആത്മവിദ്യാലയങ്ങളെ മനസ്സുകൊണ്ട് പ്രതിനിധീകരിക്കുകയാണ് ജി എൽ പി എസ് പാപ്പിനിവട്ടം. (ഇ എം സുരജ, എത്തിച്ചേരാവുന്ന ഇടങ്ങൾ). ജിഎൽപിഎസ് പാപ്പിനിവട്ടം എന്ന സ്കൂൾ വിട്ടാൽ കുട്ടികൾ പെട്ടെന്ന് പറന്നു പോകുന്നു. അവിടെ പഠനത്തിനപ്പുറം അവരെ പഠിപ്പിച്ചത് പറക്കാൻ ആയിരുന്നല്ലോ. മധുരം അണഞ്ഞവർ ഉന്നതരായത്. അവർ അക്കാലം എങ്ങനെയൊക്കെ ഓർത്തുവെച്ചിരിക്കും എന്നത് സംശയമാണ്. കുഴലൂത്തുകാരൻ എന്ന കവിതയിൽ അത് പരാമർശിക്കുന്നുമുണ്ട്. കുട്ടികൾ വളർന്നു നാടുവിട്ടു പറന്നുയർന്നു ഐടി പാർക്കുകളിലേക്കും ബാംഗ്ലൂരിലേക്ക് ചേക്കേറുന്നു. ദേശം ഉള്ളുകൊണ്ട് അറിഞ്ഞ മനുഷ്യരല്ല ഇവർ എന്നതുകൊണ്ടാണിത്. ദേശത്തിന്റെ തന്നെ കൃത്രിമമായ ചില അട

യാളങ്ങളെ കീറിമുറിച്ച ഉടലിൽ സന്നിവേശിപ്പിച്ച പാവകൾ മാത്രമാണ് അവർ. അവരെ സംബന്ധിച്ച് ദേശം ഒരിക്കലും ഇടം എന്ന അനുഭവമായി മാറുന്നില്ല. എന്നാൽ ഇടമായി മാറേണ്ടതാണ്. ഇത്തരത്തിലുള്ള ഓർമ്മകൾ കവിതയിൽത്തന്നെ ബാല്യകാലത്തെ സ്കൂൾ ഓർമ്മകളിൽ കടന്നുവരുന്ന കുഴലൂത്തുകാരനെ പരാമർശിച്ചുകൊണ്ടിരിക്കുന്നു. ഇവരുടെ കാലത്ത് അമ്മ രുചികളുടെ കൈപ്പുണ്യം കൈമോശപ്പെടും. ഏകതാനമായ മിഠായി മധുരങ്ങളിൽ ദേശം അലിഞ്ഞു പോകുന്നതും എന്നാൽ അപൂർവം ചിലർ ഇതുപോലെ ഇടങ്ങളിൽ അതീവ രഹസ്യമായി വീണ്ടെടുക്കപ്പെടുകയും ചെയ്യുന്നു.

പി. എൻ. ഗോപീകൃഷ്ണന്റെ കവിതകളിൽ ഏറെ ശ്രദ്ധിക്കപ്പെട്ട കവിതയാണ് പോളാ ടാക്കീസ് എസ്. എൻ. പുരം. ഒരു ടാക്കീസ് ആ ദേശത്തിന്റെ സർവകലാശാല ആകുന്നതെങ്ങനെയെന്ന് കവി വിവരിക്കുന്നുണ്ട്. വലിയൊരു ഓർമ്മയുടെയും വീണ്ടെടുക്കലാണ് ആ കവിത. ഒരു ടാക്കീസ്, സ്ഥലത്തിന്റെ സാമൂഹികനിർമ്മിതിയുടെ കാരണങ്ങൾ ആകുന്നു എന്നതാണ് യാഥാർത്ഥ്യം. പോളാ ടാക്കിസിന്റെ തീരത്തായിരുന്ന തന്റെ ഗ്രാമത്തെ പറ്റിയാണ് കവി പറയുന്നത്. സിനിമയിലൂടെയാണ് തങ്ങൾ വളർന്നതെന്നും അതിൽ നിന്ന് പലതും നേടിയെന്നും കവി ഓർക്കുന്നുണ്ട്. എല്ലാ ഉത്സവങ്ങളും എല്ലാ ആഘോഷങ്ങളും എല്ലാ ദുരിതങ്ങളും കടന്നുവരുമ്പോഴും സിനിമ അവർക്കൊപ്പം തന്നെയുണ്ടായിരുന്നു. ജാതിയുടെയും രാഷ്ട്രീയത്തിന്റെയും മേൽക്കോയ്മ തുടരുമ്പോഴും എല്ലാ അതിർത്തികളും ലംഘിച്ചുകൊണ്ട് മനുഷ്യനെ ഒരുമ പഠിപ്പിക്കാനുള്ള ഇടമായി വളരുകയായിരുന്നു. പോളാ ടാക്കീസ് ഒരർത്ഥത്തിൽ ടാക്കീസ് എന്ന ഗൃഹാതുരത്വത്തെ പേറുന്നുണ്ട്. എന്നാൽ അതുമാത്രമല്ല ആ കവിത. മറ്റൊരു ദർശനവും പങ്കുവയ്ക്കുന്നുണ്ട്. അത് ഒരു സർവകലാശാല ആയിരുന്നു എന്ന് കവിതയിൽ പറയുന്നുണ്ട്. എങ്കിൽ എന്താണ് തീയറ്ററുകൾ നമ്മെ പഠിപ്പിച്ചത്? അവ പഠിപ്പിച്ചത് നാഗരികയാണ്. നമ്മുടെ ഗ്രാമീണതയ്ക്കു മേലിൽ നിന്ന് നാഗരികതയുടെ പ്രലോഭനം വീഴ്ത്തിയ ഏജൻസി കൂടിയാണ് തീയറ്റർ. ഈ രണ്ടുവശവും ഈ കവിതയ്ക്കുള്ളിൽ ഉണ്ട്. തീയറ്റർ മതേതരമായ ഒരു സമൂഹനിർമ്മിതിയിൽ വലിയ പങ്കുവഹിച്ചു. എന്നാൽ അത് വിമർശനാതീതമായിരുന്നില്ല. ആ കവിതയിൽ നസീർ എന്ന നായകനെ ഉപയോഗിക്കുന്നതും ആ വിമർശനത്തിനാണ്.

ദേശം, സ്ഥലം എന്നീ പേരുകളിൽ വ്യവഹിച്ചിരുന്നവയെ ഇടം എന്ന രീതിയിൽ വിശാലത്തിൽ നമ്മളെ പരിചയപ്പെടുത്തുന്നത് പാശ്ചാത്യ ചിന്തകനായ ഹെൻറി ലേഫെബ്രയാണ്. അദ്ദേഹത്തിന്റെ പ്രൊഡക്ഷൻ ഓഫ് സ്പേസ് എന്ന സിദ്ധാന്തത്തെ മുൻനിർത്തി മലയാളം സാഹിത്യത്തിൽ എങ്ങനെയാണ് ദേശം സ്ഥലം എന്നിവ സവിശേഷമായി ഇടമായി മാറിയിട്ടുള്ളത് എന്നാണ് ഈ ലേഖനത്തിലൂടെ കണ്ടെത്താൻ ശ്രമിച്ചത്. കേവലം ഭൂമിശാസ്ത്രപരതയല്ല അതിനുമപ്പുറമുള്ള അനുഭവമാണ് ഓരോ ഇടങ്ങളും എന്ന ആശയമാണ് ഹെൻറി ലെഫബ്രാ മുന്നോട്ട് വെച്ചത്. അതിനെ മുൻനിർത്തി സാമൂഹികമായ ഇടങ്ങൾ മലയാളത്തിലെ ഏറ്റവും പുതിയ കവിതകളിൽ എങ്ങനെയാണ് അടയാളപ്പെടുത്തുന്നത് എന്നാണീ ലേഖനത്തിൽ ചർച്ച ചെയ്തത്. ഇടം എന്നത് വലിയ ഈടുവെപ്പുകൾ ആണ്. അവ ഗൃഹാതുരതയുടെയും യാഥാർത്ഥ്യങ്ങളുടെയും ഓർമ്മകൾ ആയതുകൊണ്ട് തന്നെ അവയ്ക്കെല്ലാം വ്യക്തമായ രാഷ്ട്രീയ മാനങ്ങൾ ഉണ്ട്. ആ മുഖങ്ങളെ എല്ലാം മലയാളത്തിലെ പുതിയ കവി ആയിട്ടുള്ള പി. എൻ. ഗോപീകൃഷ്ണൻ തന്റെ കവിതകളിൽ അടിസ്ഥാനപ്പെടുത്തിയിട്ടുമുണ്ട്.

ഠഠ

12

ഹരിതഭാഷാവിചാരം: പരികൽപനയും സാധ്യതയും

പ്രജിത്ത് എം. പി.

ആമുഖം

മനുഷ്യരുടെ ആശയവിനിമയോപാധിയായ ഭാഷയെ സാഹിത്യ സിദ്ധാന്തങ്ങളെ മുൻനിർത്തി നാം പാരായണം നടത്താറുണ്ട്. ഓരോ കാലത്തും രൂപപ്പെടുന്ന സൈദ്ധാന്തികപദ്ധതികൾ അക്കാലത്തെ വായനകളെ സ്വാധീനിക്കുന്നു എന്നതുകൊണ്ടാണ് ഇത്തരമൊരു ഇടപെടൽ സാധ്യമാകുന്നത്. അത്തരത്തിൽ വായന സാധ്യമാകുന്ന നവീനമേഖകളിൽ ഒന്നാണ് ഹരിതഭാഷാശാസ്ത്ര (Eco-linguistics) സമീപനമെന്നത്. ജൈവവ്യൂഹമാണ് ഭാഷാവൈവിധ്യത്തിന് ആധാരം എന്ന പരികല്പനയെ ഭാഷാപഠനത്തിൽ സാധ്യമായ പരിസ്ഥിതിവായനകളുടെയും, സാമൂഹികഭാഷാശാസ്ത്രം (socio- linguistics), ധൈഷണികഭാഷാശാസ്ത്രം (Cognitive linguistic), എന്നീ പഠനമേഖകളുടെയും ഇടപെടലിലൂടെ മനസ്സിലാക്കാൻ ശ്രമിക്കുകയാണ് പഠനത്തിന്റെ പ്രഥമലക്ഷ്യം. മലയാളത്തിൽ ശ്രീവത്സൻ. ടി. അവതരിപ്പിച്ച ഹരിതഭാഷാശാസ്ത്രമേഖലകളുടെ സാമാന്യപരിചയവും പഠനമുൾക്കൊള്ളുന്നു. ഈ പരികല്പനയെ വിശദീകരിക്കുവാൻ ദത്തമായി സ്വീകരിച്ചിരിക്കുന്നത് വി.എച്ച്. നിഷാദിന്റെ 'വാക്കിങ് ഡിക്ഷ്ണറി' (മാതൃഭൂമി ആഴ്ചപ്പതിപ്പ്, 29മെയ്2021) എന്ന കഥയാണ്. പ്രസ്തുത കഥയിലൂടെ ഹരിതനിരൂപണത്തിന്റെ പരികല്പനകളെ മനസ്സിലാക്കാൻ ശ്രമിക്കുക എന്നതാണ് പ്രബന്ധത്തിന്റെ ലക്ഷ്യം.

ചരിത്രം

ഭാഷാപഠനത്തിൽ സാമൂഹികവായനകൾ സാധ്യമായതോടെയാ

ണ് ഹരിതഭാഷാപരികല്പനകൾ ശ്രദ്ധിക്കപ്പെടുന്നത്. ഭാഷയാണോ പരിസ്ഥിതിയെ അടയാളപ്പെടുത്തുന്നത് അതോ പരിസ്ഥിതിയിൽ നിന്നാണോ ഭാഷ അവതരിപ്പിക്കുന്നത് എന്നീ ആശയഭിന്നതയാണ് ഹരിതഭാഷാശാസ്ത്രത്തിന് വഴിയൊരുക്കുന്നത്. ജൈവവൈവിധ്യവും ഭാഷാവൈവിധ്യവും തമ്മിൽ ബന്ധിപ്പിച്ചാണ് ഹരിതഭാഷാശാസ്ത്രം പഠനവിധേയമാകുന്നത്. ജീവിവർഗങ്ങൾ അവയുടെ പരിസരവുമായുള്ള പാരസ്പര്യം പോലെ ഏതൊരു ഭാഷയും അത് നിലനിൽക്കുന്ന സാഹചര്യങ്ങളുമായി ബന്ധപ്പെട്ടാണ് പ്രവർത്തിക്കുന്നത് എന്ന ധാരണയിലാണ് ഹരിതഭാഷാശാസ്ത്രം നിലയുറപ്പിക്കുന്നത്. 1967ൽ അരിസോണയിലെ ഭാഷാപരിതോവസ്ഥയെക്കുറിച്ചുള്ള വീഗെലിൻസിന്റെയും ഷുട്സിന്റെയും പഠനത്തിലാണ് ആദ്യമായി ഇത്തരമൊരു സമീപനം കാണുന്നത്. ഹരിതഭാഷാശാസ്ത്രത്തിന്റെ ഇത്തരമൊരു നിലപാടിന് ഊർജ്ജം പകരുന്നതരത്തിൽ വിപുലമോ സൈദ്ധാന്തികമോ ആയ സമീപനങ്ങളാണ് പിൽക്കാല വായനകളിലും കാണുന്നത്.

എയ്നർ ഹോഗൻ 1970 കളിൽ 'ഭാഷയും പരിസ്ഥിതിയും' എന്ന വിഷയത്തെ അവതരിപ്പിക്കുന്നു. മറ്റ് വിജ്ഞാനശാഖകളെ അപേക്ഷിച്ചു പാരിസ്ഥിതികഭാഷാപഠനം കൂടുതൽ ചലനാത്മകമാണ്. കേവലം വിവരണാത്മകം എന്നതിനേക്കാൾ, പ്രവചനാത്മകമോ പരിഹാരത്മകമോ ആണ് ആ സമീപനരീതി. ഹോഗന്റെ നിരീക്ഷണം ആധുനികഭാഷാശാസ്ത്രം അന്നുവരെ നിലനിന്നിരുന്ന നിർദേശാത്മകമോ താരതമ്യാത്മകമോ ആയ രീതികളെ ഏകകാലിക വിവരണങ്ങൾ കൊണ്ട് പകരംവച്ചുവെങ്കിലും അതിനോട് ചേർന്ന് നിന്നിരുന്ന ഘടനാവാദപദ്ധതികളോടെല്ലാം കടകവിരുദ്ധമായ നിലപാട് ഹരിതഭാഷാപഠനം പുലർത്തുന്നതായി കാണാം. ഭാഷയും അത് നിലനിൽക്കുന്ന പരിസരവും തമ്മിലുള്ള പാരസ്പര്യത്തെയാണ് ഭാഷാപാരിസ്ഥിതികത (Ecology of language) എന്ന സംജ്ഞകൊണ്ട് ഹോഗൻ വിശേഷിപ്പിക്കുന്നത്.

ഭാഷയുടെ പരിസരവിചാരത്തെ ഹോഗൻ അടയാളംപ്പെടുത്തുന്നത് ഉപയോഗതലത്തിൽ പാരിസ്ഥികസങ്കേതങ്ങൾ ഫലപ്രദമായി ഉപയോഗിക്കാൻ സാധ്യമാകുന്ന സമൂഹമായാണ്. പത്തൊൻപതാം നൂറ്റാണ്ടിൽ തന്നെ ഭാഷയും ജീവശാസ്ത്ര മാതൃകയായി ബന്ധപ്പെട്ട പരികൽപ്പനകൾ നിലനിന്നിരുന്നു. ഏതൊരു ജീവിവർഗ്ഗത്തിനും എന്ന പോലെ ഭാഷക്കും വളർച്ചയും വികാസവും മരണവും ഉണ്ട്. അതിജീവനത്തിന്റെ സാധ്യതകൾ തേടുന്ന ഡാർവിനി

യൻ തത്ത്വം ഭാഷയുടെ പുതുജനുസ്സ് രൂപപ്പെടുന്നതിൽ ജീവശാസ്ത്രപരമായ നിലപാടുറപ്പിച്ചു. എന്നാൽ അത്തരമൊരു ജീവശാസ്ത്ര മാതൃകയെ ഹോഗൻ അടങ്ങുന്ന ഭാഷപണ്ഡിതർ അംഗീകരിക്കുന്നില്ല. മറ്റ് ജീവികളെ പോലെ ഭാഷ ശ്വസിക്കുകയോ, ഉപയോക്താക്കളിൽ നിന്ന് വേറിട്ടു ഭാഷക്ക് സ്വന്തമായൊരു ജീവിതമോ സാധ്യമല്ല തുടങ്ങിയ കാര്യങ്ങൾ ജീവശാസ്ത്ര പരികൽപനകൾക്ക് വിപരീതമായി അവർ മുന്നോട്ടുവച്ചു.

ജൈവവ്യൂഹം (Ecosystem) എന്ന തത്ത്വത്തിന് സമാന്തരമായി ഹോഗൻ ഭാഷാലോകവ്യൂഹം (Language world system) എന്ന ആശയം മുന്നോട്ടു വച്ചു. ഭാഷ സാധ്യമാകുന്നത് മനുഷ്യരെ മാത്രം ആശ്രയിച്ചല്ല എന്ന് കണ്ടെത്തുകയായിരുന്നു. അതുവഴി ഭാഷാവിചാരത്തിലെ മനുഷ്യകേന്ദ്രീകൃത ബോധത്തെ വായിക്കുകയാണ് ചെയ്യുന്നത്. തങ്ങൾ ജീവിക്കുന്ന ചുറ്റുപാടുകളെ മനസിലാക്കാനും വ്യാഖ്യാനിക്കാനും വേണ്ടിയാണു മനുഷ്യർ ഭാഷ ഉപയോഗിക്കുന്നത് എന്ന് സമാന്യമായി ഹാലിഡേ സിദ്ധാന്തിക്കുന്നു. ഉത്പാദന രീതികളെയും ഉപാധികളെയും ആശ്രയിച്ചാണ് ഭാഷയുടെ വ്യാകരണതലങ്ങൾ രൂപപ്പെടുന്നത്. ഭാഷയുടെ അർഥജനനപ്രക്രിയയിൽ (Semiogenisis) ബാഹ്യസാഹചര്യങ്ങളെയും ചരിത്രസാഹചര്യങ്ങളെയും ചേർത്ത് മനസിലാക്കുക സാധ്യമല്ല. ഭാഷയും പരിസരവും തമ്മിലുള്ള ബന്ധം സങ്കീർണ്ണമാണ്. ഇത്തരമൊരു പരിസ്ഥിതിക വായന ഭാഷാപഠനത്തിൽ സാധ്യമാക്കുകയാണ് ഹരിതഭാഷാശാസ്ത്രം അഥവാ ഹരിതഭാഷാവിചാരം ചെയുന്നത്.

ഹരിതഭാഷാവിചാരം; പ്രധാന പരികല്പനകൾ

പാരിസ്ഥിതിവീക്ഷണത്തിന്റെ അടിസ്ഥാനത്തിൽ ഭാഷാവായനകളെ കേന്ദ്രീകരിക്കുകയാണ് ഹരിതഭാഷാവിചാരത്തിന്റെ സ്വഭാവം. പ്രകൃതിയുമായി പ്രത്യക്ഷവും സ്വഭാവികവുമായ ബന്ധം പുലർത്തുന്നതിൽനിന്നും മാറി പ്രകൃതിയെ നിയന്ത്രിക്കുകയും മനുഷ്യനനുകൂലമായി അതിനെ മാറ്റിത്തീർക്കുന്നതിന് സഹായകമായിത്തീർന്നതും ഭാഷയാണ്. അത് തന്നെയാണ് ആധുനികമനുഷ്യന്റെ രൂപപ്പെടലിന് പങ്കുവഹിച്ചതും. അതുകൊണ്ടു തന്നെ ഇരുപതാം നൂറ്റാണ്ടിലെ ചിന്തകളുടെയെല്ലാം കേന്ദ്രത്തിൽ ഭാഷ ഏതെങ്കിലുമൊരു തലത്തിൽ പ്രതിഷ്ഠിക്കപ്പെട്ടതായി കാണാം. മനുഷ്യന്റെ സാമൂഹികമായ ബന്ധങ്ങൾ ഉറപ്പിക്കുന്നതിൽ ഭാഷ വഹിക്കുന്ന പങ്കുതന്നെയാണ് പരിസരപ്രകടനപരമായ ബോധത്തിലേക്ക് ഉയർത്തുന്നതും. ഭാഷയുടെ ഘടനയെക്കുറിച്ചുള്ള സൊസ്യൂറിയൻ

പരികൽപനകളാണ് ഘടനാവാദമെന്ന ഒരു ദർശനസമീപനത്തിന് തന്നെ അടിസ്ഥാനമായത്. എന്നാൽ മനുഷ്യരെ കേന്ദ്രീകരിച്ചുകൊണ്ടുള്ള ആരോപിതബന്ധങ്ങളെ അതായത് സൂചിതത്തേക്കാൾ സൂചകത്തിനും വസ്തുവിനേക്കാൾ വാക്കിനും ഘടനാവാദം നൽകുന്ന പ്രാധാന്യം പ്രകൃതിയെക്കാൾ സംസ്കൃതിക്കു നല്കുന്ന വിലയാണ്. ഇവിടെ പ്രകൃതിയെ അടിസ്ഥാനത്തിൽ എടുത്തുക്കൊണ്ടാണ് സംസ്കൃതി നിലനിൽക്കുന്നതെന്ന് പരിസ്ഥിതിക ഭാഷാവിചാരം ഘടനവാദ പ്രതിവാദമായി മുന്നോട്ടുവെക്കുന്നു.

ഭാഷയും പരിസ്ഥിതിയും

ഭാഷയെ, സാമൂഹികചരങ്ങളുടേയും അവയെ പ്രകടമാക്കുന്ന ഭാഷാചരങ്ങളുടേയും അടിസ്ഥാനത്തിൽ വായിക്കുകയാണ് സാമൂഹികഭാഷാശാസ്ത്രം. ഏതെങ്കിലും ഒന്നിനെ പഠിച്ചുകൊണ്ട് മറ്റൊന്നിനെ മനസ്സിലാക്കുക എന്ന സാമൂഹിക ഭാഷശാസ്ത്രത്തിന്റെ അവകാശവാദം ഇന്ന് കാലഹരണപ്പെട്ടതായി കരുതുന്നു. ഭാഷ സമൂഹത്തിന്റെ പ്രത്യക്ഷമാണ് എന്ന ധാരണകളെ അപനിർമ്മിക്കപ്പെടുകയാണ് വർത്തമാനകാലത്തിൽ. യഥാർത്ഥ്യത്തെ അതേപടി പ്രതിഫലിക്കുകയല്ല, അവയെ സജീവമായി സൃഷ്ടിക്കുകയാണ് ഭാഷ ചെയുന്നതെന്ന് ഇന്ന് മനസിലാക്കുന്നു. അങ്ങനെ സൃഷ്ടിക്കപ്പെടുന്ന യാഥാർത്ഥ്യത്തെ പഠിക്കാനും വിമർശിക്കാനും ഭാഷവേണം എന്നതും ഭാഷാപഠനത്തിന് നേരെയുള്ള ആക്ഷേപമാണ്. പഠനവസ്തുവും പഠനമാധ്യമവും പഠിക്കുന്നവ്യക്തിയും ഒന്ന് തന്നെയാകുമ്പോൾ സംഭവിക്കുന്ന പ്രധാന പ്രശ്നംതന്നെയാണത്. പഠനവസ്തുവിനു പുറത്തുള്ള കാര്യങ്ങളെ കണ്ടെത്തുന്നതിനും അവതരിപ്പിക്കുന്നതിനും അത്തരമൊരു അവസ്ഥയിൽ സാധ്യമല്ല. വിഷയത്തെ വസ്തുനിഷ്ഠമായി സ്ഥാപിക്കുവാൻ കഴിയാതെവരുകയും വിശ്വാസമായോ ധാരണയായോ മാത്രം കാണുകയും ചെയ്യുന്നതിന് ഇത് കാരണമാകുന്നു. സാമൂഹിക സാഹചര്യങ്ങൾ അധികാരപരമായ ബന്ധങ്ങളിൽ നിലനിൽക്കുന്നവയാണ്. അതതുകാലത്തെ രാഷ്ട്രീയവായനകളാണ് പിന്തുടരുന്ന ഇത്തരം വ്യവസ്ഥകളെ റദ്ദ്ചെയ്യുന്നത്. വർത്തമാനബോധ്യങ്ങളും രാഷ്ട്രീയശരികളും ഒരു സ്ഥിരമടയാളങ്ങളായി കരുതുവാൻ സാധ്യമല്ല. കാലത്തിന്റെ വായനകൾ നിരന്തരം ഭാഷയേയും സാമൂഹിക സാമ്പ്രദായിക താല്പര്യങ്ങളെ പിന്തുണയ്ക്കുന്ന വിചാരങ്ങളെയും അപനിർമ്മിക്കുവാൻ തക്കതാക്കുന്നതും ഇത്യാദി നവീനവായനാപരിസരങ്ങളെ ബലപ്പെടുത്തിയാണ്.

പരിസ്ഥിതി എന്ന രൂപകം

സംസ്കാരവും ഭാഷയും പരിസ്ഥിതിയുമായുള്ള ബന്ധം ലളിതമല്ല. ഭാഷകരുടെ ബോധമണ്ഡലത്തിൽ ഒരു സാംസ്കാരിക പരിണാമം സ്വീകരിക്കപ്പെടുന്ന അത്രയും തന്നെ എളുപ്പത്തിൽ ഭാഷാപരിണാമം സ്വീകരിക്കപ്പെടാറില്ല (ശ്രീവത്സൻ). അതിന് കാരണം ഭാഷയിലെ പരിണാമങ്ങൾ മനുഷ്യരുടെ ഇച്ഛാശക്തിക്കുമപ്പുറം നിൽക്കുന്ന ചില മാനവികഘടകങ്ങളാൽ സംഭവിക്കുന്നതാണ്. അതിനാൽ ഭാഷാപരിണാമവും സാംസ്കാരിക പരിണാമവും സാമാന്തരമായല്ല സംഭവിക്കുന്നത്. ഭാഷയുടെ പദസമ്പത്ത് പരിസരസ്വാധീനത്താലാണ്. ഭാഷയിലെ പദാവലികളിൽ ഭൂപ്രകൃതി, കാലാവസ്ഥ, പ്രത്യേകജീവിവർഗ്ഗങ്ങൾ മുതലായ പരിസരസവിശേഷതകൾ ഭാഷയിലൂടെ പകരുന്നതായി കാണാം. പദാവലീതലത്തിലെ ഐച്ഛികവികാസം എന്നാണ് സപീർ ഇതിനെ വിശേഷിപ്പിക്കുന്നത്. ഇതുപോലെ ഭാഷാമണ്ഡലത്തിൽ രൂപകാത്മകമായി പരിസരത്തെ പ്രയോജനപ്പെടുത്താനുള്ള ശേഷിയാണ് ഭാഷയിലെ പരിസ്ഥിതികരൂപകങ്ങൾ എന്നതുകൊണ്ട് അർഥമാക്കുന്നത്. മനുഷ്യരുടെ പരിസ്ഥിക ഇടപെടലുകൾ ഭാഷയുടെ പ്രയോഗങ്ങളിലും കാണാം. പാലുകുറുമ്പരുടെ ഭാഷയെ പഠിക്കുമ്പോൾ പരിസ്ഥിക വൈവിധ്യങ്ങളെ ചേർത്ത് വായിക്കുന്നത് പരിസ്ഥിതി എപ്രകാരം ഭാഷമണ്ഡലത്തിൽ സ്വാധീനിക്കുന്നു എന്ന് മനസിലാക്കുവാൻ സഹായിക്കുന്നു. ഇത്തരം വൈവിധ്യങ്ങൾക്ക് പ്രാധാന്യം നൽകുമ്പോഴാണ് മനുഷ്യരുടെ സമഗ്രജീവിത ശൈലിയായി സംസ്കാരം മാറുന്നത്.

മനുഷ്യകേന്ദ്രീകൃതമായ ജീവിതവീക്ഷണം

ആശയവിനിമയത്തെ പ്രധാനമായി കരുതിയാണ് ഭാഷാവിചാരങ്ങൾ ശക്തിപ്പെടുന്നത്. ഭാഷയെ ഉപയോഗിക്കുന്ന നിയമബോധ്യങ്ങളാണ് വ്യാകരണം. ജീവിതാവബോധമാണ് ഈ നിയമരൂപരേഖകളുടെയെല്ലാം അടിസ്ഥാനം. സാമൂഹികമായി കല്പിച്ചു കൊടുക്കുന്ന അർഥതലങ്ങളും പ്രയോഗതലങ്ങളും എല്ലാം തന്നെ ഭാഷയുടെ വ്യാകരണത്തിലും കാണാം. നിയമസംവിധാനം സുഖമമായ ഉപയോഗം എന്നതുപോലെ അധികാരം കൂടെ കണ്ടെത്താവുന്ന മേഖലയാണത്. അധീശത്വതാല്പര്യങ്ങളെ തൃപ്തിപ്പെടുത്തുകയാണ് ഈ സംവിധാനങ്ങളിലെ ആക്ഷേപകാര്യം. ഭാഷയിലെ മേയനാമസൂചിതങ്ങളായ ഭാഷാപദങ്ങൾ അത്രയും പ്രകൃതിവിഭവങ്ങൾ അപരിമിതമാണ് എന്ന് കരുതിയാണ് അവതരിപ്പിക്കപ്പെടുന്നത്. ഉപയോഗതലത്തിൽ അതുപ്രകാരം അല്ലാതിരിക്കുകയും ഭാ

ഷാപ്രയോഗത്തിൽ അത് പരിമിതമാവുന്നതും അപ്രധാനീകരണത്തിന്റെ ഭാഗമായാണ് ഹരിതവിചാരത്തിൽ വായിക്കുന്നത്. മറ്റൊന്ന് ഭാഷയിലെ ദ്വന്ദാർഥപ്രയോഗമാണ് കാറ്റിന്റെ വേഗതയും ഒച്ചിന്റെ വേഗതയും വേഗത എന്ന ഒരു മാനകത്തിൽ തന്നെയാണ് അടയാളപ്പെടുത്തുന്നത്. ഇവിടെ ഒന്ന് മാനകമാകുന്നത് (Standerd) താല്പര്യാനുസരണമാണ്. യഥാർത്ഥത്തിൽ ഇവ വിരുദ്ധജോടികളാണെങ്കിലും വൈവിധ്യത്തെ അവതരിപ്പിക്കുകയല്ല സംഭവിക്കുന്നത് മറിച്ച് ഒന്ന് നിലവാരപദമായി മാറുകയാണ് ചെയ്യുന്നത്. ഇത്തരത്തിൽ ജൈവികധർമത്തിലല്ല ഭാഷയിലെ വിശേഷണങ്ങൾ നിലകൊള്ളുന്നത് വളർച്ചാവാദത്തിന്റെ തലത്തിലാണ് എന്ന് ഹരിതഭാഷവിചാരകനായ ഹാലിഡേ വിലയിരുത്തുന്നു.(ശ്രീവത്സൻ)

അധികാരപരമായ മറ്റൊരു വായന സാധ്യമാകുന്നത് ഭാഷയിലെ സർവനാമ വ്യവസ്ഥയിലാണ്. മനുഷ്യനൊഴികെയുള്ള എല്ലാ ചേതനാചേതനങ്ങളെയും അത്/അവ എന്ന ഒരൊറ്റ സർവനാമ ഗണത്തിലാണ് ഉൾപ്പെടുത്തുക. മഹാജീവിലോകത്തെ അപ്പാടെ നിരാകരിച്ച് അതുവഴി മനുഷ്യർ മാത്രമാണ് ഭൂമിയുടെ യഥാർത്ഥ അവകാശി എന്ന് സ്ഥാപിക്കുവാനും നിലനിൽക്കുന്ന സർവനാമവ്യവസ്ഥ സഹായിക്കുന്നു. ഈ സമീപനം ഭാഷയിലെ മനുഷ്യകേന്ദ്രീകരണത്തിന്റെ (anthropocentrism) ഉത്തമദൃഷ്ടാന്തമാണ്. ഇത് തന്നെയാണ് മനുഷ്യഭാഷ മൃഗഭാഷ എന്നീ പരികല്പനകളിലും കാണുന്നത്. മൃഗങ്ങളുടേത് ഭാഷയായി പോലും കരുതുവാൻ സാധിക്കാത്തത് വിചാരതലത്തിൽ പ്രവർത്തിക്കുന്ന മനുഷ്യകേന്ദ്രീകരണത്താലാണ്. മനുഷ്യനെ പ്രകൃതിക്കുമേൽ സ്ഥിരപ്പെടുത്തുന്ന അധികാരിയായി മാറ്റുകയാണ് ഭാഷയുടെ ഇത്തരം സാമൂഹിക താല്പര്യങ്ങൾ ചെയ്യുന്നത്.

ഗായാതത്ത്വവും ഡെയ്സിലോകവും

ഹരിതഭാഷാതത്ത്വത്തിന് വെളിച്ചം തരുന്ന മറ്റൊരു പരികല്പന 1979 ൽ ജെയിംസ് ലവ്‌ലോക്ക് അവതരിപ്പിച്ച ഗായാതത്ത്വമാണ് (Gia theory). ഭൂമിയുടെ വ്യവസ്ഥ സ്വയംനിയന്ത്രിതവും പ്രശ്നപരിഹാരസജ്ജവുമാണെന്ന അനുമാനമാണ് ഗായതത്വത്തിന്റെ അടിസ്ഥാനം. ഭൂമിയെ ഒരു ജീവനുള്ള വസ്തുവായി കരുതുകയാണ് ഈ സിദ്ധാന്തത്തിന്റെ സ്വഭാവം. ജീവന്റെ പരിണാമവും അത് നിലനിൽക്കുന്ന പരിതോവസ്ഥയും പരസ്പരം സ്വാധീനിക്കുന്നതാണ്. അതിനാൽ തന്നെ അവയുടെ സന്തുലിതാവസ്ഥ നിലനിർത്തുന്നതിനായി പരിസരസജീകരണം സ്വമേധയ പ്രകൃതിതന്നെ സാധ്യ

മാക്കും. ഈ പ്രതിഭാസത്തിന് അദ്ദേഹം ഗ്രീക്ക് ദേവതയായ ഗായയുടെ നാമം നിർദേശിക്കുന്നു. ജീവിവർഗങ്ങളെ നിലനിർത്തുന്നത് അവയുടെ പരിസ്ഥിതിയെ സംരക്ഷിച്ചുകൊണ്ടാണെന്നും അതുവഴി മാത്രമേ ഭാഷയെയും അതിന്റെ പ്രയോഗപരിതസ്ഥിതിയുടെ സംരക്ഷണത്തില്ലുടെയാണ് വിഭവങ്ങളെ സുസ്ഥിരമായി നിലനിർത്താനാവൂ എന്നും ഈ സിദ്ധാന്തം തെളിയിക്കുന്നു. എന്നാൽ ആധുനിക ശാസ്ത്ര വികാസങ്ങളെ നിഷേധിക്കുന്ന 'പ്രാകൃത' യുക്തിശൂന്യതയായി ഗായ തത്വം കാണുന്നു. പരിസ്ഥികപ്രശ്നങ്ങൾ അവതരിപ്പിക്കുമ്പോൾ സ്വാഭാവികമായി രൂപപ്പെടുന്ന വികസനവിരോധ ഭാവങ്ങളായി ഇത്തരം പ്രയോഗങ്ങളെ കാണാം.

ഭാഷാവംശനാശം

ജീവിവർഗങ്ങളെപോലെ ഭാഷയ്ക്കും നാശം സംഭവിക്കുന്നു. ഒരു ഭാഷ ഇല്ലാതാവുന്നിടത്ത് അപ്രത്യക്ഷമാവുന്നത് ഒരു ജനതയും അവരുടെ സംസ്കാരവുമാണ്. ഭാഷാനാശത്തിന് പല കാരണങ്ങൾ കണ്ടെത്താം. പ്രധാനമായും ഭാഷയിലെ അധീശഭാഷസ്വാധീനമാണ്. ഇത് അധികാരപരമായി ഭാഷയെ മാറ്റുന്നു. ഭാഷയുടെ മരണവും നഷ്ടവും രണ്ടും വ്യത്യസ്തമാണ്. ഒരു ഭാഷകസമൂഹം അപ്പാടെ അവർ ഉപയോഗിച്ചിരുന്ന ഭാഷയെ പ്രയോഗത്തിൽ നിന്നും മാറ്റിനിർത്തുന്നതിനെയാണ് ഭാഷാനഷ്ടം എന്നു പറയുന്നത്. അത്തരത്തിൽ അന്യം നിന്നുപോകുന്ന ഭാഷയുടെ അവസ്ഥയാണ് ഭാഷാമരണം. ഇത്തരം സാമൂഹിരാഷ്ട്രീയ കാരണങ്ങൾ മൂലം ഇല്ലാതാവുന്നത് ഭാഷാവൈവിധ്യമാണ്. അതുവഴി ഭാഷകരുടെ സ്വത്വം തന്നെയാണ് വെല്ലുവിളി നേരിടുന്നത്. ഭാഷയുടെ നിലനിൽപ്പിനുവേണ്ടി നടത്തുന്ന പ്രതിരോധങ്ങൾ അധികാരത്തിന്റെ ബലതന്ത്രങ്ങൾക്കെതിരെയുള്ള സ്വത്വപ്രതിസന്ധി നേരിടുന്ന വിഭാഗത്തിന്റെ ചെറുത്തുനില്പ്പായി വായിക്കാവുന്നതാണ്.

സാഹിത്യവായനയിലെ ഹരിതവിചാരം

ഹരിതഭാഷാശാസ്ത്രത്തിന്റെ സിദ്ധാന്തത്തിന്റെ അടിസ്ഥാനത്തിൽ വി.എച്ച്. നിഷാദിന്റെ 'വാക്കിങ് ഡിക്ഷണറി' എന്ന കഥയെ ചുവടെ അപഗ്രഥിക്കാൻ ശ്രമിക്കുന്നു.

ഹരിതവിചാരപ്രസ്താവന

1.'രാവിലെകളെ അറിഞ്ഞ്, വഴിയോരങ്ങളിലൂടെ ഒഴുകാൻ അയാൾ വെമ്പിയിരുന്നു. ഇരുവശങ്ങളിലും കൈയെത്തിച്ച്, പലതരം മഞ്ഞുശില്പങ്ങൾ ഒളിപ്പിച്ചുവെച്ച പുൽത്തലപ്പുകളെ തഴുകികൊണ്ട് അങ്ങനെ സഞ്ചരിക്കാൻ അയാൾ എല്ലാ പ്രഭാതത്തിലും ഇഷ്ട

പ്പെട്ടു.'

ഇവിടെ ഒഴുകുക എന്നത് ദ്രവ്യത്തിന്റെ ഗുണമാണ് (fluidity). പരിസരത്തിൽ കാണുന്ന ഇങ്ങനെയൊരു സ്വഭാവത്തിന് ഭാഷയിലേക്ക് അവതരണം ചെയ്യുകയാണ് ഒഴുകുക എന്ന വാക്കുകൊണ്ട് ചെയ്യുന്നത്. മനുഷ്യരുടെ ശരീരബോധമാണ് വശങ്ങളിൽ കൈയെത്തിച്ച് എന്ന പ്രയോഗത്തിൽ കാണുന്നത്. പ്രകൃതിയിലെ വൈവിധ്യമാണ് സർഗാത്മകാവിഷ്ക്കാരത്തിന് കാരണമാകുന്നത് എന്ന് ഇതിലൂടെ മനസ്സിലാക്കാൻ സാധിക്കും

2. 'വെളുത്ത ഭിത്തിയിൽ എവിടെയെങ്കിലും പിന്നീട് കരിക്കട്ടകൊണ്ട് ആ വാക്ക് അയാൾ ഒരു നക്ഷത്രം മാതിരി കുറിച്ചുവച്ചു. അതിനു താഴെയായി പെൻസിൽകൊണ്ട് കുരുമുളകുമണിപോലുള്ള ചെറിയ അക്ഷരങ്ങളിൽ അതിന്റെ അർഥവും ആന്ത്രയോസ് അയാൾക്കുമാത്രം മനസിലാകുന്ന വിചിത്രമായ രീതിയിൽ രേഖപ്പെടുത്തി വയ്ക്കുമായിരുന്നു.'

കുരുമുളകുമണി പോലെ എന്ന പ്രയോഗം വ്യക്തിജീവിതത്തിലെ അറിവാർജ്ജന പ്രക്രിയവഴി നേടിയതാണ്. തന്റെ ധൈഷണിക തലത്തിൽ പ്രവർത്തിക്കുന്ന ഒരു മാതൃക അതിനു സമാനമായി നിലക്കൊള്ളുന്ന സൃഷ്ടിയുമാണ് ഇങ്ങനെ ഒരു വിശേഷണത്തിന് പുറകിൽ. ഇവിടെ ചിത്രലക്ഷകമാണ് (Image metaphor) അവതരിപ്പിക്കുന്നത്. ഭാഷയിലെ ആശയസംവേദനത്തിന് സാധ്യമായെങ്കിലും യഥാർഥത്തിൽ എഴുതിയ രൂപത്തിന് സ്വന്തമായ ഒരു വിശേഷണ അവസ്ഥയുണ്ട്. എന്നാൽ ഭാഷ അതിനെ ഉൾക്കൊള്ളുവാൻ തക്കതാവുന്നില്ല. ബാഹ്യലോകം ഭാഷാലോകത്തെക്കാൾ വിപുലമാണ് എന്ന വസ്തുതയാണ് മനസ്സിലാകുന്നത്.

3. 'വലിയൊരാൽമരം 'ശരാശർ'.. എന്നമട്ടിൽ ഉച്ചരിച്ചുകൊണ്ട് അതിലുള്ള എൺപതിനായിരത്തോളം ഇലകൾ ചലിപ്പിക്കുകയുണ്ടായി.'

കഥയിൽ അവതരിപ്പിക്കുന്ന 'ശരാശർ' എന്ന വാക്ക് പുതിയതാണ്. ശബ്ദങ്ങളാണ് വാക്കായും ഭാഷയായും മാറുന്നത്. കുഞ്ഞുങ്ങൾ പറയുന്ന മാമു, ഉമ്പു മുതലായ വാക്കുകൾക്ക് അർഥം നൽകുന്നത് സാന്ദർഭികമായി ചേർത്താണ്. ഇവിടെ സമാധാനം എന്ന അർഥം ശരാശർ എന്ന വാക്കിന് കഥ പുരോഗമിക്കുമ്പോൾ നൽകപ്പെടുന്നുണ്ട്. അത് വ്യക്തിയുടെ സങ്കല്പനബോധ്യത്തിൽ നിന്നാകുന്നു.

ഇലകൾ എന്ന പ്രയോഗം കഥയിലെ വൈവിധ്യത്തിന്റെ രേഖപ്പെടുത്തലാണ്. മരത്തിനപ്പുറം ആൽ എന്ന് സവിശേഷത നൽകിയിട്ടും ഏകദേശം/ ഓളം എന്നീ സംഖ്യ വിശേഷണം ചേർക്കുകയും ഒരിലയും മറ്റൊന്നാകുന്നില്ല എന്ന ഉറപ്പാക്കുകയാണ്. അതിലെ ഇലകളെല്ലാം അടിസ്ഥാനപ്പെടുത്തുന്നതിന് ഭാഷയില്ല എന്നും മനസിലാക്കാം.

4. 'ഉറാവേ എന്ന് ഒരിക്കൽ വീട്ടിലേക്കുള്ള കുന്നിറങ്ങവെ ഒരു പക്ഷി അയാളെ നോക്കി നീട്ടിവിളിച്ചു..........കുറച്ചുനേരം ആ പക്ഷിയുടെ കണ്ണിലേക്ക് നോക്കിയപ്പോൾ തന്നെ തന്റെ ബാല്യത്തിലെ ചില സങ്കടചിത്രങ്ങൾ ആ കണ്ണുകളിലും പ്രതിഫലിക്കുന്നത് കണ്ട് അയാൾ അദ്ഭുതപ്പെട്ടു. ദുഃഖിക്കരുത്....താൻ ഉച്ചരിച്ചവാക്കിന്റെ അർഥം താഴെക്കിട്ട് ആ ജീവി ഉയരത്തിൽ പറന്നുപോയി.'

പുതിയൊരു വാക്കിന് അർഥം നൽകുന്നതിന്റെ അടിസ്ഥാനമാണ് ഇവിടെ കാണുന്നത്. വ്യക്തിയുടെ മാനസികാവസ്ഥയാണ് ദുഃഖിക്കരുതേ എന്ന് ചിന്തിപ്പിക്കുന്നത്. ഇതിൽ നിന്നെല്ലാം മനസിലാകുന്നത് ഒരു വാക്ക് കണ്ടെത്തുമ്പോൾ അതിന്റെ അർഥാന്വേഷണ സാധ്യത വിപുലമാവുകയും, അർഥം കല്പിക്കുമ്പോൾ നിശ്ചിതപ്പെടുത്തുകയുമാണ് (compartmentalization) ചെയ്യുന്നത് എന്നാണ്.

5. 'അയാൾ ഒരു കല്ലെടുത്തു അലക്ഷ്യമായി പുഴയിലേക്കിട്ടു.'ബുൾ' എന്നു വെള്ളം ശബ്ദിച്ചു. പെട്ടെന്ന് ഒരു വെള്ളിമീൻ ജലോപരിതലത്തിലേക്ക് പൊങ്ങി 'ബ്ലാ' എന്നുകൂടി കോറസാക്കി. 'ബുൾ ബ്ലാ'.. പുതിയവാക്ക് കിട്ടിയ ആഹ്ലാദത്തിൽ ആന്ത്രോസ് ഇരുന്നേടത്ത് നിന്ന് ഒന്നു പൊങ്ങി.'

ഇവിടെ രണ്ട് വാക്കുകൾ തമ്മിൽ ചേർത്ത് പുതിയൊരു വാക്കിലേക്ക് നയിക്കുന്ന രീതിയെ കണ്ടെത്താം. ഭാഷയിലെ സ്വഭാവം തന്നെയാണ് അത്. ഈ കാര്യത്തെ സധൂകരിക്കാൻ തന്നെയാവണം കോറസാക്കി എന്ന് കഥയിലും പ്രയോഗിച്ചിരിക്കുന്നത്. കോറസ് എന്ന വാക്കിന്റെ കല്പിതാർഥം പിന്നണിപാടുക എന്നാകുന്നു. കഥയിൽ ഉപയോഗിക്കുന്നതുവഴി ഭാഷയുടെ സങ്കല്പനലക്ഷക (metaphor)സ്വഭാവത്തെകൂടെ പ്രകടമാക്കുകയാണ്. ധ്വൈഷണിക വായനയിൽ സംഗീതലക്ഷകമാണ് കോറസ് എന്ന പദത്തിൽ പ്രവർത്തിക്കുന്നത്. ഭാഷയിൽ പരിസരത്തെ ചേർത്ത് സങ്കല്പനം നടത്തുന്നതിന്റെ ശേഷിയെയാണ് (efficiency) ഇവിടെ കാണുന്നത്.

6. 'മുൻപ് അയാൾ ബോധപൂർവ്വം ആളുകളുമായി അടികൂടുമായിരുന്നു. ആ കശപിശയ്ക്കിടയിൽ നിർജീവമായിക്കിടന്ന ഏതെങ്കിലും ഒരു വാക്ക് പുതിയ രൂപത്തിലും ഭാവത്തിലും അവരിൽ നിന്ന് പുറത്തുവന്നാലോ എന്ന സാർഥതകൊണ്ടായിരുന്നു അത്.'

ഇതിൽ കശപിശ എന്ന് പ്രയോഗിച്ചിരിക്കുന്നത് കാണാം. സാന്ദർഭികമായി അർഥം നൽകപ്പെട്ട വാക്കാണിവ. ഭാഷ ഉപയോഗിക്കാതെ നിർജീവമാകുന്നവയാണെന്നു കാണാം. അങ്ങനെ ഉപയോഗിച്ച ഭാഷകരിൽ പുതിയ രൂപത്തിലും ഭാവത്തിലും വീണ്ടും ഭാഷയുണ്ടാവുന്നത് സംസ്കൃതിയിൽ പൂർണമായും വിട്ടുപോകാതെ നിലനിൽക്കുന്ന ഭാഷാവിചാരം കൊണ്ടാണ്.

ഉപസംഹാരം

ഹരിതവ്യാകരണം എന്ന ആശയം അവതരിപ്പിക്കപ്പെടുന്നത് ഭാഷയുടെ രൂപകാത്മകതയെക്കുറിച്ചുള്ള തിരിച്ചറിവിൽനിന്നാണ്. വ്യാകരണം ഭാഷയിലെ അധികാരത്തിന്റെ പ്രത്യയശാസ്ത്ര ഉപകരണം തന്നെയാണ്. വ്യാകരണനിയമങ്ങൾ അനുസരിക്കുന്ന ഭാഷ ഉത്തമഭാഷയായി വിധിക്കുന്നു. വർത്തമാന വ്യാകരണങ്ങൾ മനുഷ്യകേന്ദ്രീകരണത്തിന്റെയും ജീവിവർഗത്തിനോടുള്ള അതിരുകവിഞ്ഞ മനുഷ്യനെന്ന പക്ഷപാതത്തിന്റെയും അടയാളങ്ങളാണ്. പ്രകൃതി മനുഷ്യസമന്വയത്തിലേക്ക് നയിക്കുന്ന ഒരു നവദർശനമാണ് ഹരിതവ്യാകരണം. മനുഷ്യകേന്ദ്രീകരണത്തിന്റെയും പ്രകൃതിവിരുദ്ധതയുടെയും അംശങ്ങളെ വേറിട്ട്കാണിക്കുകയും. മനുഷ്യഭാഷ എന്ന സങ്കല്പത്തെ തന്നെ അപനിർമിച്ചുകൊണ്ട് മാത്രമേ പുതിയൊരു ഹരിതാന്വേഷണം ഭാഷാരംഗത്ത് സാധ്യമാവുകയൊള്ളു. വിപുലവും വ്യത്യസ്ഥവുമായ ഭൗതികലോകത്തെ ഉൾക്കൊളളുന്നതിൽ ഭാഷാവ്യവസ്ഥ പരിമിതമാണെന്ന് വ്യക്തമാക്കുകയാണ് വാക്കിങ് ഡിക്ഷണറി എന്ന കഥയിലെ പ്രസ്ഥാവനകൾ. അതുവഴി ഹരിതഭാഷാവിചാരത്തിന്റെ പരികല്പനകളെയാണ് പ്രകടമാക്കുന്നത്.

13

'എൻമകജെ'യിൽ ഉയരുന്ന പരിസ്ഥിതി അവബോധത്തിന്റെ നവകാഹളം

ഡോ. ജോജി മാടപ്പാട്ട് & എബ്രഹാം കെ.ജെ.

സംഗ്രഹം

മലയാളസാഹിത്യത്തിന്റെ വായനയിലും ഭാവുകത്വത്തിലും സവിശേഷമാറ്റം സൃഷ്ടിച്ച ചിന്താധാരയായ പരിസ്ഥിതി വിമർശനത്തിന്റെ ചരിത്രവും സ്വഭാവവും അംബികാസുതൻ മാങ്ങാടിന്റെ 'എൻമകജെ' മുൻനിർത്തി പഠനവിധേയമാക്കുന്നു. വർത്തമാനകലത്തിൽ മനുഷ്യന്റെ പ്രവർത്തനങ്ങൾ പ്രകൃതിയിലും അതിന്റെ പരിസരങ്ങളിലും സൃഷ്ടിക്കുന്ന മാറ്റത്തെ അർത്ഥ സംപുഷ്ടമായി വിശകലനം ചെയ്യുവാൻ പാരിസ്ഥിതിക വിമർശനത്തിലൂടെ സാധിക്കുന്നുണ്ട്. പുതിയ കാലത്തിന്റെ സൈദ്ധാന്തിക മുഖം എന്ന നിലയിൽ പ്രകൃതി അവബോധന ചിന്തകൾ ഇന്ന് സജീവമാണ്. മനുഷ്യനും അവന്റെ ചുറ്റുപാടുകളും സൃഷ്ടിക്കുന്ന പാരസ്പര്യത്തെ തിരിച്ചറിയുന്നത് വൈകിയെത്തിയ വിവേകമായി കരുതാം. നൂറ്റാണ്ടുകളായി മനുഷ്യൻ പ്രകൃതിയിൽ നടത്തിയ വിവേകരഹിതമായ ഇടപെടലുകൾ മാനവരാശിയുടെ നിലനിൽപ്പിന് തന്നെ ഭീഷണിയായി തീരുമെന്ന മുന്നറിയിപ്പാണ് സാഹിത്യരചനകളിലൂടെ നിർവഹിക്കപ്പെടുന്നത്. സ്വാർത്ഥലാഭത്തിനു വേണ്ടി മനുഷ്യൻ ചെയ്തു കൂട്ടുന്ന പ്രവൃത്തികൾ അടുത്ത തലമുറയുടെ നാശഹേതുവായിത്തീരുന്നു എന്നു വിളിച്ചു പറയുന്ന എഴുത്തുകൾ മലയാള സാഹിത്യത്തിലും പിറവി കൊള്ളുന്നുണ്ട്. മറഞ്ഞുകിടന്ന ഭൂതകാലനന്മകൾ കണ്ടെത്തി പരിപോഷിപ്പിക്കുന്ന പരിസ്ഥിതി സൗഹാർദ ഇടമാണ് പരിസ്ഥിതി വിമർശനമെന്ന് വിശ്വസനീയമായ തെളിവുകൾ നിരത്തി സമർത്ഥിക്കുന്നു. പ്രദേശിക-ദേശീയ-അന്തർദേശീയ പ

രിസ്ഥിതി സാഹചര്യങ്ങൾ വിലയിരുത്തുക വഴി നമ്മൾ എത്തിനിൽക്കുന്ന പ്രശ്നങ്ങളാണ് സാഹിത്യം വിശദമായ ചർച്ചയ്ക്ക് വിധേയമാകുന്നത്.

ആമുഖം

പ്രകൃതിയും മനുഷ്യനും തമ്മിൽ സൃഷ്ടിക്കുന്ന പരസ്പരഅവബോധത്തിലൂടെ സംജാതമാകുന്ന സംന്തുലനമാണ് ജൈവീകതയുടെ നിലനിൽപ്പിനാധാരം. ഭൂമിയിൽ ജീവൻ ഉടലെടുത്ത നിമിഷം മുതൽ കൃത്യമായ താളബോധത്താൽ ബന്ധിതമാണ് പ്രകൃതിപ്രതിഭാസങ്ങൾ. മനുഷ്യനും പ്രകൃതിയും തമ്മിലുള്ള പാരസ്പര്യം വെളിപ്പെടുത്തുന്ന സൃഷ്ടിപ്പിന്റെ കഥ മുതൽ മനുഷ്യൻ പ്രപഞ്ചത്തിന്മേൽ അധീശത്വം സ്ഥാപിച്ചു തുടങ്ങി. അരുതുകൾ ലംഘിക്കുവാനുള്ള മനുഷ്യന്റെ ത്വര പ്രപഞ്ചത്തിന്റെ സന്തുലനത്തെയാണ് തകർത്തു കളഞ്ഞത്. നാം അധിവസിക്കുന്ന ഭൗമമണ്ഡലവും സാഹിത്യകൃതികളും തമ്മിലുള്ള പാരസ്പര്യത്തെക്കുറിച്ചുള്ള നിരീക്ഷണങ്ങൾ പഠനവുമായി ബന്ധിപ്പിക്കുന്ന പദമാണ് പരിസ്ഥിതി വിമർശനം. പാരിസ്ഥിതിക പ്രശ്നങ്ങളുടെയും വിനാശങ്ങളുടെയും പശ്ചാത്തലത്തിൽ സാഹിത്യകൃതികളെ വിശകലനാത്മകമായി പഠിക്കുന്നതിലൂടെ സാഹിത്യവും പരിസ്ഥിതിയും പരസ്പരം കൈകോർക്കുന്നു. നിലവിലുള്ള പാരിസ്ഥിതിക പ്രശ്നങ്ങളുടെ ആഴവും വ്യാപ്തിയും മനസ്സിലാക്കുവാൻ ഇത്തരം പഠനങ്ങൾ ഒരു പരിധിവരെ സഹായകമാകുന്നുണ്ട്.

നിർവ്വചനം

മനുഷ്യനും പ്രകൃതിയും തമ്മിലുള്ള സാങ്കല്പിക അതിർ തെളിഞ്ഞും മങ്ങിയും വരയ്ക്കുന്നതിലൂടെ വായനക്കാരിൽ പുതിയ പരിപ്രേക്ഷ്യം ചമയ്ക്കുന്നതിന് പരിസ്ഥിതിവിമർശനത്തിന്റെ പങ്ക് വളരെ വലുതാണ്. പഠനസാദ്ധ്യതകളുടെ അടിസ്ഥാനത്തിൽ വിമർശകർ ഹരിത പഠനങ്ങൾ, ജൈവരാഷ്ട്രീയം, സാമൂഹിക പരിസ്ഥിതി ശാസ്ത്രം, പരിസ്ഥിതി സാമൂഹ്യ വിമർശനം എന്ന പേരുകളിൽ വിശാലാർത്ഥത്തിൽ പാരിസ്ഥിതിക വിമർശനം അറിയപ്പെടുന്നുണ്ട്. വില്യം റുക്കാർട്ട് സാഹിത്യ പഠനത്തിൽ പരിസ്ഥിതി സങ്കല്പങ്ങൾ കൂടെ ഉപയോഗിക്കാൻ കഴിയും എന്ന് അഭിപ്രായപ്പെട്ടു. ഷെറിൽ ഗ്ലോട്ട്ഫെൽറ്റി സാഹിത്യവും ഭൗതിക പരിസരവും തമ്മിലുള്ള ബന്ധമായിട്ടും അതോടൊപ്പം തന്നെ ഭൗമകേന്ദ്രീകൃതമായിട്ടുള്ള ഇടപെടലായിട്ടും പാരിസ്ഥിതിക വിമർശനം എന്ന പദത്തെ ലളിതമായി നിർവചിച്ചു. പൂർണ്ണമായും ഭൗമകേന്ദ്രീകൃതമാ

യ സമീപനം എന്ന നിലയിൽ വൈവിദ്ധ്യങ്ങൾ സ്വീകരിക്കുന്ന പ്രസ്ഥാനമായിട്ടാണ് പാരിസ്ഥിതിക വിമർശനത്തെ ഇന്നു സമീപിക്കുന്നത്. പരിസ്ഥിതിയ്ക്ക് മുഖ്യ പ്രാധാന്യം കൊടുക്കുന്ന സാഹിത്യകൃതികളെക്കുറിച്ചുള്ള പഠനമായും വിവക്ഷിക്കുന്നുണ്ട്. 'ഗ്രീൻ സ്റ്റഡീസ്' എന്ന പേരിലായിരുന്നു ആദ്യകാലങ്ങളിൽ ഇത്തരം പഠനങ്ങൾ അറിയപ്പെട്ടിരുന്നത്.

സാഹിത്യവും പ്രകൃതിയും തമ്മിലുള്ള ഗാഢമായ ബന്ധത്തെക്കുറിച്ചുള്ള പഠനമായി പരിസ്ഥിതി വിമർശനത്തെ (Ecocriticism) മനസ്സിലാക്കാം. പ്രകൃതി ദുരന്തങ്ങൾക്ക് കാരണക്കാരായ മനുഷ്യനും അവന്റെ ചുറ്റുപാടുകളെക്കുറിച്ചുള്ള അവബോധമാണ് ഇത്തരം വിമർശനങ്ങളിൽ നേരിടുന്നത്. കാർഷികവും വ്യാവസായികവും പരിസ്ഥിതിദോഷകരവുമായ വികസനപ്രവർത്തനങ്ങൾക്ക് ബദൽ മാർഗ്ഗം അവതരിപ്പിക്കുന്നതിൽ സാഹിത്യം പുതുവഴികൾ കാട്ടി തരുന്നു. വന നശീകരണം, ആണവ ദുരന്തങ്ങൾ, എൻഡോസൾഫാൻ പ്രതിസന്ധികൾ, അന്തരീക്ഷമലിനീകരണം, പ്ലാസ്റ്റിക് വിപത്തുകൾ തുടങ്ങി പ്രകൃതിയ്ക്ക് വിപരീതമായി ചിന്തിക്കുന്ന ആശയങ്ങളെ പരിസ്ഥിതി വിമർശനം എതിർക്കുന്നു. പ്രകൃതിബോധത്തിന്റെ പഴയകാല മതബോധങ്ങൾ തിരിച്ചു വിളിക്കുവാനും മനുഷ്യന്റെ കാര്യവിചാരകത്വത്തിന് കൂടുതൽ പ്രാധാന്യം നൽകുന്നതിനുള്ള ആഹ്വാനം ഇത്തരം രചനകളിൽ ഉൾപ്പെടുന്നുണ്ട്. മനുഷ്യന് പ്രകൃതിയിൽ നിന്ന് അന്യമായ ഒരു അസ്ഥിത്വമില്ലെന്ന് മിത്തുകളും പുരാണേതിഹാസങ്ങളും മതഗ്രന്ഥങ്ങളും സാക്ഷ്യപ്പെടുത്തുന്നു. നാം അധിവസിക്കുന്ന പ്രപഞ്ചത്തിൽ ചാക്രികമായ ചലനത്തിലൂടെ എല്ലാവരും പരസ്പരാശ്രിതത്വത്താൽ ബന്ധിക്കപ്പെട്ടിരിക്കുന്നു. പ്രകൃതിയുടെ മേൽ കാര്യവിചാരകത്വം എന്ന ചിന്തയാണ് ബൈബിളിലെ ഉല്പത്തികഥ സൂചിപ്പിക്കുന്നത്. കാര്യവിചാരകൻ സംഹാരകനായി മാറുന്ന കാലത്തിന്റെ അപചയത്തക്കുറിച്ചു വിശുദ്ധഗ്രന്ഥം പ്രതിപാദിക്കുന്നുണ്ട്.

പാരിസ്ഥിതിക വിമർശനത്തിന്റെ ഇന്നലെകൾ

പരിസ്ഥിതി വിമർശനം എന്ന വിമർശന പദ്ധതി ഗ്രീൻ സ്റ്റഡീസ്, പരിസ്ഥിതി കാവ്യശാസ്ത്രം, എക്കോതിയറി തുടങ്ങി പല പേരുകളിൽ അറിയപ്പെടുന്നുണ്ട്. 1978-ൽ വില്യം റൂക്കർട്ട് അവതരിപ്പിച്ച ലിറ്ററേച്ചർ ആൻഡ് ഇക്കോളജി: ആൻ എക്സ്പെരിമെന്റ് ഇൻ ഇക്കോക്രിറ്റിസിസം എന്ന പ്രബന്ധത്തിലാണ് ഇക്കോ ക്രിറ്റിസിസം എന്ന പദം ആദ്യമായി ഉപയോഗിച്ചത്. പാരിസ്ഥിതിക പ്രശ്ന

ങ്ങളുടെയും പ്രകൃതിയുടെയും പശ്ചാത്തലത്തിൽ രചയിതാക്കൾ, ഗവേഷകർ, കവികൾ എന്നിവരുടെ കൃതികളെ വിശകലനം ചെയ്തുകൊണ്ടാണ് ഇക്കോക്രിറ്റിസിസം ഇതര വിഷയങ്ങളുമായി ചേർന്നുള്ള സമീപനം സ്വീകരിക്കുന്നത്. മനുഷ്യസമൂഹങ്ങളിൽ നിർമ്മിക്കപ്പെടുന്ന ജൈവയിടങ്ങൾ ഭാവിപ്രതീക്ഷകൾ കരുപിടിപ്പിക്കാൻ സഹായിക്കുന്നു. മനുഷ്യനും അവന്റെ സ്വതന്ത്രവിഹാര സ്ഥലങ്ങളും തമ്മിൽ പരസ്പരാശ്രിതത്വത്തിന്റെ പുതുപാഠങ്ങൾ സൃഷ്ടിക്കുമ്പോഴാണ് അവ പ്രകൃതിയുമായി കൂടുതൽ ബന്ധപ്പെട്ടുന്നത്. മനുഷ്യനും പ്രകൃതിയും സൃഷ്ടിക്കുന്ന പാരസ്പര്യത്തിന്റെ രസതന്ത്രം ഭാവിയുടെ ചരിത്രമായിത്തീരുന്നു.

1980-90 കളിൽ പരിസ്ഥിതി എഴുത്തുകളും പരിസ്ഥിതിയെക്കുറിച്ചുള്ള അറിവുകളും പുസ്തകങ്ങളിൽ അന്വേഷിക്കുവാൻ തുടങ്ങി. തൊണ്ണൂറുകൾക്കു ശേഷം പരിസ്ഥിതി പഠനത്തിലെ പുതിയ പ്രവണതകൾ അവ മറ്റു വിഷയങ്ങളുമായി എപ്രകാരം ബന്ധപ്പെട്ടിരിക്കുന്നു എന്നുള്ള അന്വേഷണം ആരംഭിച്ചു. 1990കളുടെ മദ്ധ്യത്തിൽ ഷെറിൽ ഗ്ലോട്ട്ഫെൽറ്റിയും ഹരോൾഡ് ഫ്രോമും എഡിറ്റ് ചെയ്ത് പ്രസിദ്ധീകരിച്ച 'ഇക്കോക്രിട്ടിസിസം റീഡർ: ലാൻഡ്മാർക്ക് ഇൻ ലിറ്ററി ഇക്കോളജി', ലോറൻസ് ബ്യൂല്ലിന്റെ 'ദി എൻവയോൺമെന്റൽ ഇമാജിനേഷൻ' എന്നി രണ്ടു പ്രസിദ്ധീകരണത്തിലൂടെ ഇക്കോക്രിറ്റിസിസം ഔദ്യോഗികമായി പ്രഖ്യാപിക്കപ്പെട്ടു. സാഹിത്യവും ഭൗതിക പരിസ്ഥിതിയും തമ്മിലുള്ള ബന്ധത്തെക്കുറിച്ചുള്ള പഠനമായി പരിസ്ഥിതി വിമർശനത്തെ ഷെറിൽ ഗ്ലോട്ട്ഫെൽറ്റി നിർവചിച്ചു. സാഹിത്യത്തെയും പരിസ്ഥിതിയെയും കുറിച്ചുള്ള പഠനമായ പരിസ്ഥിതി വിമർശനത്തിൽ പരിസ്ഥിതിയെ വിശകലനം ചെയ്യുന്നതിനും സമകാലിക പാരിസ്ഥിതിക സാഹചര്യം തിരുത്തുന്നതിനും സാധ്യമായ പരിഹാരങ്ങൾ കണ്ടെത്തുന്നതിനും വിവിധ ശാസ്ത്രശാഖകൾ ഒത്തുചേരുന്ന പഠനമേഖലയായി കരുതുന്നുണ്ട്. മനുഷ്യകേന്ദ്രീകൃത ഇടങ്ങളെ മാറ്റിക്കൊണ്ട് ഭൗമകേന്ദ്രീകൃത ഇടങ്ങൾ പ്രതിഷ്ഠിക്കുന്നു.

എൺപതുകളിലും തൊണ്ണൂറുകളിലും നടന്ന ചിന്താധാരകളിൽ നിന്ന് ലഭിച്ച തിരിച്ചറിവുകളുടെ വെളിച്ചത്തിൽ പാരിസ്ഥിതിക വിമർശനത്തെ രണ്ട് തരംഗങ്ങളായി തിരിക്കുന്നു. പഠനത്തിന്റെ വസ്തുവായും അർത്ഥവത്തായ പരിശീലനമായും പ്രകൃതി എഴുത്തിന് ഊന്നൽ നൽകുന്നതാണ് ആദ്യ തരംഗത്തിന്റെ സവിശേഷത. നാം ജീവിക്കുന്ന കാലഘട്ടത്തിലെ പാരിസ്ഥിതിക പ്രതിസന്ധികൾ ഒ

രു സാംസ്കാരിക- ഭൗതിക പ്രശ്നമായി കണ്ട് അവബോധം വളർത്തേണ്ടത് മാനവികതയുടെയും പ്രകൃതി ശാസ്ത്രത്തിന്റെയും കടമയായി കാണുവാൻ കഴിയുന്നു. പ്രകൃതിക്ക് വേണ്ടി സംസാരിക്കുന്ന മനുഷ്യരുണ്ടാവുക എന്നതായിരുന്നു ഒന്നാം തരഗത്തിലെ പ്രാഥമിക ചിന്ത. പരിസ്ഥിതി വിമർശനം അതിന്റെ പ്രകടമായ രാഷ്ട്രീയ വിശകലന രീതി എന്ന ഖ്യാതി നേടിയത് ഇപ്രകാരമാണ്. പൂർവ്വ ചിന്തകളിൽ നിന്ന് വ്യത്യസ്തമായി, മനുഷ്യനും പ്രകൃതിയും തമ്മിലുള്ള സാംസ്കാരിക വ്യത്യാസം നിലനിർത്തി, പ്രകൃതിയുടെ മൂല്യത്തെ പ്രോത്സാഹിപ്പിച്ചു.

രണ്ടാമത്തെ തരംഗം ആധുനിക ആശയങ്ങൾ വഹിക്കുന്നവയായിരുന്നു. ആധുനികമനുഷ്യനും മനുഷ്യനല്ലാത്തവരുമായ ജീവജാലങ്ങൾ തമ്മിലുള്ള ദീർഘകാലമായുള്ള ചില വ്യത്യാസങ്ങൾ തകർക്കുന്ന വിധത്തിലുള്ള പ്രവർത്തനങ്ങളെ ചോദ്യം ചെയ്യുന്നു. മനുഷ്യനും മനുഷ്യനല്ലാത്തവയും, പ്രകൃതിയും പ്രകൃതിയും തമ്മിലുള്ള അതിരുകളുടെ നിർമ്മിതിയെക്കുറിച്ച് ചർച്ച ചെയ്യുന്നു. പാരിസ്ഥിതിക പ്രതിസന്ധിയും അതിന്റെ പരിഹാരവും എങ്ങനെ രൂപപ്പെടുത്തുന്നുവെന്ന് ചോദിക്കുന്ന പാരിസ്ഥിതി വിമർശകർ ഈ നിർമ്മാണങ്ങളെ വെല്ലുവിളിക്കുന്നുണ്ട്. ഈ തരംഗം പരിസ്ഥിതി എന്ന പദത്തെ പുനർ നിർവ്വചിച്ചു. പ്രകൃതി, നഗരം എന്നിവ ഉൾപ്പെടുന്ന വിശാലഅർത്ഥതലങ്ങൾ നൽകി വിപുലീകരിച്ചു. ഈ വികാസത്തിൽ നിന്ന് പരിസ്ഥിതി വിമർശനത്തിന്റെ കൂടുതൽ രാഷ്ട്രീയ ശാഖകളിലൊന്നായ പരിസ്ഥിതി പ്രസ്ഥാനം വളർന്നുവന്നത്. പാഠത്തിന്റെ പാരിസ്ഥിതിക വായനയിലൂടെ വർഗ്ഗം, വംശം, ലിംഗഭേദം എന്നിവയെക്കുറിച്ച് അവബോധം വളർത്തുന്നു. പാർശ്വവത്കരിക്കപ്പെട്ടവരുടെ അവകാശങ്ങളും സാമൂഹ്യാവസ്ഥയുമാണ് പഠനവിധേയമാക്കുന്നത്. മലിനീകരണത്തിന് ഇരകളായ ജനവിഭാഗത്തിന്റെ പ്രശ്നങ്ങൾ എല്ലാ മനുഷ്യരുടെയും പ്രശ്നമായി ഉയർത്തിക്കൊണ്ടുവരുന്നു.

നവസമീപനങ്ങൾ

പാരിസ്ഥിതിക വിമർശന ചിന്തകൾ അനുദിനം വികസിച്ചുകൊണ്ടിരിക്കുന്ന പഠനപ്രവർത്തനമാണ്. അതിന്റെ സങ്കല്പ രൂപീകരണം മുതൽ മനോഭാവം ദിശാബോധം എന്നിവയിലൂടെ നിരവധി മാറ്റങ്ങൾക്ക് വിധേയമായിട്ടുണ്ടെന്നത് വ്യക്തമാണ്. സാഹിത്യകൃതികളിൽ പ്രത്യക്ഷപ്പെടുന്ന നഗര-ഗ്രാമീണ ജീവിതങ്ങൾ തമ്മിലുള്ള ദ്വന്ദ്വ സംഘർഷം പ്രത്യേക ശ്രദ്ധാകേന്ദ്രമായി തീരുന്നു. ഗ്രാമീ

ണത പ്രകടമാക്കുന്ന കൃതികളുടെ മുൻനിരയിൽ പ്രകൃതിയുടെ പൊതുവായ ആദർശവൽക്കരണവും നഗരത്തിന്റെ ചിത്രീകരണത്തിൽ പൈശാചികവൽക്കരണവുമാണ് സംഭവിക്കുന്നത്. ഗ്രാമീണ ജീവിതം പ്രകൃതിയോട് ചേർന്നു നിൽക്കുകയും നഗര ജീവിതം പ്രകൃതിയിൽ നിന്ന് അന്യപ്പെടുകയും ചെയ്യുന്നു. ഗൃഹാതുരത്വം ഉള്ളിൽ പേറി നടക്കുന്ന സാധാരണ മനുഷ്യർ വിശ്രമത്തിനും പ്രതിഫലനത്തിനുമുള്ള ഒരു സ്ഥലമെന്ന നിലയിലാണ് പ്രകൃതിയെ വിലമതിക്കുന്നത്. വ്യാവസായിക വിപ്ലവം നഗരത്തിന്റെ മുഖച്ഛായ മാറ്റുകയും ഗ്രാമങ്ങളെ നഗരവത്കരണത്തിനായി പ്രേരിപ്പിക്കുകയും ചെയ്യുന്നു. എന്നാൽ പ്രകൃതിയിൽ നിന്നുള്ള അന്യവത്കരണം ജീവിതാവസ്ഥകളെ ഊഷരമാക്കി തീർക്കുന്നതായി ആധുനിക മനുഷ്യൻ തിരിച്ചറിയുന്നുണ്ട്. കൃഷി ചെയ്യേണ്ട ഒരിടമായി ഭൂമിയെ പ്രതിനിധീകരിക്കുകയും തന്മൂലം കൃഷിഭൂമി, നഗരം, മരുഭൂമി എന്നിവക്കിടയിൽ അതിർത്തി സൃഷ്ടിക്കുന്നു.

സൈബർ സാങ്കേതികത്വം വളർച്ച പ്രാപിക്കുന്ന നവലോകത്തിൽ പ്രകൃതിസ്നേഹത്തിന്റെ നല്ല പാഠങ്ങൾ സമ്മാനിക്കുവാൻ സാഹിത്യ സൃഷ്ടികളെ പങ്കുകാരാക്കുവാൻ പരിസ്ഥിതി പഠനങ്ങൾ സഹായിക്കുന്നു. പുത്തൻ കണ്ടുപിടുത്തങ്ങൾ മാനവരാശിയുടെ നിലനിൽപ്പിന് ഭീഷണിയാണെന്ന അവബോധത്തിന്റെ മേഖലകളാണ് പരിസ്ഥിതി വിമർശനം തുറന്നു കൊടുക്കുന്നത്. രാസകീടനാശിനികൾ, പ്ലാസ്റ്റിക്ക് മാലിന്യങ്ങൾ, അന്തരീക്ഷ മലിനികരണം, വ്യവസായശാലകൾ സൃഷ്ടിക്കുന്ന പരിസ്ഥിതി ദോഷങ്ങൾ, വികസനത്തിന്റെ പേരിൽ നടത്തുന്ന ഇടിച്ചു നിരത്തലുകൾ, കാട് വെട്ടിനശിപ്പിക്കലുകൾ എന്നിവ വിമർശനത്തിന്റെ തലത്തിൽ പഠനവിധേയമാക്കുന്നുണ്ട്. സാഹിത്യക്കാരൻ നല്ലൊരു പരിസ്ഥിതിസ്നേഹി കൂടിയായിരിക്കണമെന്ന ചിന്തയാണ് പാരിസ്ഥിതിക വിമർശന ചിന്തകളിൽ ഉരുത്തിരിയുന്നത്. നവസാങ്കേതികത്വം പരിസ്ഥിതി പഠനങ്ങൾക്ക് വിശാലമാനം നൽകുവാൻ ശ്രമിക്കുന്നുണ്ട്. ആഗോള പ്രകൃതി പ്രതിഭാസങ്ങളിലൂടെ സംജാതമാകുന്ന പാരിസ്ഥിതിക പ്രശ്നങ്ങളെക്കുറിച്ച് പുതിയ തലമുറയിൽ അവബോധം സൃഷ്ടിക്കുവാൻ കഴിയുന്നുണ്ട്.

പാരിസ്ഥിതിക വിമർശനത്തിന്റെ മലയാളകാലം

മലയാള സാഹിത്യത്തിൽ പരിസ്ഥിതി അവബോധത്തിനും അതിന്റെ വികസനത്തിനും സംഭാവന നൽകിയ ഘടകങ്ങളെക്കുറിച്ചുള്ള അന്വേഷണം വളരെ കുറച്ച് കഥകളിലും കവിതകളിലും നോ

വലുകളിലും ചെന്നു നിൽക്കുന്നു. മലയാളത്തിലെ സാഹിത്യത്തിൽ പരിസ്ഥിതി വിമർശനത്തിന്റെ ഉത്ഭവവും പരിണാമവും കണ്ടെത്താൻ ഈ കൃതികളുടെ വിശകലനം സഹായിക്കുന്നു. മലയാളസാഹിത്യത്തിലെ കാല്പനികത ആധുനികസാഹിത്യത്തിൽ പരിസ്ഥിതി സൗന്ദര്യത്തിന്റെ വികാസത്തിന് വളരെ ശക്തമായ അടിത്തറ സൃഷ്ടിക്കാൻ സഹായിച്ചു. എഴുപതുകളുടെ അവസാനം ആരംഭിച്ച സൈലന്റ് വാലി പ്രസ്ഥാനം മലയാളത്തിലെ പാരിസ്ഥിതിക സൗന്ദര്യശാസ്ത്രത്തിന്റെ വികാസത്തിനും വളർച്ചയ്ക്കും വഴി തെളിച്ചു. പരിസ്ഥിതി പ്രവർത്തകർക്കൊപ്പം എഴുത്തുകാരും കലാകാരന്മാരും മുന്നിട്ടിറങ്ങിയത് സാഹിത്യത്തിൽ പുതിയ ഉണർവിന് കാരണമായി തീർന്നു. മലയാളത്തിലെ എഴുത്തുകാർ പാരിസ്ഥിതിക വിഷയങ്ങളിൽ കഥയും നോവലും കവിതകളും എഴുതി പ്രതിഷേധത്തിൽ സജീവമായി പങ്കാളികളായതോടെ പരിസ്ഥിതി വിമർശനം എന്ന പേരിൽ വികസിതമായ നവവിമർശന പദ്ധതി മലയാളത്തിലും വേരുറപ്പിച്ചു. മലയാള സാഹിതക്കാരന്മാർ പരിസ്ഥിതി പ്രസ്ഥാനത്തെ നേരിട്ടും വാക്കുകളാലും പിന്തുണച്ചു. തുടർന്നു പാരിസ്ഥിതിക പ്രശ്നങ്ങൾ വിഷയമാക്കുന്ന സാഹിത്യസൃഷ്ടികൾ പിറവി കൊണ്ടു. പരിസ്ഥിതി കഥകളും നോവലുകളും മലയാള സാഹിത്യത്തെ കൂടുതൽ മിഴിവുറ്റതാക്കി തീർത്തു. പുതിയ കാലത്തിൽ ഉടലെടുക്കുവാൻ സാദ്ധ്യതയുള്ള പ്രശ്നങ്ങളുടെ ആഴത്തിൽ സഞ്ചരിക്കുകയും എൻഡോസൾഫാൻ പോലുള്ള പാരിസ്ഥിതിക പ്രശ്നങ്ങളോടുള്ള പ്രതിഷേധമായും എഴുത്തുകൾ രൂപപ്പെട്ടു. മനുഷ്യത്വരഹിതമായ വികസന പദ്ധതികൾക്കും പ്രകൃതിവിഭവങ്ങളുടെ ഖനനം, മാലിന്യ നിർമാർജനം തുടങ്ങിയ പ്രശ്നങ്ങൾക്കുമെതിരായ ജനകീയ പ്രക്ഷോഭങ്ങളിൽ നിരവധി എഴുത്തുകാർ സജീവ പങ്കാളികളായി. ആനന്ദ്, ഒ.വി. വിജയൻ, എം. മുകുന്ദൻ, കെ.ജെ. ബേബി, സി. രാധാകൃഷ്ണൻ, സാറാ ജോസഫ്, അംബികാസുതൻ മാങ്ങാട്, പി.സുരേന്ദ്രൻ, തുടങ്ങിയവരുടെ എഴുത്തുകളിൽ പരിസ്ഥിതിയും പാരിസ്ഥിതിക പ്രശ്നങ്ങളും കടന്നു വന്നു. കേരളത്തിലെ പല പരിസ്ഥിതി പ്രതിഷേധങ്ങളിലും ചെറുത്തുനിൽപ്പുകളിലും സാഹിത്യകാരന്മാർ വ്യക്തിപരമായും എഴുത്തുകളിലൂടെയും ഇടപെടാൻ തുടങ്ങി.

എസ്.കെ. പൊറ്റക്കാടും തകഴിയും പ്രകൃതിസ്നേഹത്തിന്റെ കഥകൾ വായനക്കാരുമായി പങ്കുവെച്ചു. ഭൂമിയുടെ അവകാശികൾ എന്ന ബഷീർ കൃതിയിലൂടെ മലയാള സാഹിത്യത്തിൽ പ്രകൃതി

ബോധത്തിന്റെ പുതിയ ചിന്തകൾ ഉണർത്തുവാൻ കഴിഞ്ഞു. അംബിക സുതൻ മങ്ങാടിന്റെ എൻമകജെയിലൂടെ പരിസ്ഥിതി ആവബോധം അതിന്റെ ഉന്നതിയിലേക്ക് പ്രവേശിക്കുകയും ചെയ്തു. പ്രകൃതിയിലേക്ക് മടങ്ങുന്നതിലൂടെ മാത്രമാണ് മനുഷ്യന്റെ പ്രശ്നങ്ങൾക്ക് പരിഹാരം ഉണ്ടാകുന്നത്. പരിസ്ഥിതിയെ അറിഞ്ഞ് സമരസപ്പെട്ടുള്ള ജീവിതമാണ് പുതിയ കാലത്തിന്റെ പ്രത്യാശ. പ്രകൃതി മനുഷ്യനെ സ്വാധീനിക്കുകയും സർഗ്ഗാത്മക സൃഷ്ടികളെ ഉത്തേജിപ്പിക്കുകയും ചെയ്യുന്നുണ്ട്. സൗന്ദര്യത്തിന്റെ പുത്തൻ ചലനങ്ങൾ പ്രകൃതിയുടെ ചലനങ്ങളിൽ നിന്ന് കണ്ടെത്തുവാൻ കഴിയും. മനുഷ്യ സമൂഹത്തിന്റെ സംസ്കാരം പ്രകൃതിയുടെ സന്തുലിതാവസ്ഥയെ സാരമായി സ്വാധീനിക്കുന്നുണ്ട്. നാം ജീവിക്കുന്ന ഇടത്തെ കൈകാര്യം ചെയ്യുന്നതിൽ സ്വാർത്ഥത കലരുമ്പോൾ കാര്യങ്ങൾ കൂടുതൽ കലുഷിതമാകുന്നു. പ്രകൃതിബോധത്തിന്റെ പുത്തൻ ചിന്തകൾ സമൂഹത്തിൽ എത്തിക്കുന്നതിൽ സാഹിത്യത്തെ മാധ്യമമാക്കുന്നതിൽ എക്കോക്രിട്ടിസിസം ഒരു പരിധി വരെ വിജയിക്കുന്നു. നദീതടസംസ്കാരത്തിന്റെ പാരമ്പര്യം പിന്തുടരുന്ന പുതിയ തലമുറ പലപ്പോഴും പിന്നിട്ട വഴികൾ മനഃപൂർവ്വം മറക്കുവാൻ ആഗ്രഹിക്കുന്നു.

ഹരിതനിരൂപണം മലയാളത്തിൽ എന്ന വിമർശനഗ്രന്ഥത്തിലെ പ്രവേശകത്തിൽ ഇക്കോ ക്രിട്ടിസിസം എന്ന നവവിമർശന രീതിയെ കുറിച്ച് ഷെറിൽ ഗ്ലോട്ട്ഫെൽറ്റി നിർവ്വചിക്കുന്നത് മനുഷ്യസംസ്കാരം പ്രകൃതിയുമായി അഭേദ്യമായി ബന്ധപ്പെട്ടിരിക്കുകയും അതിനെ സ്വാധീനിക്കുന്നതുപോലെതന്നെ അതിനാൽ സ്വാധീനിക്കപ്പെടുകയും ചെയ്യുന്നുണ്ട്. ഇക്കോക്രിട്ടിസിസം പ്രകൃതിയും സംസ്കാരവുമായുള്ള ബന്ധത്തിന്റെ കെട്ടുപാടുകളാണ് അന്വേഷിക്കുന്നു. ഒരു വിമർശന സമീപനമെന്ന നിലയിൽ അതിന്റെ ഒരു ചുവട് സാഹിത്യത്തിലും മറ്റൊന്ന് ഭൂമിയിലുമാണ്; ഒരു സൈദ്ധാന്തിക ചിന്തയെന്ന നിലയിൽ അത് ഒരേ സമയം മനുഷ്യരും മനുഷ്യേതര വസ്തുകളുമായി ബന്ധപ്പെട്ട് പ്രവർത്തിക്കുന്നു. പരിസ്ഥിതിവിമർശനം സാഹിത്യപഠനത്തിൽ ഒരു ഭൗമകേന്ദ്രികൃത സമീപനത്തിന്റെ ഭൂമികയാണ് സൃഷ്ടിക്കുന്നത്. പ്രകൃതിസംരക്ഷണം എന്നതിലുപരി പ്രകൃതി സൗഹാർദ്ദ ഇടപെടലുകൾ നടത്തുവാനായി മനുഷ്യസമൂഹത്തെ സജ്ജമാക്കുകയാണ് ചെയ്യുന്നത്.

നോവൽ ഗാത്രത്തിൽ സൃഷ്ടിക്കപ്പെടുന്ന ഇതിവൃത്തം, കഥാപാത്രങ്ങൾ എന്നിവ വായനക്കാരിലേക്ക് പെട്ടന്ന് കടന്നു ചെല്ലു

ന്നുണ്ട്. എന്നാൽ അവയിൽ പ്രതിപാദിക്കുന്ന പ്രകൃതി, സ്ഥലം, ഇടങ്ങൾ എന്നിവയെക്കുറിച്ചുള്ള അവബോധമാണ് അവഗണിക്കപ്പെടുന്നത്. ഇത്തരം ഒഴിവാക്കപ്പെടുന്ന സൂക്ഷ്മ സ്ഥലങ്ങളെ അടയാളപ്പെടുത്തുവാനാണ് പരിസ്ഥിതി വിമർശനം ശ്രമിക്കുന്നത്. പ്രകൃതി കേന്ദ്രിത സമീപനത്തിലൂടെ കൃതികളെ വായിക്കുന്നതിലൂടെ പരിസ്ഥിതി അവബോധത്തിന്റെ പുതിയ കാഴ്ചപ്പാടുകൾ രൂപപ്പെടുന്നു. പരിസ്ഥിതി വിമർശകൻ പ്രപഞ്ചവും പ്രകൃതിയും അതിലെ മനുഷ്യ മനുഷ്യേതര വസ്തുതകളും അവ തമ്മിലുള്ള ബന്ധത്തെയും ഇഴപിരിച്ചു പഠിക്കുവാൻ സാഹിത്യ കൃതികളെ ഉപയോഗിക്കുന്നു.

പ്രകൃതിയും മനുഷ്യനുമായുള്ള ബന്ധങ്ങളിൽ അപക്വമായ മനുഷ്യപ്രവൃത്തികൾ മൂലമുണ്ടാകുന്ന പാരിസ്ഥിതിക പ്രശ്നങ്ങൾ, അവ സൃഷ്ടിക്കുന്ന സംഘർഷങ്ങൾ എന്നിവ പാരിസ്ഥിതിക അവബോധവുമായി ബന്ധപ്പെട്ടിരിക്കുന്നു. ആഗോളതലത്തിൽ ഉണ്ടായിക്കൊണ്ടിരിക്കുന്ന പാരിസ്ഥിതിക പ്രതിസന്ധികളും പരിസ്ഥിതിവിനാശം മൂലമുണ്ടാകുന്ന ആഘാതവും പ്രകൃതി സംരക്ഷണത്തിന്റെ ആവശ്യകത ഓർമ്മിപ്പിക്കുന്നു. ആധുനിക മനുഷ്യന്റെ പ്രകൃതി സ്നേഹമില്ലായ്മയും ജൈവപരിസരങ്ങൾ പരിപാലിക്കുന്നതിൽ കാണിക്കുന്ന അലംഭാവവും ഉയർത്തിക്കാട്ടുവാൻ മലയാളത്തിലെ എഴുത്തുകാർ ഉത്സാഹിക്കുന്നുണ്ട്. നാം ജീവിക്കുന്ന പരിസ്ഥിതി നഷ്ടമാകുന്നതിന്റെ ആശങ്കകൾ എല്ലാവരിലേക്കും എത്തിക്കുവാൻ അവരുടെ രചനകൾക്ക് കഴിയുന്നു. സമകാലിക പാരിസ്ഥിതിക സാഹചര്യത്തിലേക്ക് അനുവാചക ശ്രദ്ധ ആകർഷിക്കാൻ ഇത്തരം ഇടപെടലുകളിലൂടെ സാധിക്കുന്നുണ്ട്.

പിൽക്കാല മുതലാളിത്തവും അതിന്റെ സാമ്രാജ്യത്വ രൂപകല്പനകളും മൂന്നാം ലോകരാജ്യങ്ങളിൽ പാരിസ്ഥിതിക പ്രതിസന്ധികൾ സൃഷ്ടിച്ചു. അമിതമായ മലിനീകരണം, കുമിഞ്ഞുകൂടൽ, മാലിന്യങ്ങളുടെ അശാസ്ത്രീയ നിർമാർജനരീതികൾ, കുടിവെള്ള ക്ഷാമം, അനധികൃത ഖനനം, ജൈവ വൈവിധ്യത്തിന്റെ ശോഷണം, വന്യജീവികളുടെ ആവാസവ്യവസ്ഥയുടെ നാശം, ജലത്തിന്റെ ഗുണനിലവാരത്തകർച്ച, വനനശീകരണം, കണ്ടൽക്കാടുകളും കുന്നുകളും തണ്ണീർത്തടങ്ങളും എന്നിവയുടെ നാശനം, വിവേചനരഹിതമായ കാർഷികരീതികൾ, കീടനാശിനികളുടെ അമിതവും അനിയന്ത്രിതവുമായ ഉപയോഗം, അശാസ്ത്രീയമായ ഭൂമി കയ്യേറ്റം, തുടങ്ങിയ പരിസ്ഥിതിപ്രശ്നങ്ങൾ സജീവമായി നിലനിൽക്കുന്നു. ശു

ദ്ധജലം, വായു, വിഷരഹിത വിഭവങ്ങൾ എന്നിവ എല്ലാവർക്കും അവകാശപ്പെട്ടതാണെന്ന് ജനങ്ങൾക്ക് ബോധ്യപ്പെട്ടു. പ്രകൃതിയെ മനസ്സിലാക്കാതെയുള്ള വികസന പ്രവർത്തനങ്ങൾ എല്ലാവരുടെയും ജീവിതത്തെ അപകടത്തിലാക്കുമെന്ന് തിരിച്ചറിവുണ്ടാകുന്നു.

പ്രാദേശികയിടങ്ങളിൽ നടക്കുന്ന വിവിധ പരിസ്ഥിതി സംരക്ഷണ പ്രസ്ഥാനങ്ങളെ പിന്തുണയ്ക്കുന്നതിലൂടെ പരിസ്ഥിതി വിമർശനം പൊതുവ്യവഹാരങ്ങളിൽ സജീവമായി ഇടപെടുന്നുണ്ട്. മലയാള സാഹിത്യത്തിലെ എഴുത്തുകാർ പരിസ്ഥിതി സമരങ്ങളുടെ നേതൃത്വം ഏറ്റെടുക്കുന്നത് പുതിയ പ്രതീക്ഷ നൽകുന്നു. എഴുത്തുകാരുടെ ഉത്തരവാദിത്തം സർഗ്ഗസൃഷ്ടികളിൽ മാത്രം ഒതുങ്ങിയിരിക്കുന്നുവെന്ന വിശ്വാസമാണ് വർത്തമാന കാലം പൊളിച്ചെഴുതുന്നത്. ഭാവനയുടെയും യാഥാർത്ഥ്യത്തിന്റെയും അതിരുകൾ തിരിച്ചറിയുന്നതിലൂടെ തിരിച്ചറിയാത്തവിധം കൂടികലരുന്നു കിടക്കുന്ന പ്രകൃതിബോധത്തിലേക്ക് മനുഷ്യരെ വഴി നടത്തുന്നു. നിലൽക്കുന്ന ചരിത്രത്തിൽ പ്രകൃതിശാസ്ത്രപരമായ ഇടപെടലുകൾ നടത്തി പുതുചരിത്ര നിർമ്മിതി നടത്തുന്നതോടെ കാലം സുഗമമായി പ്രവഹിക്കുവാൻ ആരംഭിക്കുന്നു. എല്ലാ ചിന്തകളുടെയും മാതാവ് എന്നു വിശേഷിപ്പിക്കുന്ന പ്രകൃതിയെ പ്രാദേശികമിത്തിന്റെയും കഥകളുടെയും പിൻബലത്തിൽ കണ്ടെത്തുവാനാണ് എഴുത്തുകാരൻ ശ്രമിക്കുന്നത്.

മനുഷ്യൻ ജൈവപരിസരങ്ങളെ വികൃതമാക്കി കളഞ്ഞതിന്റെ വേദന പങ്കു വെയ്ക്കുന്നവയാണ് അംബികാസുതൻ മാങ്ങാടിന്റെ എഴുത്തുകൾ. വനത്തിന്റെ പച്ചപ്പും ഭംഗിയും നഷ്ടപ്പെടുത്തുന്നവരുടെ കഥയാണ് 'വായില്ലാകുന്നിലപ്പൻ' കൃഷിദേവതയായ കുറത്തിയമ്മയുടെ മിത്തിലൂടെ അവതരിപ്പിക്കുന്ന വിതച്ചത്' പ്രകൃതിബോധത്തിന്റെ മറ്റൊരു കഥയാണ്. പുഴയുടെ വരൾച്ച പ്രമേയമാക്കിയ കഥയാണ് 'പുഴജീവി'. വികസനത്തിന്റെ വികല സങ്കല്പ്പങ്ങളും രാസകീടനാശിനി പ്രയോഗവും വിഷയമാക്കുന്ന കഥയാണ് 'പഞ്ചുരുളി'. പാരിസ്ഥിതിക കഥകൾക്കും നോവലുകൾക്കും പേരുകേട്ട അംബികാസുതൻ മാങ്ങാടിന്റെ ആദ്യ നോവലാണ് 'മരക്കാപ്പിലെ തെയ്യങ്ങൾ'. ആഗോളവൽക്കരണത്തിന്റെ തിരമാലകളാൽ തകർന്ന ഒരു കടൽത്തീരത്തിന്റെ കഥയാണ് നോവൽ പറയുന്നത്. ആഗോളവൽക്കരണത്തിന്റെ ആവിർഭാവത്തെ വികസനവുമായി ബന്ധപ്പെട്ട് നിലവിലുള്ള സങ്കൽപ്പങ്ങളെ പുനർനിർമ്മിക്കുന്ന ഒരു സാമ്പത്തിക ശക്തിയായി പര്യവേക്ഷണം ചെയ്യുന്ന മലയാളത്തി

ലെ ആദ്യത്തെ സാഹിത്യകൃതികളിൽ ഒന്നാണ്. പ്രകൃതിയുടെ സംസ്കാരത്തിൽ നിന്നോ മനുഷ്യജീവിതത്തിന്റെ പരിസരങ്ങളിൽ നിന്നോ ഉള്ള അന്യവൽക്കരണം പ്രകൃതിയെ ചൂഷണത്തിന് വിധേയമാക്കുന്നു.

പരിസ്ഥിതി അവബോധത്തിന്റെ കാഹളം

കാസർകോട്ടെ എൻമകജെ എന്ന ഗ്രാമം എൻഡോസൾഫാൻ ദുരന്തത്തിന് ഇരയാവുന്നതിന്റെ കഥയാണ് എൻമകജെ എന്ന നോവൽ. മനുഷ്യാവാസവ്യവസ്ഥയിൽ നിന്ന് വേറിട്ടു ജീവിക്കുന്ന പുരുഷനും സ്ത്രീയും എൻമകജെയുടെ നവീന പരിസരം വെളിപ്പെടുത്തുന്നു. വർത്തമാനകാലത്തിന് സമാന്തരമായി പറയുന്ന ഭൂതകാല മിത്തിന്റെ സഹായത്തോടെയാണ് പുതിയകാലത്തെ അടയാളപ്പെടുത്തു ന്നുണ്ട്. ഒരു പ്രാദേശിക ഇടത്തിന്റെ രാഷ്ട്രീയവും സാംസ്കാരികവുമായ ഭൂപടത്തിൽ ഒരു ജനത നടത്തുന്ന അതിജീവനത്തിന്റെ കഥ, ശരി തെറ്റുകളുടെ അപേക്ഷികതയും നഷ്ടപ്പെട്ടുപോകുന്ന മനുഷ്യജീവനുകളെക്കുറിച്ചുള്ള ആകുലത, സ്ത്രീകളും കുട്ടികളും അനുഭവിക്കുന്ന മാനസിക സംഘർഷം, പോരാടി ജീവൻ നഷ്ടപ്പെട്ട ബലഹീനരുടെ ചെറുത്തുനിൽപ്പുകൾ അങ്ങനെ അക്കമിട്ടു പറയുന്ന അനേകം സംഭവങ്ങളിലൂടെയാണ് എന്മകജെയുടെ കഥാതലം വികസിക്കുന്നത്. നീലകണ്ഠൻ, ദേവയാനി എന്ന് പിന്നീട് പേരുകൾ വെളിപ്പെടുത്തുന്ന രണ്ട് മനുഷ്യർ സ്വയം മൃഗങ്ങളുടെ അസ്തിത്വലേക്ക് മാറുവാൻ ശ്രമിക്കുന്നു. എന്നാൽ കരാർ ലംഘനത്തിലൂടെ രണ്ടു പേരും തങ്ങളുടെ ഇടങ്ങളിലേക്ക് പിന്മാറ്റം നടത്തേണ്ടി വരുന്നു. പുരുഷൻ ഗുഹയോടും സ്ത്രീ കണ്ണാടിയോടും തങ്ങളുടെ പൂർവ്വകഥ പറയുന്നുണ്ട്. കയ്പ്പേറിയ ഭൂതകാലം മറക്കുവാൻ പ്രകൃതിയുടെ ശാന്തതയും സ്വസ്ഥതയും ആശ്വാസമായി കരുതുന്ന രണ്ടു മനുഷ്യർ. അനാഥനായ എൻഡോസൾഫാൻ ബാധിതനായ കുഞ്ഞിനെ കൂടെ ചേർത്തു എന്ന കുറ്റത്തിന് ബന്ധങ്ങളിൽ വിള്ളൽ വീഴ്ത്തി പുരുഷൻ സ്വന്തം ഇടത്തിലേക്ക് മാറുന്നു. എൻമകജെയിലെ സ്വർഗത്തിൽ പുതിയ സ്വപ്നങ്ങളും സമാധാനവും കണ്ടെത്തുവാൻ മനുഷ്യർ നടത്തുന്ന പരിശ്രമങ്ങൾ ചിന്തകളിൽ നവകാഹളം ഉയർത്തുന്നു. എൻഡോസൾഫാൻ ദുരിത ബാധിതമായ ഒരു കൂട്ടം മനുഷ്യർ തങ്ങളുടെ പ്രശ്നങ്ങൾ മുഖ്യധാരാ സമൂഹത്തിന്റെ ശ്രദ്ധയിൽ കൊണ്ടുവരുവാൻ ശ്രമിക്കുന്നു. പ്രകൃതിയുടെ നന്മകൾ ആസ്വദിക്കാൻ മാത്രം അനുവദിക്കപ്പെട്ട മനുഷ്യൻ പ്രകൃതിയിലേക്ക് തന്റെ സ്വാർത്ഥത കലർത്തി വി

ഷലിപ്തമാക്കിയതിന്റെ പരിണിതഫലമാണ് സ്വർഗത്തിലെ ജനങ്ങൾ അനുഭവിക്കേണ്ടി വരുന്നത്.

മനുഷ്യകേന്ദ്രീകൃത ഇടങ്ങൾക്ക് പകരം പ്രകൃതികേന്ദ്രമായിട്ടുള്ള ഇടങ്ങൾക്ക് പാരിസ്ഥിതിവാദം ഊന്നൽ നൽകുന്നത്. മനുഷ്യന്റെ മതപരമായ ചിന്തകൾ പലതും പ്രകൃതിയാരാധനകൾക്ക് പ്രാധാന്യം നൽകുന്നവയായിരുന്നു. കാവുകളും നാഗാരാധനയും വളർത്തിയെടുത്ത പ്രകൃതി സൗഹൃദ ചിന്തകളിൽ സാമ്പത്തിക ലാഭം എന്ന ആശയം കൂടി കലർത്തി പ്രകൃതിയിൽ നിന്ന് മനുഷ്യൻ അന്യപ്പെട്ടു. എൻഡോസൾഫാൻ ഇരകളുടെ ദുരന്തചിത്രം വേദനയോടെ കൂടിയാണ് വായിച്ചു തീർക്കാൻ കഴിയുന്നത്. മനുഷ്യരുമായുള്ള എല്ലാ ബന്ധങ്ങളെയും അവസാനിപ്പിച്ച് തന്റെ ഇടങ്ങളിലേക്ക് പിന്മാറ്റം നടത്തിയ പുരുഷനും സ്ത്രീയും, എന്നാൽ ആരോരുമില്ലാത്ത കുഞ്ഞിന്റെ ദയനീയത സ്ത്രീയിൽ ആർദ്രതയുളവാക്കുന്നു. കരാർ ലംഘനത്തിൽ പുരുഷൻ പ്രതിഷേധിക്കുന്നു. എന്നാൽ ഈ കുഞ്ഞിൻറെ അവസ്ഥയിലൂടെ പുരുഷനും സ്ത്രീയും തങ്ങളുടെ പൂർവ്വകാലത്തിലേക്കും അവിടെ നിന്ന് വർത്തമാനകാലത്തിന്റെ പ്രശ്നങ്ങളിലേക്ക് ഇടപ്പെടുന്നു. 'കുഞ്ഞിന് ഒരു കളിപ്പാട്ടം പോലെ പാമ്പ് തന്റെ വന്യസൗന്ദര്യത്തെ അനുവദിച്ചിരിക്കുകയാണ്.' പ്രകൃതി ഒരുക്കുന്ന സൗന്ദര്യ സങ്കൽപ്പങ്ങൾ വാക്കുകളിലൂടെ പ്രകടമാകുന്നു. മനുഷ്യൻറെ സ്വാർത്ഥത മൂലം സ്വർഗ്ഗതുല്യമായ ഒരു പ്രദേശം നരകതുല്യമായതിന്റെ ദയനീയ ചിത്രമാണ് നോവൽ വെളിപ്പെടുത്തുന്നത്.

വായിച്ചു കഴിയുമ്പോൾ അനുവാചക ഹൃദയങ്ങളിൽ തിങ്ങുന്ന ഒരു ഭാരം നിറയ്ക്കാൻ കഥാ പശ്ചാത്തലത്തിന് സാധിക്കുന്നുണ്ട്. രോഗത്തെ വിശ്വാസവുമായി കൂട്ടിയിണക്കി ജീവിക്കാൻ ആഗ്രഹിക്കുന്ന ഒരു സമൂഹത്തിന്റെ വിശ്വാസ പ്രത്യയശാസ്ത്രങ്ങളെയാണ് പൊളിച്ചെഴുതുന്നത്. എന്നാൽ യഥാർത്ഥ രോഗകാരണത്തെ കണ്ടെത്തുവാൻ പ്രബുദ്ധരായ ഒരു കൂട്ടം മനുഷ്യർ തയ്യാറാകുമ്പോൾ രോഗം മനുഷ്യസൃഷ്ടിയാണെന്ന് തിരിച്ചറിയുന്നു. തെരഞ്ഞെടുക്കപ്പെട്ട ജനപ്രതിനിധികളും രാഷ്ട്രീയക്കാരും സാമ്പത്തിക ലാഭം മാത്രം മുന്നിൽ കണ്ടുകൊണ്ട് നടത്തുന്ന രാസകീടനാശിനിയുടെ പ്രയോഗം പ്രകൃതിയുമായി ഇണങ്ങി ചേർന്ന് ജീവിച്ചിരുന്ന ഒരു സമൂഹത്തെ രോഗാതുരമാക്കുന്നു. 'ജനങ്ങൾക്ക് സ്വാതന്ത്ര്യം ലഭിച്ചപ്പോൾ, ജനങ്ങൾ തിരഞ്ഞെടുത്ത, മാറിമാറി വന്ന സർക്കാരുകൾ തന്നെ അവരുടെ മുഖത്ത് കാളിയനെ പോലെ വിഷം തുപ്പുകയാ

യിരുന്നു, രക്ഷിക്കേണ്ടവരാണ് ആരുടെയോ മുപ്പതു വെള്ളി കാശിനുവേണ്ടി പാവങ്ങളുടെ അന്തകരാകുന്നത്.' ജനസംരക്ഷകർ ജനദ്രോഹികളായി മാറുന്ന കാലമാണ് കഥയിൽ പ്രത്യക്ഷപ്പെടുന്നത്. എൻമകജെ എന്ന കാസർഗോഡൻ ഗ്രാമം കാവുകളും നാഗാരാധനയും പ്രകൃതി ശക്തികളെ അന്ധമായി വിശ്വസിക്കുകയും ചെയ്തിരുന്ന ഇടമായിരുന്നു. 'എത്ര കോടിയിലും വിലയിടാനാവാത്ത, ജൈവവൈവിധ്യങ്ങളാൽ സമൃദ്ധമായ കൊടുംകാട് വെട്ടി തെളിച്ചാണ് ഏകവിളയുടെ ഈ കൃത്രിമ കാട് നിർമിച്ചത്.' എന്നാൽ സാമ്പത്തിക ലാഭം മാത്രം മുന്നിൽ കണ്ടുകൊണ്ട് സർക്കാർ കശുമാവിൻ തോട്ടങ്ങളിൽ നടത്തുന്ന അന്തരീക്ഷ കീടനാശിനി തളിയ്ക്കൽ മൂലം ഒരു ദേശവും അവിടുത്തെ വലിയ വിഭാഗം ജനങ്ങളും പ്രതിസന്ധിയിലാകുന്നു. 'ഒരു സ്ഥലത്ത് ഒരേ കീടനാശിനി മൂന്നു വർഷത്തിലധികം റിപ്പീറ്റ് ചെയ്യരുത് എന്നാണ് നിയമം. നാലാം വർഷം ആകുമ്പോൾ കീടം അതിന് അതിജീവിച്ചു തുടങ്ങും'. എന്നാൽ ഇരുപത്തിയഞ്ചു വർഷമായി ഒരേ കീടനാശിനി തന്നെ ഒരേ സ്ഥലത്ത് പ്രയോഗിക്കുന്നതിന്റെ പിന്നിലെ രാഷ്ട്രീയം ഏത് സാധാരണക്കാരനും തിരിച്ചറിയാൻ കഴിയും. കീടമായി അധഃപതിച്ച മനുഷ്യജന്മങ്ങളാണ് കഥയിലെ പ്രധാന കഥാപാത്രങ്ങൾ.

മാനസിക വൈകല്യവും ജനിതക മാറ്റത്തിനും കാലങ്ങളായി നിലനിൽക്കുന്ന രോഗാതുരമായ അവസ്ഥയ്ക്കും മനുഷ്യസമൂഹം സാക്ഷ്യം വഹിക്കുന്നു. എന്നാൽ എൻഡോസൾഫാൻ ഒരു മരുന്ന് മാത്രമാണെന്ന് തൊടു ന്യയം ഉയർത്തി രാഷ്ട്രീയക്കാരും നേതാക്കന്മാരും ആ പ്രശ്നത്തെ നിസ്സാരവൽക്കരിക്കുന്നു. രാസ കീടനാശിനികളുടെ ഉപയോഗം പ്രകൃതിക്ക് ദോഷം ചെയ്യുന്നു എന്നുള്ള തിരിച്ചറിവിലേക്ക് മനുഷ്യൻ ഉയരാത്തിടത്തോളം കാലം ഇത്തരം ഹീനകൃത്യങ്ങൾക്ക് നാം സാക്ഷിയാകേണ്ടി വരുന്നു. 'പ്രതിഷേധങ്ങളും പ്രതിരോധങ്ങളും എൻഡോസൾഫാനെ മരുന്ന് എന്ന ലേബലിൽ നിലനിർത്തുവാൻ രാഷ്ട്രീയക്കാരും ഉദ്യോഗസ്ഥരും ശ്രമിക്കുമ്പോൾ സാധാരണക്കാർ ആ വിശ്വാസം ഏറ്റെടുക്കുന്നു. സ്വർഗ്ഗത്തിലെ പല വീടുകളിലും കുറെ രോഗികൾ ഉണ്ട്. കുഞ്ഞുങ്ങളാണ് കൂടുതലും.' രോഗബാധിതരായ പുതിയ തലമുറ നാടിന് ആപത്താണ് എന്ന ചിന്ത പരിസ്ഥിതി ബോധത്തിന്റെ ആവശ്യകത ഓർമ്മിപ്പിക്കുന്നു. പരിസ്ഥിതി പ്രവർത്തകനായ ജയകുമാറിന്റെ തിരോധാനവും നീലകണ്ഠനും ദേവയാനിയും നടത്തുന്ന പ്രവർത്തനങ്ങളും പഞ്ചിമൂപ്പന്റെ ഇടപെടലും പ്രകൃതിസംരക്ഷണത്തിന് ഇറ

ങ്ങിപ്പുറപ്പെടുന്നവർക്ക് വലിയ ആശ്വാസമാകുന്നു. എന്നാൽ നേതാവിന്റെ രഹസ്യപ്രവർത്തനങ്ങൾ സമൂഹത്തിന് നൽകുന്ന താക്കീതും ആയാളുടെ മരണവും പുതിയ ചിന്തകൾ ഉണർത്തുന്നുണ്ട്. പ്രകൃതിയെയും അതിന്റെ സ്വതന്ത്രമായ താളത്തെയും തെറ്റിക്കുന്നു മനുഷ്യരുണ്ടെന്നുള്ള തിരിച്ചറിവ് പുതിയ തലമുറക്ക് ഉണ്ടാകുന്നു.പരിസ്ഥിതി സംരക്ഷണപ്രവർത്തനങ്ങളും പ്രകൃതി സ്നേഹവും പുതിയ കാലത്തിന്റെ ആവശ്യമാണെന്നുള്ള കാഹളമാണ് എൻമകജെ എന്ന നോവൽ ഉയർത്തുന്നത്. എന്നാൽ തിരിച്ചറിവ് നഷ്ടപ്പെട്ട മനുഷ്യ സമൂഹം ഇത്തരം ശബ്ദങ്ങൾക്ക് കാതോർക്കുന്നില്ല എന്നുള്ളതാണ് ദയനീയമായ വസ്തുത. 'ഞാനൊരു മനുഷ്യനല്ല. എന്നെ മനുഷ്യൻ എന്ന് വിളിക്കരുത്. മനുഷ്യരുമായുള്ള എല്ലാ ബന്ധങ്ങളും വേർപെടുത്തി കാട്ടിൽ താമസിക്കുന്ന ഒരു മൃഗമാണ് ഞാൻ.' പുരുഷൻ തന്നെ പരിചയപ്പെടുത്തുന്നത് ഇപ്രകാരമാണ്. നഗരത്തിന്റെ ഭ്രാന്ത് പിടിച്ച സംസ്കാരത്തിൽ നിന്നും നിഷ്കളങ്കമായ ഗ്രാമീണതയിലേക്ക് നീലകണ്ഠനും ദേവയാനിയും ഭൂതകാലം മറന്നു കളഞ്ഞ പുരുഷനും സ്ത്രീയുമായി പറിച്ചുനടുന്നു. 'മൃഗങ്ങളിൽ ഏറ്റവും നീചൻ മനുഷ്യനാണ്". വിശക്കുമ്പോൾ മാത്രം ഇര തേടുന്ന മൃഗങ്ങളും വിശക്കാത്തപ്പോഴും ആർത്തുതീർക്കുവാനും വേണ്ടി വേട്ടയാടി നടക്കുന്ന മനുഷ്യനും തമ്മിലുള്ള വ്യത്യാസം ഈ കഥ വിശദമായി പറയുന്നുണ്ട്. എൻഡോസൾഫാനെ കുറിച്ച് പരാതി പറയാൻ ചെന്ന് ജനങ്ങളെ നേതാവ് നല്ല വാക്ക് പറഞ്ഞ് തിരികെ അയക്കുന്നു. 'നല്ല വിളവുണ്ടായാൽ സർക്കാരിന്റെ സാമ്പത്തിക നിലഭദ്രമാകും. സർക്കാർ എന്ന് വെച്ചാൽ നിങ്ങൾ തന്നെയല്ലേ? അപ്പോൾ ഞങ്ങൾ കഷ്ടപ്പെടുന്നത് ജനക്ഷേമത്തിനാണ്. മനസ്സിലായോ?' മധുരം പുരട്ടിയ വാക്കുകൾ പറഞ്ഞിട്ട് വിഷം തളിക്കുന്ന മനുഷ്യരുടെ കപാട്യം വെളിപ്പെടുത്തുന്നു.

'അനുവദനീയമായതിന്റെ എത്രയോ ഇരട്ടി എൻഡോസൾഫാനാണ് ഇരുപത്തിയഞ്ചു കൊല്ലമായി ഇവിടെ തളിച്ചു കൊണ്ടിരിക്കുന്നത്'. ജീവികളിൽ ദ്രുതഗതിയിലുള്ള ജനിതക മാറ്റങ്ങൾക്ക് എൻഡോസൾഫാൻ കാരണമാകുന്നു ക്രോമസോമുകളിൽ ജീനുകളിൽ എന്തിന് ഡിഎൻഎ യിൽ തന്നെ ഈ വിഷം കൈകടത്തുന്നു. മുലപ്പാലിലും രക്തത്തിലും എൻഡോസൾഫാൻ വിഷം വഹിക്കുന്നവരാണ് എൻമകജയിലുള്ളത്. നാം കഴിക്കുന്ന ആഹാരത്തിലും കുടിക്കുന്ന വെള്ളത്തിലും ചുറ്റുപാടുകളിലും നിയന്ത്രണ വിധേയമല്ലാതെ നടത്തുന്ന എല്ലാ രാസകീടനാശിനികളും വരും

തലമുറയുടെ നാശത്തിന് കാരണമാണ് എന്ന് വലിയ സന്ദേശമാണ് നോവൽ മുന്നോട്ട് വയ്ക്കുന്നത്. ശ്രദ്ധാപൂർവ്വം നാം നമ്മുടെ ചുറ്റുപാടുകളെയും പ്രകൃതിയും കരുതുന്നില്ലെങ്കിൽ ഇനി ഒരു തലമുറയ്ക്ക് ഈ പ്രകൃതി വാസയോഗ്യമായി തീരുമോ എന്ന് സംശയിക്കേണ്ടിയിരിക്കുന്നു. സ്വാർത്ഥത മാത്രം കൈമുതലാക്കിയ മനുഷ്യസമൂഹത്തോടുള്ള വലിയ വെല്ലുവിളിയാണ് എൻമകജെ ഉയർത്തുന്നത്. പരിസ്ഥിതിബോധത്തിന്റെ പുതിയ നീതിശാസ്ത്രങ്ങൾ ഇവിടെ ഉണ്ടാവേണ്ടത് കാലത്തിന്റെ അനിവാര്യതയാണ്. ആര്യവേപ്പ് പോലെയുള്ള മികച്ച ജൈവകീടനികൾ മറ്റ് ലോകരാഷ്ട്രങ്ങൾ കടത്തിക്കൊണ്ടു പോയിട്ട് അവർ അവരുടെ രാസകീടനാശിനികൾ ഇവിടെ എത്തിക്കുന്നു. വിവേകരഹിതമായി മനുഷ്യൻ പ്രകൃതിയോട് ഇടപെടുന്നതിന്റെ ദയനീയചിത്രമാണ് എൻമകജെ നമ്മുടെ മുമ്പിൽ വരച്ചു കാട്ടുന്നത്.

സത്യത്തിന്റെ നാട്, കുന്നുകളുടെ ഗ്രാമം, നന്മയുടെ നാട്, മുള്ളുകളില്ലാത്ത എപ്പോഴും പുഷ്പിക്കുന്ന അതിർത്തികൾ ഉള്ള ഗ്രാമം, കിണറുകൾ ഇല്ലാത്ത നാട്, കുടുംബാംഗങ്ങളെ പോലെ കന്നുകാലികളെ പരിഗണിക്കപ്പെടുന്ന നാട്, തുരങ്കങ്ങളുടെ നാട്, അങ്ങനെ വിശേഷണങ്ങൾ ഒരു പട്ടിക തന്നെ എൻമകജെകുറിച്ച് പറയുവാനുണ്ട്. 'എൻമകജെയിലെ ഓരോ വീട്ടു പറമ്പിലും രണ്ടും മൂന്നും കാവുകൾ ഉണ്ടായിരുന്നു'. എന്നാൽ എൻഡോസൾഫാൻ എന്ന രാസ കീടനാശിനി ഗ്രാമത്തിന്റെ മുഖം തന്നെ മാറ്റിമറിക്കുന്നു. മനുഷ്യനും മൃഗവും അല്ലാത്ത കുറെ വിചിത്രശിശുക്കൾ വീട്ടിലുള്ള, മീനും തവളയും മണ്ണിരയും ഇല്ലാത്ത, വിചിത്ര രോഗികൾ പാർക്കുന്ന നാട്, നരകതുല്യമായ നാടായി മാറിയിരിക്കുന്നു. നാഗാരാധനയും ഭൂതാരാധനയുമാണ് എൻമകജയിൽ മുഖ്യം. 'നാഗാരാധനയിൽ പ്രകൃതി സംരക്ഷണത്തിന് വലിയ സംഗതിയുണ്ട്. ധാരാളമായി ഉള്ള ഈ കാവുകൾ ജൈവവൈവിധ്യത്തെയും വെള്ളത്തെയും നന്നായി സംരക്ഷിക്കുന്നു. കാവുകൾ ആരും കയ്യേറുകയില്ല, മരം മുറിക്കില്ല. ഒരു വിറകിന്റെ കഷണം പോലും എടുക്കില്ല. അതാണ് ഇവിടുത്തെ രീതി.' സ്വർഗ്ഗത്തിലെ ജനങ്ങളിൽ ക്യാൻസർ, അപസ്മാരം, ബുദ്ധിമാന്ദ്യം, അംഗവൈകല്യം, ചർമ്മരോഗം, മാനസിക വിഭ്രാന്തി എന്നിവ വ്യാപകമായി കാണപ്പെടുന്നു.

കഥാവസാനം മനുഷ്യൻ തന്റെ ആദിമാവസ്ഥയിലേക്ക് ഗുഹയിലേക്ക് എല്ലാ ജീവജാലങ്ങളും ഒരുമിച്ചു കഴിയുന്ന ഒരു ആവാസവ്യവസ്ഥയിലേക്ക് പോകുന്നു. എൻമകജെയുടെ വിശ്വാസകേന്ദ്രങ്ങ

ളിൽ ഊട്ടിയുറപ്പിച്ചിരിക്കുന്ന മഹാബലിയുടെ പുതിയ അവതാരത്തിൽ അദ്ദേഹത്തിന് നേതൃത്വത്തെ സന്തോഷിക്കുന്ന ഒരു പുതിയ ഇടത്തിലേക്ക് കാലം മനുഷ്യനെയും പ്രകൃതിയെയും കൊണ്ടുചെന്ന് സ്ഥാപിക്കുന്നു. നമ്മുടെ സമരം എല്ലാ രാസകീടനാശിനികൾക്കും എതിരെ ഉള്ളതായിരിക്കണം. നോവൽ മുമ്പോട്ട് വെക്കുന്ന ആശയവും ഇതുതന്നെയാണ്. എന്നാൽ പ്രതിഷേധങ്ങളെ അടിച്ചമർത്തുന്ന കോർപ്പറേറ്റ് സംവിധാനങ്ങൾ സാധാരണക്കാരന്റെ ശബ്ദങ്ങളെ ദുർബലമാക്കുന്നു ഈ തിരിച്ചറിവാണ് നോവലിലൂടെ ലഭിക്കുന്ന മറുവശം. കർണാടകത്തിലെ യൂക്കാലിപ്റ്റസ് തോട്ടങ്ങളും ഹിമാലയത്തിലെ പൈൻ തോട്ടങ്ങളും കേരളത്തിലെ അക്വേഷ്യ കാടുകളും ഭൂമിയിലെ ജൈവവൈവിധ്യത്തെ നശിപ്പിച്ചു കളയുന്നു എന്ന വലിയ വിഷയത്തിലേക്കും നോവലിസ്റ്റ് വിരൽ ചൂണ്ടുന്നു. പ്രത്യാശ നഷ്ടപ്പെടാത്ത മനുഷ്യൻ പഴയ നന്മകളുടെ മഹാബലി കാലത്തിലേക്കും ആദിമ സംസ്കാരങ്ങളിലേക്കും തിരികെ യാത്ര നടത്തുന്നു.

അനുബന്ധം

അംബികാസുതൻ മങ്ങാട്: 1962 ഒക്ടോബർ എട്ടിന് കാസർഗോഡ് ജില്ലയിലെ ബാരഗ്രാമത്തിൽ ജനിച്ചു. കഥാകൃത്ത്, കോളേജ് അദ്ധ്യാപകൻ എന്നീ നിലകളിൽ പ്രശസ്തൻ. ജന്തുശാസ്ത്രത്തിൽ ബിരുദവും കാലിക്കറ്റ് സർവ്വകലാശാലയിൽ നിന്ന് മലയാളത്തിൽ ബിരുദാനന്തര ബിരുദവും, എം.ഫിലും നേടി. ഇപ്പോൾ കാഞ്ഞങ്ങാട് നെഹ്റു കോളേജിൽ മലയാള വിഭാഗം അദ്ധ്യാപകനായി പ്രവർത്തിക്കുന്നു. കയ്യൊപ്പ് എന്ന ചിത്രത്തിന്റെ തിരക്കഥയും സംഭാഷണവും നിർവ്വഹിച്ചിട്ടുണ്ട്.

കൃതികൾ: കുന്നുകൾ പുഴകൾ, രാത്രി, ജീവിതത്തിന്റെ മുദ്ര, കമേഴ്സ്യൽ ബ്രേക്ക്, വാലില്ലാത്ത കിണ്ടി, ഒതേനന്റെ വാൾ, രണ്ടു മൽസ്യങ്ങൾ (കഥകൾ) എൻമകജെ, മരക്കാപ്പിലെ തെയ്യങ്ങൾ (നോവൽ), രണ്ടു മുദ്ര (നോവലൈറ്റ്) സി.പി. അച്യുതമേനോനും മലയാളവിമർശനവും (നിരൂപണം).

പുരസ്കാരങ്ങൾ: കഥാരംഗം നോവൽ അവാർഡ്, കാരൂർ പുരസ്കാരം, എസ്.പി.എസ്., തുഞ്ചൻ സ്മാരക അവാർഡ്, കേരള സാഹിത്യ അക്കാദമി, അങ്കണം അവാർഡ്, ഇതൾ അവാർഡ്.

എൻഡോസൾഫാൻ കീടനാശിനി

എൻഡോസൾഫാൻ കീടനാശിനി കശുമാവ്, പരുത്തി, തേയില, നെല്ല്, പഴങ്ങൾ തുടങ്ങിയ വിളകൾക്ക് 2011 വരെ വ്യാപകമായി

ഉപയോഗിച്ചിരുന്നു, സുപ്രീം കോടതി അതിന്റെ ഉൽപാദനവും വിതരണവും നിരോധിച്ചു. രാസവസ്തുവിന്റെ ആരോഗ്യ പ്രത്യാഘാതങ്ങളിൽ ന്യൂറോടോക്സിസിറ്റി, വൈകിയെത്തുന്ന ലൈംഗിക പക്വത, ശാരീരിക വൈകല്യങ്ങൾ, വിഷബാധ തുടങ്ങിയവ ഉൾപ്പെടുന്നു. ആളുകൾക്ക്, പ്രത്യേകിച്ച് നവജാതശിശുക്കൾക്ക്, കാർഷിക രാസവസ്തുവിന്റെ സമ്പർക്കം മൂലം വൈകല്യങ്ങൾ, ആരോഗ്യപരമായ സങ്കീർണതകൾ ഉണ്ടാകുന്നുവെന്നു വിവിധ പഠനങ്ങൾ ചൂണ്ടിക്കാണിക്കുന്നു.

○○

14

കീഴാളതയുടെ വീണ്ടെടുക്കലും പ്രതിരോധവും

എം. ആർ. രേണുകുമാറിന്റെ കവിതയിൽ

അധിനിവേശകാലത്തും അതിനുശേഷവും തുടർന്നുകൊണ്ടിരിക്കുന്ന സാമ്രാജ്യത്വത്തെ പ്രതിരോധിക്കുന്നതാണ് കോളിയനന്തരദർശനം, അതിന്റെ ഭാഗമായാണ് കീഴാളത എന്ന സങ്കല്പനവും രൂപംകൊള്ളുന്നത്. സ്ത്രീകളും കുട്ടികളും ദലിതരുമടങ്ങുന്ന കീഴാളരുടെ പ്രാതിനിധ്യ പ്രശ്നങ്ങൾ മുഖ്യധാരയിലേക്കു കൊണ്ടുവരികയും സാമൂഹിക പരിവർത്തനത്തിനുള്ള പ്രധാന വിശകലനോപാധിയായി കീഴാളത മാറുകയും ചെയ്തു. നവോത്ഥാനം, ആധുനികത, ദേശീയത എന്നീ കൊളോണിയൽ ആശയപരിസരങ്ങളെ ഈ സിദ്ധാന്തം ചോദ്യം ചെയ്യുന്നു. ദേശീയവാദ ചരിത്രരചനയുടെ വിമർശനമായിട്ടാണു കീഴാളപഠനങ്ങൾ കടന്നുവരുന്നത്. ആധുനികാനന്തര മലയാളകവിതയിൽ പരിവർത്തനോന്മുഖമായ മാറ്റങ്ങൾ സൃഷ്ടിക്കാൻ കീഴാള പഠനങ്ങൾക്കു കഴിഞ്ഞു. ചാതുർവർണ്ണ്യവ്യവസ്ഥയിലെ അസ്പൃശ്യരായ ജനങ്ങൾ, ഫ്യൂഡൽ കാലഘട്ടത്തിലെ അധഃസ്ഥിത വിഭാഗങ്ങളും ജാതി അധികാര വ്യവസ്ഥയ്ക്കുള്ളിൽ അകപ്പെട്ടിരുന്നു. ബ്രാഹ്മണ ജ്ഞാനവ്യവസ്ഥയുടെ കെട്ടുപ്പാടുകളിൽ നിന്നും മോചിതരാകാത്ത ജനതയായിരുന്നു അവർ. നവോത്ഥാനം, ആധുനികത, മിഷണറി പ്രവർത്തനങ്ങൾ എന്നിവയ്ക്കൊന്നും കീഴാളരിൽ വലിയ മാറ്റങ്ങളുണ്ടാക്കാനായില്ല. പകരം ഫ്യൂഡലിസത്തിൽ നിന്നു മുതലാളിത്തത്തിലേക്കും തുടർന്നു നവ

കൊളോണിയൽ ലോകത്തേയ്ക്കും അവരെ മാറ്റിപ്പാർപ്പിച്ചു. അധികാരത്തിന്റെ ഇത്തരം തുടർച്ചകൾ, അത് ബാഹ്യമായും ആഭ്യന്തരമായും അധീശത്വം ഏറ്റുവാങ്ങിയ ജനതയിൽ സൃഷ്ടിച്ച ആഘാതങ്ങൾ, സ്വത്വസംഘർഷങ്ങൾ എന്നിവ കീഴാളപഠനങ്ങളെ ആസ്പദമാക്കി വിശകലനം ചെയ്യുവാനാണ് ഈ പ്രബന്ധത്തിലൂടെ ശ്രമിക്കുന്നത്. എം.ആർ രേണുകുമാറിന്റെ ഐസ് ബ്രേക്കിങ്', ചോദ്യക്കടലാസ് എന്നീ കവിതകൾ ഇതിനായി തിരഞ്ഞെടുത്തിരിക്കുന്നു.

കീഴാളപഠനവും സൈദ്ധാന്തികതയും

കോളനിയനന്തരദർശനത്തിന്റെ മറ്റൊരു സൈദ്ധാന്തിക മണ്ഡലമാണ് കീഴാളപഠനങ്ങൾ . പാർശ്വവല്കൃതരായ എല്ലാ ജനങ്ങളെയും കീഴാളരെന്ന സംജ്ഞ ഉൾകൊള്ളുന്നു. അതിനാൽ ഫെമിനിസ്റ്റ് ചിന്തയെക്കൂടി പരിഗണിക്കുന്നതാണ് കീഴാളപഠനമേഖല. മുതലാളിത്ത വ്യവസ്ഥ അധികാരസ്ഥാനത്തുനിന്നു അരികുകളിലേക്കു മാറ്റിനിർത്തിയ എല്ലാവരെയും ഉൾക്കൊള്ളുന്ന പദമാണ് കീഴാളത, സൈനികഘടനയുമായി ബന്ധപ്പെട്ടാണ് സബാൾട്ടേൺ എന്ന വാക്ക് ഇംഗ്ലീഷിൽ ഉപയോഗിക്കുന്നത്. കീഴ്നിലയെന്ന അർത്ഥത്തിൽ ക്യാപ്റ്റൻ പദവിക്കു താഴെയുള്ള ഉദ്യോഗസ്ഥരെയാണ് ഈ പദം സൂചിപ്പിച്ചത്. എന്നാൽ, മർദ്ദിതരായ ജനവിഭാഗങ്ങളെ ഉദ്ദേശിച്ചുകൊണ്ട് സബാൾട്ടേൺ എന്ന വാക്ക് ആദ്യമായി ഉപയോഗിക്കുന്നത് അന്റോണിയോ ഗ്രാംഷിയാണ്. പ്രിസൺ നോട്ട്ബുക്ക് എന്ന കൃതിയിൽ ആധുനിക മുതലാളിത്ത സമൂഹത്തിലെ കീഴാളവർഗ്ഗമാണ് തൊഴിലാളികളെന്നും അതിനുമുമ്പുള്ള ചരിത്രഘട്ടത്തിലെ കർഷകരും കീഴാളരായിരുന്നുവെന്നും ഗ്രാംഷി പറയുന്നുണ്ട്. എല്ലാ വർഗ്ഗവിഭജിത സമൂഹങ്ങളിലും അധികാരഘടനയ്ക്ക് താഴെയുള്ള ജനതയുടെ പൊതുകാര്യങ്ങളാണ് കീഴാളപഠനം ചർച്ച ചെയ്തത്. മുതലാളിത്തത്തിനു കീഴിൽ തൊഴിലാളികൾ പൂഷണം നേരിടുന്നുണ്ടെങ്കിലും ചെറിയ രീതിയിലുള്ള സ്വാതന്ത്ര്യം അവർക്കുണ്ടായിരുന്നു. എന്നാൽ അതുപോലുമില്ലാത്ത, ഭൗതികമായും പ്രത്യയശാസ്ത്രപരമായും മാറ്റിനിർത്തിയിരുന്ന, മനുഷ്യത്വം നിഷേധിച്ച ജനതകളെയെല്ലാം കീഴാളമായി കോളനിയാനന്തരദർശനം കണക്കാക്കുന്നു. ജാതീയമായുള്ള പിന്നോക്കാവസ്ഥയോ അടിമത്തമോ മാത്രമായിരുന്നില്ല ഇതിന്റെ മാനദണ്ഡം, ഗോത്രവർഗ്ഗങ്ങൾ, സ്ത്രീകൾ, കുട്ടികൾ, കർഷകർ, തൊഴിലാളികൾ ഇവരെയെല്ലാം കീഴാളമെന്ന സംജ്ഞ ഉൾക്കൊണ്ടു. ചരിത്രരചനാരീതി, രാഷ്ട്രീയ

സിദ്ധാന്തം, സ്ത്രീവാദം, കർഷകത്തൊഴിലാളി പഠനങ്ങൾ, വൈദ്യത്തിന്റെ സാമൂഹ്യശാസ്ത്രം, ശാസ്ത്രപഠനങ്ങൾ, നരവംശശാസ്ത്രം, നിയമപഠനങ്ങൾ, ജനപ്രിയസംസ്കാരം, മാധ്യമം, സിനിമ എന്നിങ്ങനെ ഒട്ടേറെ മേഖലകളെ ഈ സങ്കല്പനം ആഴത്തിൽ സ്പർശിച്ചു. ജാതിന്യൂനപക്ഷങ്ങൾ, മതേതരത്വം നേരിടുന്ന വെല്ലുവിളി, പരസ്ഥിതി സംവാദങ്ങൾ, ആഗോളവല്കരണത്തിന്റെ പശ്ചാത്തലത്തിലെ ദേശീയവാദം എന്നിവ സിദ്ധാന്തത്തിന്റെ പ്രധാന പ്രശ്നമണ്ഡലങ്ങളായിത്തീർന്നു. പ്രതിനിധാനം (വരേണ്യ ചരിത്രരചനയിൽ എങ്ങനെയാണ് തൊഴിലാളിപ്രസ്ഥാനങ്ങൾ പ്രതിനിധാനം ചെയ്യപ്പെട്ടത്), സൂചിതമാക്കൽ (പത്തൊമ്പതാം നൂറ്റാണ്ടിലെ പ്രക്ഷോഭങ്ങളെ എങ്ങിനെ വായിക്കാം), ആഖ്യാനം (എന്തുകൊണ്ട് ഇന്ത്യൻ ചരിത്രരചന കലാപ വിരുദ്ധഗദ്യമായിത്തീരുന്നു), ഘടന (എങ്ങനെയാണ് ഒരു അധിനിവേശിത രാജ്യത്തേയ്ക്ക് ആധുനികതയെത്തുന്നത്?), ഇന്ത്യയിലെ ദേശീയവാദം എങ്ങനെയാണ് വ്യത്യസ്തമാകുന്നത്? ദേശീയവാദത്തിന്റെ വ്യവഹാരങ്ങളിൽ ആരൊക്കെ അപരവത്കരിക്കപ്പെടുന്നു? ഇത്തരം ചിന്തകളാണ് കീഴാളപഠനങ്ങൾ മുന്നോട്ടുവെച്ചത്. ഹെഗൽ, മാർക്സ്, സെയ്ദ്, ഫൂക്കോ, ദറിദ എന്നിങ്ങനെയുള്ളവരോട് കടപ്പാടുണ്ടെങ്കിലും കീഴാളപഠനങ്ങൾ വേറിട്ടൊരു സൈദ്ധാന്തിക പരിസരം സൃഷ്ടിക്കുവാൻ ശ്രമിച്ചു. ദേശീയവാദചരിത്രരചനകളെയാണ് ആദ്യമായി വിമർശനവിധേയമാക്കുന്നത്. അതുവരെ നിലനിന്നിരുന്ന ചരിത്രം, കൊളോണിയലിസത്തിന്റെയും വരേണ്യതയുടെയും സൃഷ്ടിയായിരുന്നു. കോളനികളിൽ ജീവിച്ചിരുന്ന സാധാരണ ജനത ഈ ചരിത്രത്തിന് പുറത്തായിരുന്നു. ഭരണകൂടത്തിനെയും അതിനെ പിൻപറ്റിയിരുന്ന അധികാരശ്രേണികളെയും ചോദ്യം ചെയ്തുകൊണ്ടാണ് ഇന്ത്യയിലും കീഴാളപഠനത്തിന്റെ ആവിർഭാവം, ഇന്ത്യയിൽ കീഴാളപഠനത്തിന്റെ വളർച്ചയ്ക്ക് നിസ്തുല സംഭാവന നൽകിയ വ്യക്തിയാണ് രൺജിത് ഗുഹ. സബാൾട്ടൺ സ്റ്റഡീസ് എന്ന പദം ആദ്യമായി ഉപയോഗിക്കുന്നത് അദ്ദേഹമാണ്. എലിറ്റിസത്തെ ചെറുക്കാനും ഇന്ത്യയിലെ പൊതുമണ്ഡലത്തിനു പുറത്തുള്ള കീഴാളമണ്ഡലത്തെ മുഖ്യധാരയിലേക്കു കൊണ്ടുവരാനും അദ്ദേഹത്തിന്റെ കൃതികൾ ആഹ്വാനം ചെയ്തു. കൊളോണിയലിസം അതിന്റെ സവിശേഷമായ വ്യവഹാരങ്ങളിലൂടെ കീഴാളരെ നിർമ്മിച്ചെടുക്കുകയാണ് ചെയ്തതെന്ന് 'ഓറിയന്റലിസം' എന്ന കൃതിയിൽ സെയ്ദ് അഭിപ്രായപ്പെടുന്നുണ്ട്. (പ്രിയ എൻ.വി.), കോളനിവൽകൃതജനതയിൽ

വംശീയമായ തരംതിരിവുകളിലൂടെ തങ്ങളുടെ സംസ്കാരം മോശമാണെന്ന ധാരണ സൃഷ്ടിക്കുകയും തങ്ങൾ അപരിഷ്കൃതരാണെന്ന ബോധം തദ്ദേശീയജനതയിൽ സൃഷ്ടിക്കുവാനും കൊളോണിയലിസത്തിന് കഴിഞ്ഞു. ഓറിയന്റലിസം എന്ന കൃതി പ്രാതിനിധ്യത്തിന്റെ പ്രശ്നങ്ങൾ മുന്നോട്ടുവെക്കുകയും പാർശ്വവല്ക്കരിക്കപ്പെട്ടവരുടെയും ന്യൂനപക്ഷങ്ങളുടെയും ചരിത്രപരമായ പ്രാതിനിധ്യം വീണ്ടെടുക്കുന്നതിനെപ്പറ്റിയും ചർച്ച ചെയ്തു. കൊളോണിയലിസം കോളനിവല്ക്കരിക്കപ്പെട്ട ജനതയുടെ ഭൂതകാലത്തെ വളച്ചൊടിക്കുകയും വികൃതമാക്കുകയും നശിപ്പിക്കുകയും ചെയ്തുവെന്ന ഫാനന്റെ വിശകലനങ്ങളെയാണ് സെയ്ദും മുന്നോട്ടുവെക്കുന്നത്. 'ദി മേക്കിംഗ് ഓഫ് ഇംഗ്ലീഷ് വർക്കിംഗ് ക്ലാസ്സ്' എന്ന കൃതിയുടെ കർത്താവായ ഇ.പി. തോംസൺ, ഇംഗ്ലീഷ് മാർക്സിസ്റ്റ് ചിന്തകനായ റോഡ്നി ഹിൽട്ടന്റെ 'ക്ലാസ്സ് കോൺഫ്ളിറ്റ് ആന്റ് ദ ക്രൈസിസ് ഓഫ് ഫ്യൂഡലിസം', 'ദ എയ്ജ് ഓഫ് എംപയർ' എന്ന കൃതിയിലൂടെ എറിക് ഹോബ്സ് ബാം തുടങ്ങിയവർ മുതലാളിത്തത്തിന്റെ തുടർച്ചകളെക്കുറിച്ചും ദേശീയ അന്തർദേശീയ തലങ്ങളിൽ അസമത്വം വളരുന്നതിനെക്കുറിച്ചും ചർച്ച ചെയ്തു. ഇന്ത്യൻ ദേശീയവാദം സ്ത്രീകളെയും കുട്ടികളെയും നോക്കി കണ്ടതെങ്ങനെയെന്നു പ്രതിപാദിക്കുന്ന കൃതിയാണ് പാർത്ഥാചാറ്റർജിയുടെ ദ നാഷൻ ആന്റ് ഇറ്റ്സ്ഫ്രാങ്ക്മെന്റ്സ്. കീഴാളന്റെ പാട്ടുകളിൽ നിന്നും മിത്തുകളിൽ നിന്നും അവരുടെ സംസ്കാരം വീണ്ടെടുക്കാമെന്ന് ദീപേഷ് ചക്രബർത്തി നിരീക്ഷിക്കുന്നുണ്ട്. കാൻ ദ സബാൾട്ടേൺ സ്പീക്ക് എന്ന കൃതിയിൽ ഗായത്രീ ചക്രവർത്തി സ്പിവാക്ക് കൊളോണിയൽ ചരിത്രരചനയിൽ നിഴലുകളായിരുന്ന കീഴാളസ്ത്രീയെ മുഖ്യധാരയിലേക്ക് കൊണ്ടുവരുന്നു. ഹോമി കെ. ഭാഭ, സുമിത സർക്കാർ എന്നിവരുടെ നിരീക്ഷണങ്ങളും കീഴാള പഠനങ്ങൾക്ക് തെളിച്ചം നൽകാൻ സഹായിച്ചു. ഗ്രാംഷി ഓൺ റിലീജിയൻ, ടെക്സ്റ്റ് ആന്റ് കോൺടെക്സ്റ്റ് എന്ന കൃതി രചിച്ച കോസിമോനേ, സബാൾട്ടേണിറ്റി അനറ്റോജിസം, ഓട്ടോണമി എന്ന കൃതി രചിച്ച മസ്സിമോ മോഡോണെസി തുടങ്ങിയവരിലൂടെയെല്ലാം കീഴാളപഠനങ്ങൾ ക്രിയാത്മകമായി തുടരുന്നു. മലയാളത്തിൽ സൂസിതാരു എഡിറ്റു ചെയ്ത കീഴാളപഠനങ്ങൾ, ടി.കെ. അനിൽകുമാറിന്റെ മലയാള സാഹിത്യത്തിലെ കീഴാളപരിപ്രേക്ഷ്യം എന്നീ കൃതികളിൽ കീഴാളതയുടെ സൈദ്ധാന്തിക തലം ചർച്ച ചെയ്യുന്നു.

കീഴാളതയുടെ പാഠങ്ങൾ നവോത്ഥാനകവിതയിൽ

കൊളോണിയൽ ഭാവുകത്വപരിസരത്തിലൂടെയാണ് നവോത്ഥാനവും ആധുനികതയും ദേശീയതയുമെല്ലാം കടന്നുവരുന്നത്. കേരളത്തെ സംബന്ധിച്ചിടത്തോളം ഈ പരിഷ്ക്കരണാശയങ്ങൾ സവർണ്ണരല്ലാത്ത ആളുകളിൽ വലിയ പ്രതീക്ഷകൾ സൃഷ്ടിച്ചിരുന്നു. സാമൂഹികമായി മുഖ്യധാരയിലേക്കെത്തപ്പെടുമെന്ന ചിന്ത ഈ ഘട്ടത്തിൽ കീഴാളർക്കിടയിൽ ശക്തപ്പെട്ടിരുന്നു. എന്നാൽ പ്രതീക്ഷകൾക്ക് വിരുദ്ധമായി സവർണ്ണനവോത്ഥാനമെന്നും അവർണ്ണനവോത്ഥാനമെന്നും വിളിക്കാവുന്ന രണ്ടുരീതികളിലൂടെയാണ് നവോത്ഥാനം കേരളത്തിൽ നടപ്പിലായത്. കീഴാളന്റെ സാമൂഹികനില മെച്ചപ്പെടുത്താൻ നവോത്ഥാനത്തിന് ചെറിയ രീതിയിൽ കഴി ഞ്ഞിട്ടുണ്ടെങ്കിലും അതിന് പൂർണഫലമുണ്ടാക്കാൻ സാധിച്ചില്ല. അതുവരെ അദൃശ്യമായിരുന്ന ഒരു വിഭാഗത്തെ പരിചയപ്പെടുത്തുകയും, കീഴാളനെ കീഴാളനായും സവർണനെ സവർണനായും അടയാളപ്പെടുത്തുന്ന നവോത്ഥാനമാണ് കേരളത്തിൽ രൂപപ്പെട്ടുവന്നത്. നവോത്ഥാനമൂല്യങ്ങൾ സ്വാംശീകരിച്ച ഇരുവിഭാഗങ്ങളും പൊതുവിൽ മാറ്റം ആഗ്രഹിച്ചു. മുതലാളിത്ത ലോകത്തിലേക്ക് കടക്കുന്നതിന്റെ ഭാഗമായി നാടുവാഴിത്തത്തിന്റെ ചില ജീർണതകൾ തുടച്ചുമാറ്റുനാണ് സവർണർ ശ്രമിച്ചത്. നമ്പൂതിരി നവോത്ഥാന സംഘടനയായ യോഗക്ഷേമസഭയുടെ കാര്യപരിപാടികളിൽ ഇംഗ്ലീഷ് വിദ്യാഭ്യാസം, സ്ത്രീസ്വാതന്ത്ര്യം, വ്യവസായം തുടങ്ങിയവയ്ക്കായിരുന്നു പ്രാധാന്യം.അവർക്ക് പുതിയ സാമൂഹ്യക്രമത്തിലേക്ക് കടക്കാൻ നാടുവാഴിത്തത്തിന്റെ ചങ്ങലകൾ പൊടിക്കേണ്ടിയിരിക്കുന്നു. പ്രസ്തുത ചങ്ങലപൊട്ടിക്കാനവർ ശ്രമിച്ചത് കൂടുതൽ ഉയരങ്ങളിലേക്കെത്താൻ വേണ്ടിയായിരു ന്നു. അധഃസ്ഥിതരെ സംബന്ധിച്ചിടത്തോളം നവോത്ഥാനം പ്രാഥമികമായും നിലനിൽപ്പിന്റെ പ്രശ്നമായിരുന്നു. കാരണം അവരുടെ മനസ്സും ശരീരവും ചങ്ങലകൾക്കിടയിലായിരുന്നു.അസ്തിത്വമായിരുന്നു അധികൃതരുടെ പ്രശ്നം. അഭിവൃദ്ധിയും വളർച്ചയുമായിരുന്നു സവർണരുടെ പ്രശ്നം. (കെ.ഇ.എൻ.), നവോത്ഥാനകവിതകളിൽ കീഴാള പ്രതിനിധാനങ്ങൾ ശ്രദ്ധേയമായ രീതിയിൽ ആവിഷ്ക രിക്കപ്പെട്ടിട്ടുണ്ട്. കെ.പി.കറുപ്പൻ, പൊയ്കയിൽ അപ്പച്ചൻ എന്നിവരുടെ കൃതികൾ മാറ്റിനിർത്തി പരിശോധിച്ചാൽ ഭൂരിഭാഗം കവിതകളിലും കീഴാളനെ സഹാനുഭൂതിയോടെ നിരീക്ഷിക്കുന്ന കവിതകളാണ് ഏറെയും ഉണ്ടായിട്ടുള്ളതെന്നു കാണാം. കീഴാളർക്ക് തന്റെതന്നെ അ

നുഭവങ്ങളെ ആവിഷ്കരിക്കാനുള്ള സ്വാതന്ത്ര്യം വളരെ പരിമിതമായേ ലഭിച്ചിരുന്നുള്ളുവെന്ന് അക്കാലഘട്ടകവിതകൾ വ്യക്തമാക്കുന്നു. കീഴാളതയെന്ന വിശാല അർത്ഥമല്ല, മറിച്ച് ജാതി നിർമാർജനമാണ് നവോത്ഥാന കവിതകൾ മുഖ്യ പ്രമേയമായി സ്വീകരിച്ചത്. ജാതീയത മനുഷ്യത്വനിരാകരണമാണെന്നും എല്ലാവരും മനുഷ്യരാണെന്നും പ്രഖ്യാപിക്കുന്ന കൃതിയാണ് കെ.പി. കറുപ്പന്റെ ജാതിക്കുമ്മി. ഹിന്ദുമതത്തിൽ നിലനിന്നിരുന്ന ജാതീയമായ പൊരുത്തക്കേടുകളാണ് കറുപ്പൻ ആവിഷ്കരിക്കുന്നത്.

'ബ്രാഹ്മണ നിഷ്ഠയെനിക്കുണ്ടെങ്കിൽ
ബ്രാഹ്മണനല്ലയോ ചണ്ഡാളൻ'

മലയാളരാജ്യത്തിലല്ലാതെ ജപ്പാനിലും സിലോണിലും ഇറ്റലിയിലും പരിഷ്കൃതരാജ്യമായ ലണ്ടനിലുമൊന്നും തീണ്ടലും തൊടീലുമില്ലെന്ന് കറുപ്പൻ പറയുന്നുണ്ട്. മറ്റു രാജ്യങ്ങളിൽനിന്ന് വ്യത്യസ്തമായി പരിഷ്കൃത രാജ്യമായ ലണ്ടൻ എന്ന് കറുപ്പൻ പ്രയോഗിച്ചത് ബോധപൂർവ്വമല്ലെങ്കിൽ കൂടിയും ആഭ്യന്തര കൊളണിയലിസത്തിന്റെ സ്വാധീനം കൊണ്ടുകൂടിയാവണം. ജാതിയുപേക്ഷിക്കേണ്ട കാലമായെന്നു പറയുമ്പോഴും സ്വന്തം കർതൃത്വങ്ങളെ വീണ്ടെടുക്കാനല്ല, മറിച്ച് സവർണ്ണ ദേശീയതയോട് കൂടിച്ചേർന്നുള്ള പുരോഗമന ആശയമാണ് കറുപ്പൻ അവതരിപ്പിക്കുന്നത്. പീഡിതജനതയുടെ സാമൂഹികരംഗപ്രവേശം ലക്ഷ്യംവെച്ച് പള്ളത്ത് രാമൻ രചിച്ചിട്ടുള്ള കൃതികളാണ് സ്നേഹസന്ദേശം, മിശ്രകാന്തി തുടങ്ങിയവ, സാമൂഹികോന്നമനം ലക്ഷ്യംവെച്ചു കൊണ്ട് മൂലൂർ എസ്. നാരായണപ്പണിക്കർ രചിച്ച കൃതികളാണ് പുലവൃത്തഗാനങ്ങൾ, പുലയരുടെ പാട്ട് എന്നിവ. ഹൈന്ദവികതയ്ക്ക് അപ്പുറത്ത് ജാതി വേണ്ട, മതം വേണ്ട, ദൈവം വേണ്ട മനുഷ്യന് എന്ന് പ്രഖ്യാപിച്ച സഹോദരനയ്യപ്പന്റെ കൃതികളിൽ അരികുവൽക്കരിക്കപ്പെട്ടവരുടെ ജൈവിക പരിസരങ്ങൾ ചർച്ചചെയ്തു. ചണ്ഡാലൻ, പുലിക്കോളനി,ജാതി ചികിത്സാസംഗ്രഹം എന്നീ കൃതികൾ ഇതിനുദാഹരണമാണ്. 1925-ൽ രചിച്ച പുലക്കോളനി എന്ന കവിതയിൽ ചാലക്കുടിയിലെ പുലക്കോളനിയുടെ അവസ്ഥകളാണ് ആവിഷ്കരിക്കുന്നത്. പുരോഹിതരും രാജാക്കന്മാരും മതനേതാക്കളും പാവങ്ങളെ പിഴിഞ്ഞു തടിച്ചുകൊഴുക്കുന്നുവെന്നാണ് അയ്യപ്പൻ പറയുന്നത്. നവോത്ഥാനം എവിടെയും എത്തിയിട്ടില്ലെന്ന സൂചന കവിത നൽകുന്നുണ്ട്.

'ഉണ്ണാനുടുപ്പാനുമിരിക്കുവാനും

ഇല്ലാതെ ദേവന്റരുമക്കിടാങ്ങൾ
വല്ലാതസംഖ്യം വലയുന്ന നാട്ടി
ലെല്ലാടവും കഷ്ടമിതാരു കാൺമൂ'

കുമാരനാശാന്റെ ചണ്ഡാലഭിക്ഷുകി, ദുരവസ്ഥ, വള്ളത്തോളിന്റെ ഒരു തോണിയാത്ര, ജാതിപ്രഭാവം, ബഹിഷ്കൃതയായ അന്തർജനം, കാറുകണ്ട കർഷകൻ, ഉള്ളൂരിന്റെ നായാടിച്ചെക്കൻ ചാത്തൻ, ഭക്തിദീപിക അഥവാ ചാത്താന്റെ സദ്ഗതി, പുലവൃത്തം തുടങ്ങിയ കൃതികൾ ഹിന്ദുമതത്തിന്റെ സമുദ്ധാരണം ലക്ഷ്യംവയ്ക്കുന്നതും ജാതിവിരുദ്ധ കാഴ്ചപ്പാടുകൾ അവതരിപ്പിക്കുന്നതുമാണ്, എങ്കിലും കീഴാളതയുടെ പ്രതിരോധാശയങ്ങൾ ഈ കവിതയിൽ പ്രകടമായിരുന്നില്ല. നവോത്ഥാന കവിതയിൽ കീഴാളതയെങ്ങനെ പ്രതിഫലിക്കപ്പെട്ടുവെന്ന് പരിശോധിക്കുമ്പോൾ, സഹാനുഭൂതിയോടെയുള്ള സമീപനമായിരുന്നു അവയിലുണ്ടായിരുന്നതെന്നു കാണാം. സവർണദേശീയതയെ പരിത്യജിക്കാനോ കീഴാളരിൽ പരിവർത്തനം സൃഷ്ടിക്കാനോ ഈ കൃതികൾക്ക് കഴിഞ്ഞിരുന്നോയെന്നത് സംശയമാണ്. എങ്കിലും കീഴാളർക്കും നല്ലൊരു ജീവിതമുണ്ടാകട്ടെയെന്ന പ്രത്യാശകൾ ഈ കവിതകൾ പങ്കുവയ്ക്കുന്നു. കീഴാളതയെന്ന വിശാലമായ വിമർശനപദ്ധതി പൂർണ്ണമായി ഉൾക്കൊള്ളുവാൻ നവോത്ഥാകാലത്തെ ജാതിവിരുദ്ധകവിതകൾക്കായില്ല.

കീഴാളതയുടെ അടയാളപ്പെടുത്തൽ രേണുകുമാറിന്റെ കവിതയിൽ

ആധുനികാനന്തരകവിത നവോത്ഥാനകാലകവിതയിൽനിന്നും വ്യത്യസ്തമായ ഭാവികത്വവ്യതിയാനങ്ങളെ അടയാളപ്പെടുത്തുന്നു. ആയിരത്തിതൊള്ളായിരത്തിഎഴുപതുവരെ സജീവമല്ലാതിരുന്ന പല ധാരകളും ഇക്കാലഘട്ടത്തിൽ സാഹിത്യത്തിൽ പ്രതിഫലിച്ചു. അതിലൊന്നായിരുന്നു കീഴാളതയുടെ അടയാളപ്പെടുത്തൽ. നവോത്ഥാനകവിതപോലെ സഹാനുഭൂതിയോ പ്രത്യാശയോ അല്ല, മറിച്ച് പുതുകാല കവിതയ്ക്കു പ്രതിരോധത്തിന്റെയും വീണ്ടെടുക്കലിന്റെയും രൂപമായിരുന്നു. 'പുതിയ മുഖ്യധാരാ കവിതകളുടെ ഭാവുകത്വം കാല്പനികാനന്തരം രൂപപ്പെട്ട ആഖ്യാനകവിതകളുടെയോ, സച്ചിദാനന്ദനും കെ.ജി.ശങ്കരപ്പിള്ളയും വരെ നിലനിന്ന ആധുനിക ബൃഹദാഖ്യാന പാരമ്പര്യത്തിന്റെയോ സ്വരൂപമല്ല. അങ്ങേയറ്റം സവർണമായ വിജ്ഞാന കോശവുമായാണ് ആധുനികത നിലനിന്നത്.' പ്രദീപൻ പാമ്പിരിക്കുന്ന് അഭിപ്രായപ്പെട്ടതുപോലെ ആധു

നികത സൃഷ്ടിച്ച എല്ലാ അധികാരബോധങ്ങളിൽനിന്നും പുറത്തു കടക്കുവാനാണ് പുതുകവിത ശ്രമിച്ചത്. അത്തരത്തിൽ മലയാള സാഹിത്യത്തിൽ വ്യത്യസ്തമാർന്ന സാഹിത്യധാര സൃഷ്ടിച്ച കവിയാണ് എം. ആർ. രേണുകുമാർ. ചരിത്രത്തിന്റെയും സാഹിത്യത്തിന്റെയും സമ്പത്തിന്റെയും പദവിയുടെയും നീതിയുടെയും പിന്നാമ്പുറങ്ങളിലേക്ക് ഒതുക്കപ്പെട്ടവരെക്കുറിച്ചായിരുന്നു രേണുകുമാർ എഴുതിയത്. ദലിത് എന്നതിനപ്പുറത്ത് ഓരോ മനുഷ്യനെയും അകറ്റിനിർത്താൻ സമൂഹം കല്പിച്ചിരുന്ന അധികാരൂപങ്ങളെ രേണുകുമാറിന്റെ കവിത ചോദ്യംചെയ്യുന്നു. 'ജാതിയുടെയും ലിംഗവിവേചനത്തിന്റെയും പേരിൽ, വൈകല്യങ്ങളുടെയും കുറവുകളുടെയും പേരിൽ നീതിയും സ്വാതന്ത്ര്യവും പ്രണയവും നിഷേധിക്കപ്പെട്ടരുടെ ജീവിതങ്ങൾ എഴുതുവാനാണ് ഞാൻ ആഗ്രഹിക്കുന്നത്.', ഈ സമീപനത്തെ മുൻനിർത്തിയാണ് രേണുകുമാറിന്റെ ഐസ് ബ്രേക്കിങ്, ചോദ്യക്കടലാസ് എന്നീ കവിതകൾ പഠനവിധേയമാക്കുന്നത്.

ചോദ്യക്കടലാസ്

സമൂഹത്തിലെ മറ്റുള്ള ജനവിഭാഗങ്ങളിൽ നിന്നു കീഴാളരെങ്ങനെ വ്യത്യസ്തനാകുന്നുവെന്നു ചർച്ച ചെയ്ത കവിതയാണ് ചോദ്യക്കടലാസ്. രേണുകുമാറിന്റെ മറ്റു കവിതകളിലേതുപോലെ വീട് കവിതയിലെ മുഖ്യപരിസരമാകുന്നു. സവർണരായ ആളുകളെ സംബന്ധിച്ചിടത്തോളം വീട് കരുതലിന്റെയും സ്നേഹവായ്പ്പുകളുടെയും ഇടമാകുമ്പോൾ അവർണ്ണന് വീട് അരാജകത്വവും അവഹേളനവും നിറഞ്ഞതാകുന്നു. സാമൂഹികമായി നിലനിൽക്കുന്ന ഈ വൈരുദ്ധ്യാത്മതയെ കവിത ചോദ്യംചെയ്യുന്നു. വിദ്യാഭ്യാസപ്രവർത്തനവും സാമൂഹിക പരിവർത്തനവും കടന്നുവന്ന കാലഘട്ടത്തെയാണ് കവിത സംബോധന ചെയ്യുന്നത്. പക്ഷേ, ഇവയ്ക്കൊന്നും കീഴാളരുടെ ജീവിതാവസ്ഥകൾ മെച്ചപ്പെടുത്താനായില്ലെന്ന വിമർശനം കൂടിയുണ്ട് കവിതയിൽ.

'കിളികൾക്ക് മുട്ടിവിളിക്കാനും
കാറ്റിന് തള്ളിതുറക്കാനും
വീടിന് വാതിലുകൾ ഇല്ലാത്തതെന്ത്?'

എന്നു ചോദിച്ചുകൊണ്ട് കവിത തുടങ്ങുന്നു. കീഴാളമായ അന്തരീക്ഷത്തിൽ ഒരു കുട്ടി മറ്റുവീടുകളിൽനിന്ന് വ്യത്യസ്തമായി തന്റെ വീടിനെ വേർതിരിച്ച് കാണിക്കുകയാണ്, വലുതായാൽ ഉത്തരം ലഭിക്കുന്ന അവന്റെ ചോദ്യങ്ങളിലൂടെ ദയനീയത നിറഞ്ഞ കീ

ഴാളജീവിതത്തെ കാണിച്ചുതരുന്നു. സ്വപ്നങ്ങളിലും ഭാവനകളിലും വരെ കീഴാളർക്ക് അടച്ചുറപ്പുള്ള വീടെന്ന ചിന്ത നിഷിധമാകുന്നു. വാതിലുകളില്ലാത്ത വീടുകൾ കീഴാളന്റെ സ്വകാര്യതകളെയല്ല, മറിച്ച് ആർക്കും എപ്പോൾ വേണമെങ്കിലും അധികാരത്തോടെ പ്രവേശിക്കാനുള്ള ഇടങ്ങളാകുന്നു. ഉറക്കത്തിൽ മൂത്രമൊഴിക്കാനും പൊത്തേന്ന് വീഴാനും കട്ടിലുകളില്ലാത്ത വീട് ഉയർച്ചയിലേക്കുള്ള കീഴാളരുടെ അവസരങ്ങളെയാണ് ഇല്ലാതാകുന്നത്. സുരക്ഷിതത്വവും ഗൃഹോപകരണങ്ങളും ഒരു പ്രത്യേക വിഭാഗക്കാർക്ക് മാത്രം അവകാശപ്പെട്ടതാകുന്നു. പാർശ്വവല്കൃത ജനതയെ ഇതിന്റെ അരികുകളിലേക്ക് മാറ്റി നിർത്തുന്നു. വിദ്യാഭ്യാസസ്ഥാപനങ്ങളിലും കീഴാളർ നിരന്തരം അവഗണിക്കപ്പെടുന്നു തുല്യതയുടെ അധ്യായങ്ങൾ അവിടെയും അവർക്ക് തുറന്നുകൊടുക്കുന്നില്ല. പുറംതാളുകളില്ലാത്ത പുസ്തകം വായിക്കുന്നവനും മാനം തെളിയുന്ന സ്ലേറ്റിൽ എഴുതേണ്ടവനും കല്ലുപോലുരച്ച് മുനകൂർപ്പിക്കുമ്പോൾ വിരലുകൾ മുറിഞ്ഞ് വേദനിക്കേണ്ടവരുമാകുന്നു കീഴാള ബാല്യങ്ങൾ. തുല്യതയല്ല, എവിടെയും എല്ലായ്പ്പോഴും വേദനിക്കേണ്ടവനാണ് തങ്ങളെന്ന ചിന്തയാണ് കീഴാളരെ സമൂഹം പരിശീലിപ്പിക്കുന്നത്

'ബട്ടൻസില്ലാത്ത ഉടുപ്പും
മൂടുവിട്ട കാച്ചട്ടം
എന്റെ അളവിലല്ലാത്തതെന്ത്?
പോക്കറ്റിലേക്ക് പോയ
വിരലുകൾ ചൂളുന്നതെന്ത്?'

ഇവിടെ ആശ്രിതനായി അടയാളപ്പെടേണ്ടവനാണ് കീഴാളരെന്ന ചിന്തയെയാണ് വിമർശിക്കുന്നത്, സമ്പന്നന്റെ പഴകിയ വസ്ത്രങ്ങൾ ഉപയോഗിക്കാൻ വിധിക്കപ്പെട്ടവരാകുന്നു കീഴാളർ. കർതൃത്വരാഹിത്യമാണ് കവിത മുന്നോട്ടുവെക്കുന്നത്. അധഃസ്ഥിതരായ ജനത ദരിദ്രരും തങ്ങളുടെ ജീർണാവസ്ഥ കൊണ്ട് മാറ്റിനിർത്തപ്പെടേണ്ടവരുമാണെന്ന സാമൂഹികബോധങ്ങളെയാണ് വിമർശിക്കുന്നത്. ദാരിദ്ര്യം മുഖ്യപ്രമേയമായി കവിതയിൽ അവതരിപ്പിക്കപ്പെടുന്നു. പോക്കറ്റിലേക്കുപോയ വിരലുകൾ ചൂളുന്നതും മുഷിഞ്ഞ നോട്ടുകളുടെ ചുളിവുനിവർത്തുമ്പോൾ അമ്മകരയുന്നതും തീ കടം വാങ്ങാൻ ചകിരിത്തൊണ്ടുമായി അടുത്ത വീട്ടിലേക്ക് ഇരുട്ടു തപ്പിപോകുന്ന ചേച്ചിയും കീഴാളരുടെ കർതൃത്വരാഹിത്യമാണ് വെളിപ്പെടുത്തുന്നത്. അധഃസ്ഥിതരും ദരിദ്രരുമായ തങ്ങളുടെ ജീർണാവസ്ഥ കൊണ്ട് മാറ്റിനിർത്തുന്ന സാമൂഹികബോധങ്ങളെ കവിത

ചോദ്യം ചെയ്യുന്നു. ദാരിദ്ര്യം മുഖ്യപ്രശ്നമായി അവതരിപ്പിക്കുന്നു. ദേശീയവാദചരിത്രരചനയിൽ കീഴാളപുരുഷൻ അവഗണിക്കപ്പെടുകയും കീഴാള സ്ത്രീകൾ നിഴലുകളുമായിരുന്നുവെന്ന് ഗായതി സ്പിവാക്ക് നിരീക്ഷിക്കുന്നുണ്ട് (൦൦൦.മ്യേശമശേശൌ), മുത്തശ്ശി, അമ്മ, ചേച്ചി എന്നിങ്ങനെ മൂന്നു സ്ത്രീകളാണ് കവിതയിലുള്ളത്. അസ്വാതന്ത്ര്യത്തിന്റെ മൂന്നു തലമുറകളായിട്ടാണ് ഇവരെ അവതരിപ്പിക്കുന്നത്. കീഴാളസ്ത്രീ ജീവിതങ്ങൾക്ക് മൂന്നുതലമുറയിലും മാറ്റങ്ങളൊന്നുമുണ്ടായില്ലെന്നു കവിത വ്യക്തമാക്കുന്നു.

'തീ കടം വാങ്ങാൻ
ചകിരിത്തൊണ്ടുമായ് അടുത്ത വീട്ടിലേക്ക്
ഇരുട്ട് തപ്പി
ചേച്ചി പോകുവതെന്ത്?'

പട്ടിണി മാറ്റാൻ ഇരുട്ട് തപ്പിപോകുന്ന ചേച്ചിയുടെ ശരീരം വെറും ചകിരിത്തൊണ്ടാകുന്നു. പൊള്ളയായ അവരുടെ ശരീരത്തിൽ നിന്ന് പ്രതീക്ഷകളും സ്വപ്നങ്ങളും നഷ്ടപ്പെട്ടിരിക്കാം. പട്ടിണി മാറ്റാൻ.പുരുഷ കാമനകളെ തൃപ്തിപ്പെടുത്തേണ്ടി വരുമായിരിക്കാം. മുഷിഞ്ഞ നോട്ടുകളുടെ ചുളിവുകൾ നിവർത്തി കരയുന്ന അമ്മയും മുഖത്തെ സങ്കടം വടിച്ചു കളയുമ്പോൾ ചിരിക്കുന്ന അപ്പനും രണ്ടു വൈരുദ്ധ്യങ്ങളാണ് കരയേണ്ടവളാണ് സ്ത്രീയെന്നും ഏതു പ്രതിബന്ധങ്ങളിലും ചിരിക്കേണ്ടവനാണ് പുരുഷനെന്നുമുള്ള ബോധം കവിതയിലും കാണാം. അമ്മയുടെ കൈയ്യിലെ മുഷിഞ്ഞ നോട്ടുവാങ്ങി ചിരിക്കുന്ന അപ്പൻ അയാളുടെ ജീവിതതാല്പര്യങ്ങൾക്ക് പ്രാധാന്യം നൽകുന്നവനാകാം. അവിടെയും സ്ത്രീസഹനശക്തിയുള്ളവളായിരിക്കണമെന്ന സാമൂഹ്യബോധത്തെയാണ് കവിത എതിർക്കുന്നത്. മുട്ടിവിളിക്കുക, പൊത്തോന്ന് വീഴുക, പുറംതാൾ, കല്ലുകോല്, മുന കൂർപ്പിക്കുക, മൂടുവിട്ട് കാച്ചട്ടി, ചൂളൽ, ചുളിവ്, വടിച്ചുകളയുക, ചകിരിത്തൊണ്ട്, ഇരുട്ടു തപ്പുകൾ തുടങ്ങിയ നിരവധി ഗ്രാമ്യമായ പദങ്ങളിലൂടെ കവിത ഭാഷാകർതൃത്വങ്ങളെ വീണ്ടെടുക്കുവാനും ശ്രമിക്കുന്നു. സാമൂഹിക പരിഷ്കരണത്തിനും വിദ്യാഭ്യാസ പ്രവർത്തനങ്ങൾക്കും സമൂഹത്തിൽ പുരോഗതിയൊന്നും സൃഷ്ടിക്കാനാവാത്തതിന്റെ പ്രതിഷേധമുണ്ട് കവിതയിൽ. സ്വപ്നങ്ങളുടെ നിഷേധം, വളർച്ചകളെ തകർത്തുകളയൽ എവിടെയും വേദനിപ്പിക്കേണ്ടവനാണെന്ന ബോധം ഉണ്ടാക്കിയെടുക്കുക, ദരിദ്രനും ആശ്രിതനും അവഹേളിക്കപ്പെടേണ്ടവനെന്നുമുള്ള കർതൃത്വത്തിലൂടെ ജീവിക്കുക തുടങ്ങിയ രീതികളിലൂടെയാണ് സമൂ

ഹം കീഴാളനിൽ പ്രവർത്തിച്ചതെന്ന് കവിത വ്യക്തമാക്കുന്നു. കർതൃത്വങ്ങളെ വീണ്ടെടുക്കാനുള്ള ശ്രമമെന്നനിലയിൽ ഈ രീതികളെ ചോദ്യം ചെയ്യുകയും ചെയ്യുന്നു.

ഐസ്ബ്രേക്കിങ്

രേണുകുമാറിന്റെ വെഷക്കായ എന്ന സമാഹാരത്തിലെ കവിതയാണ് ഐസ് ബ്രേക്കിങ്. അധഃസ്ഥിത വർഗ്ഗത്തിന്റെ തീഷ്ണമായ ജീവിതാനുഭവങ്ങളാണ് കവിതയിൽ അവതരിപ്പിക്കുന്നത്. നവോത്ഥാനന്തര കാലഘട്ടത്തിൽ നിൽക്കുന്ന കവിത ഇക്കാലഘട്ടത്തിലും തുടർന്നും കീഴാളരെ പരിചരിച്ചിരുന്ന രീതികളെയാണ് ചർച്ച ചെയ്യുന്നത്. ഐസ് ബ്രേക്കിങ് എന്നത് ഒരു ഗ്രൂപ്പിലെ അംഗങ്ങളെ ടീമായി രൂപീകരിക്കാൻ നടത്തുന്ന പ്രക്രിയയാണ്. ഗ്രൂപ്പംഗങ്ങൾ തമ്മിലുള്ള സംവാദങ്ങളും പരസ്പരമുള്ള തുറന്നു പറച്ചിലുകളും ഗ്രൂപ്പിനെ ഊഷ്മളമാക്കിത്തീർക്കുന്നു. മുതലാളിത്ത വിദ്യാഭ്യാസപദ്ധതിയുടെ ഭാഗമായി കടന്നുവന്ന ഈ രീതി ഉയർന്നവനെയും താഴ്ന്നവനെയും ഉൾക്കൊണ്ടിരുന്നെങ്കിലും രണ്ട് സംസ്കാരത്തെയും വെവ്വേറെ ഗ്രൂപ്പുകളാക്കാൻ പ്രത്യേകം ശ്രദ്ധിച്ചിരുന്നുവെന്നതിന് ഉദാഹരണമാണ് ഈ കവിത.

'ഇണയില്ലാത്ത
ഉടുതുണി ചുറ്റി
അപ്പൻ പുറത്തു പോകുമ്പോൾ
ചടഞ്ഞിരിക്കും
അമ്മയെപ്പറ്റി പറഞ്ഞ് ഒരുത്തി മൂക്ക് പിഴിയുന്നു.'

എന്നാരംഭിക്കുന്ന കവിതയിൽ ഓരോ ഗ്രൂപ്പുംഗങ്ങളും പരസ്പരം തങ്ങളുടെ ജീവിതാനുഭവങ്ങൾ പങ്കുവയ്ക്കുകയാണ്. ഇതുവരെ തമ്മിൽ കാണാത്തവരും പരസ്പരം അറിയാത്തവരുമായ അവരുടെ, കീഴാളരുടെ ജീവിതാനുഭവങ്ങൾക്ക് സമാനഭാവമാകുന്നു. ലോകത്തിലെല്ലായിടത്തും അധകൃതരായ ആളുകൾ അധികാരശ്രേണിക്കുള്ളിലായിരുവെന്ന ഓർമ്മപ്പെടുത്തലുണ്ട് കവിതയിൽ. ദാരിദ്ര്യത്തോടൊപ്പം സാമ്പത്തിക അസമത്വങ്ങൾ, കർതൃത്വനിരാസം എന്നിവയ്ക്ക് വിധേയപ്പെട്ടു ജീവിക്കുന്നവരാകുന്നു കീഴാളർ. നിശബ്ദരാക്കപ്പെട്ട ഇവർ തങ്ങളുടെ നിർഭാ ഗ്യതകളെ പഴിച്ചു ജീവിക്കുന്നതല്ലാതെ പ്രതിരോധത്തിന്റെ വഴികളിലേക്ക് പ്രവേശിച്ചിരുന്നില്ല. ഇണയില്ലാത്ത ഉടുതുണിചുറ്റി അപ്പൻ പുറത്തേയ്ക്കുപോകുമ്പോൾ ചാക്കുടുത്തകത്ത് ചടഞ്ഞിരിക്കുന്ന അമ്മ അരാജകത്വം നിറഞ്ഞ കീഴാളരുടെ ജീവിതമാണ്. ചീനച്ചട്ടിയിലിട്ട് ഉണക്കുന്ന

സമയത്ത് അടിവസ്ത്രം കരിഞ്ഞുപോയ കഥ പറഞ്ഞ് ഒരുത്തൻ എല്ലാവരെയും ചിരിപ്പിക്കുന്നുണ്ടെങ്കിലും ദയനീയതയുടെ പ്രതിനിധിയായിട്ടാണ് അവൻ പ്രത്യക്ഷപ്പെടുന്നത്. വിശപ്പുമൂത്ത് കണ്ണു പൊട്ടിയപ്പോൾ അരണയെ ചുട്ടുതിന്ന് മണ്ണിന് ചോറായ എളേതുങ്ങളുടെ കാര്യമോർത്ത് ഒരുത്തി തലചുറ്റി വീഴുന്നു. മുന്നേ കേട്ട അനുഭവം തീർത്തും നിസ്സാരവത്കരിച്ചാണ് അടുത്തയാൾ സംസാരിക്കുന്നത്. പനിച്ചുകിടിക്കുന്ന സമയത്ത് വിശപ്പു മൂത്ത് ചാച്ചന്റെ തോളേന്ന് ഒരു കവിളിറച്ചി കഴിച്ചാണ് തന്റെ പെങ്ങൾ മരിച്ചതെന്ന് അവൻ പറയുന്നു. എന്തിനാണിങ്ങനെ നഖങ്ങളെ മനസ്സിൽ സൂക്ഷിക്കുന്നതെന്നു ഓരോ കീഴാളന്റെയും ചെവിയിൽ ചെന്നുചോദിക്കുന്നുണ്ട് ഒരു യുവതി. ഇനിയും ജീവിതത്തിൽ മുറിവുകൾ സൃഷ്ടിക്കാൻ നിൽക്കാതെ പ്രതിഷേധിക്കാനുള്ള നേരമായെന്ന ഓർമ്മപ്പെടുത്തലാണ് അവർ നടത്തുന്നത്. ഇടകലർന്നുള്ള ഇരിപ്പിൽ നിന്നെഴുന്നേറ്റ് ഒരുനിമിഷം നിന്നശേഷം എല്ലാവരും സൂര്യനെപ്പോലെ ചിതറിപ്പോയെന്നു പറഞ്ഞ് കവിത അവസാനിപ്പിക്കുന്നു. എന്നാൽ തങ്ങളെ രണ്ടാംതരക്കാരായി മാറ്റി നിർത്തിയ, അവസരങ്ങൾ നിഷേധിച്ച സാമൂഹികാവസ്ഥകളോടുള്ള പ്രതിരോധത്തിന് ഈ ചിതറിതെറിക്കലുകളിലൂടെ തുടക്കമിടുകയും ചെയ്യുന്നു. കീഴാളപഠനങ്ങൾ ലക്ഷ്യം വയ്ക്കുന്നതുപോലെ കൊളോണിയൽ ചരിത്രരചന ഉൾപ്പെടുത്താതെ മാറ്റിനിർത്തിയ അധഃസ്ഥിത ജനതയുടെ ഉയിർത്തെഴുന്നേൽപ്പുകൾക്കാണ് കവിത പ്രാധാന്യം നൽകുന്നത്. പുതിയ കാലത്ത് കീഴാളനും മേലാളനെന്നുമുള്ള വിവേചനങ്ങളില്ലെന്നു പറയുമ്പോഴും കീഴാളനെ കീഴാളനായും മേലാളനെ മേലാളനായും അടയാളപ്പെടുത്തുന്ന അധികാരതന്ത്രങ്ങളുടെ തുടർച്ച കവിതയിലുണ്ട്. കീഴാളരെ മാത്രം ഒരു ഗ്രൂപ്പാക്കിത്തീർത്തതിൽനിന്നും ഇത് വ്യക്തമാകുന്നു. മറ്റുള്ളവർക്ക് മുന്നിൽ തങ്ങളുടെ സംസ്കാരം മോശമായിരുന്നെന്നു വരുത്തിതീർക്കാൻ ശ്രമിക്കുന്നതിലൂടെ സമൂഹത്തിൽ ഇപ്പോഴും നിലനിൽക്കുന്ന ആഭ്യന്തര കോളനീകരണത്തെയാണ് കവിത വിമർശനവിധേയമാക്കുന്നത്.

‘എന്തിനാണിങ്ങനെ
നഖങ്ങളെയുള്ളിൽ
വച്ചുകൊണ്ടിരിക്കുന്നതെന്ന്
കലിച്ചു തുള്ളി ഒരുത്തി
ഓരോ ചെവിയിലും ചെന്ന്

ചോദിക്കുന്നു.'

ഇവിടെ തങ്ങളുടെ ജീവിതനിലവാരം എന്നെങ്കിലും മെച്ചപ്പെട്ടേക്കാമെന്നോ, സാമൂഹികാംഗീകാരം ലഭിച്ചേക്കാമെന്ന പ്രത്യാശയുമല്ല, മറിച്ച് പരിവർത്തനത്തിലേക്കാണ് കീഴാളരെയടുപ്പിക്കുന്നത്. ഇതുവരെ കേൾക്കാതിരുന്ന ശബ്ദങ്ങളെല്ലാം പുറത്തുവരട്ടെയെന്നുള്ള വിപ്ലവബോധമാണത്. അധികാരിവർഗത്തെ ഭയന്ന് തങ്ങളിലൊളിപ്പിച്ച പ്രതിരോധത്തിന്റെ ആയുധങ്ങൾ പുറത്തെടുക്കാനാണ് 'ഉള്ളിലൊളിപ്പിച്ച നഖങ്ങൾ' എന്ന് പറയുന്നതിലൂടെ കവി ഉദ്ദേശിക്കുന്നത്. ഒറ്റപ്പെട്ട അവസ്ഥകളല്ല ഇതെന്ന തിരിച്ചറിവ് കർതൃത്വത്തെ വീണ്ടെടുക്കാൻ കീഴാളരെ പ്രാപ്തരാക്കുന്നു.

'ഇടകലർന്നുള്ള
ഇരിപ്പിൽനിന്ന് പൊങ്ങി
തെല്ലിട മൂകമായ് നിന്നിട്ട്
സൂര്യനെപ്പോലെ
ഏവരും ചിതറിപ്പോകുന്നു'

സൂര്യനെപ്പോലെ ചിതറിപോകുന്ന കീഴാളൻ പുതിയൊരു സാമൂഹികക്രമത്തിന് രൂപംനൽകാനുള്ള വ്യഗ്രതയിലാണ്. മനസ്സിന്റെ മഞ്ഞുരുക്കാൻ ശ്രമിച്ചപ്പോൾ അഗ്നി ജ്വലിക്കുന്ന മനസ്സുമായാണ് അവർ പുറത്തുകടക്കുന്നത്. തിക്തമായ അനുഭവങ്ങളിൽ നിന്നാണ് കീഴാളർ ശക്തിയാർജിക്കുന്നത്. എല്ലാ അധികാരബന്ധങ്ങൾക്കും വിഘാതം സൃഷ്ടിക്കാനാണവർ പുറപ്പെടുന്നത്. അതുകൊണ്ട് തന്നെ കീഴാളപഠനങ്ങളുടെ പ്രതിരോധതലങ്ങളെ സ്വാംശീകരിക്കുന്ന കവിതയാണ് 'ഐസ്ബ്രേക്കിങ്'. കീഴാളസ്ത്രീകളെ സമൂഹം നിസ്സഹായവരായാണ് നോക്കി കണ്ടിരുന്നതെന്ന് കവിത വ്യക്തമാക്കുന്നു. പുറത്തുപോകുന്ന അപ്പനും ചാക്കുടുത്ത് അകത്ത് ചടഞ്ഞിരിക്കുന്ന അമ്മയും എന്ന് പറയുന്നിടത്ത് സ്ത്രീയുടെ സാമൂഹികപ്രവേശനത്തിന് വലിയ പ്രാധാന്യം നൽകിയിരുന്നില്ലെന്നത് മനസ്സിലാക്കാം. ജീവിതത്തിന്റെ ദയനീയത തുറന്നുപറയുന്ന സമയത്ത് സ്ത്രീകൾ തലചുറ്റി വീഴുകയും പുരുഷൻ അതേ അനുഭവങ്ങളെ തമാശയായും അവതരിപ്പിക്കുന്നു. സ്ത്രീ കരയേണ്ടവളും പുരുഷൻ ചിരിക്കേണ്ടവനുമാണെന്ന ധാരണകളെയാണ് വീണ്ടുംവീണ്ടും ചോദ്യം ചെയ്യുന്നത്. സ്ത്രീകളെ ദുർബലമായി അടയാളപ്പെടുത്തുമ്പോഴും ഏവരുടെയും ചെവിയിൽ ചെന്നു പ്രതിരോധിക്കാൻ പറയുന്ന യുവതി പുതിയകാലത്തിലെ സ്വാതന്ത്ര്യവാഞ്ഛ ആവശ്യപ്പെടുന്നവളാണ്. വരേണ്യതയുടെ ജ്ഞാനമാതൃ

കകളും ആധുനികത സൃഷ്ടിച്ച ഭാഷാ മാനകീകരണവും കീഴാളഭാഷകൾക്ക് കടുത്ത ആഘാതം സൃഷ്ടിച്ചു. പ്രായോഗികമായി ഉപയോഗിക്കാതിരുന്ന നിരവധി വാമൊഴി ഭാഷാപദങ്ങൾ അപ്രത്യക്ഷമായിത്തീർന്നിട്ടുണ്ടെന്ന് കവിയൂർ മുരളി നിരീക്ഷിക്കുന്നുണ്ട്. (കടപ്പാട്, പ്രദീപൻ പാമ്പിരിക്കുന്ന്) പുതുകാല കവിതയിൽ ഈ വാക്കുകളിലൂടെ കീഴാളഭാഷയെ തിരിച്ചുപിടിക്കാനുള്ള ശ്രമങ്ങൾ നടക്കുന്നു. ഇണയില്ലാത്ത ഉടുതുണി, ചടഞ്ഞിരിപ്പ്, ചിരിച്ച് മണ്ണുകപ്പുക, വിശപ്പ് മൂത്ത് കണ്ണുപൊട്ടുക, ചുട്ടു തിന്നുക, മണ്ണിന് ചോറായി, എളേത്തുങ്ങൾ, പനിക്കോള്, കടിച്ചെടുത്തൊടുങ്ങുക എന്നെല്ലാമുള്ള പദങ്ങൾ മാനകീകരിക്കപ്പെട്ട ഭാഷാസമൂഹത്തെയും എതിർക്കുന്നുണ്ട്. കീഴാളതയെന്ന സങ്കല്പനം ഭൗതികമായും പ്രത്യയശാസ്ത്രപരമായും മാറ്റിനിർത്തിയിരിക്കുന്ന എല്ലാ ജനതകളെയും ഉൾക്കൊള്ളുന്നു. സാമൂഹികമായി അദൃശ്യമായിരുന്ന ഒരു വിഭാഗത്തെ പരിചയപ്പെടുത്തുകയും കീഴാളനെ കീഴാളനായും മേലാളനെ മേലാളനായും അടയാളപ്പെടുത്തുന്ന നവോത്ഥാനമാണ് കേരളത്തിൽ രൂപപ്പെട്ടത്. കീഴാളതയെന്ന വിശാലമായ വിമർശന പദ്ധതിയെ പൂർണ്ണമായി ഉൾക്കൊള്ളുന്നതായിരുന്നില്ല നവോത്ഥാനകാലത്തെ ജാതിവിരുദ്ധ കവിതകൾ.കീഴാളർക്ക് നേരെ സഹാനുഭൂതിയോടെ സമീപിക്കുവാനാണ് നവോത്ഥാനകാലത്തെ ജാതിവിരുദ്ധ കവിതകൾ ശ്രമിച്ചത്.വർണ്ണദേശീയതയെ പരിത്യജിക്കാനോ കീഴാളനിൽ പരിവർത്തനം സൃഷ്ടിക്കാനോ ഈ കൃതികൾക്ക് സാധിച്ചിരുന്നോ എന്നത് സംശയമാണ്. നവോത്ഥാനകവിത കീഴാളരെ സംബന്ധിച്ചിടത്തോളം പ്രത്യാശ നൽകുന്നതായിരുന്നു. ചരിത്രത്തിന്റെയും സാഹിത്യത്തിന്റെയും സമ്പത്തിന്റെയും പദവിയുടെയും നീതിയുടെയും പിന്നാമ്പുറങ്ങളിലേക്ക് ഒതുക്കപ്പെട്ടവരോടായിരുന്നു. രേണുകുമാറിന്റെ കവിത ഇടപെട്ടത്. ചോദ്യക്കടലാസെന്ന കവിത അധികാരവർഗ്ഗത്തെ ചോദ്യം ചെയ്യുന്നു. സാമൂഹിക പരിഷ്ക്കരണത്തിനും വിദ്യാഭ്യാസപ്രവർത്തനങ്ങൾക്കും കീഴാളരിൽ പുരോഗതിയൊന്നും സൃഷ്ടിക്കാനായില്ലെന്നതിന്റെ സൂചനയുണ്ട് കവിതയിൽ. സ്വപ്നങ്ങളുടെ നിഷേധം, വളർച്ചകളെ തകർത്തുകളയൽ, എവിടെയും വേദനിക്കേണ്ടവനാണെന്ന ബോധത്തെ വളർത്തിയെടുക്കുക, ദരിദ്രനും ആശ്രിതനും അവഹേളിക്കപ്പെട്ടവനുമായി നിലനിൽക്കേണ്ടവനാണെന്ന ധാരണ സൃഷ്ടിക്കുക എന്നീ രീതികളിലൂടെയാണ് സമൂഹം കീഴാളനിൽ പ്രവർത്തിച്ചത്. കർതൃത്വത്തെ വീണ്ടെടുക്കാനുള്ള ശ്രമമെന്ന രീതിയിൽ ഇത്ത

ഠം രീതികളെ ചോദ്യം ചെയ്യുന്നതാണ് രേണുകുമാറിന്റെ കവിതകൾ. ഐസ് ബ്രേക്കിങ് കീഴാളതയുടെ ഉയർത്തെഴുന്നേൽപ്പുകളിലാണ് ഊന്നുന്നത്. കീഴാളതയെന്നത് ഒറ്റപ്പെട്ട അനുഭവങ്ങളല്ലെന്നും ഒന്നുചേർന്ന് അധികാരത്തെ കീഴടക്കുകയാണ് വേണ്ടതെന്നും കവിത പറയുന്നു. ഭാഷാപരമായ വീണ്ടെടുക്കലുകൾക്കും കർതൃത്വ അടയാളപ്പെടുത്തലിനും കവിത പ്രാധാന്യം നൽകുന്നു.

ഠഠ

15

സെന്റിമെന്റൽ അനാലിസിസും സാഹിത്യനിരൂപണവും; സാധ്യതകളും പ്രയോഗവും

നിഷ കെ. ആർ.

ആമുഖം

നാളിതുവരെ സാഹിത്യനിരൂപണരംഗത്ത് നടന്ന മാറ്റങ്ങൾ ഭാഷയുടെയും സാഹിത്യത്തിന്റെയും വളർച്ചയ്ക്ക് കാരണമായിട്ടുണ്ട്. എഴുത്തിന്റെയും വായനയുടെയും ഭാവുകത്വപരിണാമത്തിനും സാഹിത്യനിരൂപണരംഗം നിരവധി സംഭാവനകൾ നല്കിയിട്ടുണ്ട്. സാംസ്കാരികപഠനത്തിന്റെയും, പാരമ്പര്യസിദ്ധാന്തങ്ങളുടെയും അടിസ്ഥാനത്തിലുള്ള സാഹിത്യനിരൂപണങ്ങൾ ആയിരുന്നു ആദ്യകാലങ്ങളിൽ ഉണ്ടായിരുന്നതെങ്കിൽ ഇന്ന് ഭാഷാശാസ്ത്രസിദ്ധാന്തങ്ങളുടെ അടിസ്ഥാനത്തിൽ സാഹിത്യകൃതികളെ വായിക്കുന്ന രീതിക്ക് പ്രചാരം ലഭിച്ചു വരുന്നതായി കാണാം. സാമൂഹികഭാഷാശാസ്ത്രം, വിമർശനാത്മക വ്യവഹാരാപഗ്രഥനം, ധൈഷണികഭാഷാശാസ്ത്രം തുടങ്ങിയവ ഉദാഹാരണം.

സാങ്കേതികവിദ്യയുടെയും, ഭാഷാശാസ്ത്രത്തിന്റെയും സാധ്യതകളെ ഉപയോഗപ്പെടുത്തികൊണ്ട് സാഹിത്യകൃതികളെ വിലയിരുത്തുന്ന നൂതന സമീപനമാണ് സെന്റിമെന്റൽ അനാലിസിസ്. ഈ പദ്ധതിയുടെ പ്രധാനപരികല്പനകൾ, സാധ്യതകൾ, ഇതിന്റെ പ്രയോഗം എന്നിവ വിശദീകരിക്കുകയാണ് ഈ പ്രബന്ധത്തിന്റെ ലക്ഷ്യം. സാഹിത്യകൃതികളുടെ പ്രചാരത്തെയും, അതിന് വിപണിയിലും വായനക്കാരുടെ ഇടയിലുമുള്ള സ്വീകാര്യതയെ കണ്ടെത്താനാണ് പ്രധാനമായും ഈ പദ്ധതി ഉപയോഗപ്പെടുത്തി വരുന്നത്. അതുകൊണ്ടുതന്നെ സാഹിത്യപാഠത്തിന്റെ സൂക്ഷ്മവായനയ്ക്ക്

ഈ പഠനം പരിഗണന നല്കുന്നില്ല.

സെന്റിമെന്റൽ അനാലിസിസ് ചരിത്രവും വർത്തമാനവും

സെന്റിമെന്റൽ അനാലിസിസ് എന്ന ഈ നിരൂപണപദ്ധതിയെ പേര് സൂചിപ്പിക്കുന്നതുപോലെ മനുഷ്യന്റെ വൈകാരികചിന്തകളുടെ അപഗ്രഥനം എന്നർഥത്തിൽ വിശേഷിപ്പിക്കാവുന്നതാണ്. അഭിപ്രായങ്ങളുടെ ഖനനം(Opinion Mining) എന്നർഥത്തിലാണ് ഈ സിദ്ധാന്തത്തെ പൊതുവെ അടയാളപ്പെടുത്തുന്നത്. ബോ പാങ്, ലിലിയൻ ലീ, പീറ്റർ ടർണി എന്നിവർ രണ്ടായിരത്തിൽ പ്രസിദ്ധീകരിച്ച ലേഖനത്തോടെയാണ് ഈ സിദ്ധാന്തം ശ്രദ്ധയാകർഷിക്കുന്നത്. ഈ നിരൂപണ പദ്ധതി ആദ്യമായി ഉപയോഗപ്പെടുത്തിയത് വ്യാവസായികമേഖലയിലാണ്. ഉപഭോക്താക്കളുടെ അഭിപ്രായത്തെ ദത്തമായി സ്വീകരിച്ചുകൊണ്ട് ലാഭ-നഷ്ടങ്ങളുടെയും, ഉത്പന്നത്തിന്റെ സ്വീകാര്യതയുടെയും തോത് അളക്കുകയാണ് ആദ്യം ചെയ്യുന്നത്. ഇതിനുവേണ്ടി സാമൂഹികമാധ്യമങ്ങൾ, ആമസോൺ, ഫ്ലിപ്കാർട്ട്, ഇ-ബേ എന്നിങ്ങനെയുള്ള ഓൺലൈൻ ഷോപ്പിങ് സൈറ്റുകളിലൂടെ ഉപഭോക്താക്കൾ പങ്കുവെയ്ക്കുന്ന അവരുടെ അഭിപ്രായങ്ങൾ, ഉത്പന്നത്തിന്റെമേലുള്ള ലൈക്ക്, ഡിസ് ലൈക്കുകളുടെ ശരാശരി എന്നിവ കണക്കാക്കുന്നു. ഇപ്രകാരമാണ് വിപണിയിൽ എത്തിക്കുന്ന ഉത്പ്പന്നങ്ങളുടെ സാധ്യത എത്രത്തോളമുണ്ടെന്ന് ഉത്പാദകർ മനസ്സിലാക്കുന്നത്. അപഗ്രഥനം നടത്താൻ ഉദ്ദേശിക്കുന്ന മേഖല അനുസരിച്ച് ഇതിന്റെ രീതി വ്യത്യാസപ്പെടുന്നുണ്ട്.

ഈ സിദ്ധാന്തത്തിന്റെ വർത്തമാനകാലത്തെ സാധ്യതയിലേക്കു വരുമ്പോഴാണ് സാഹിത്യനിരൂപണരംഗത്തേക്കും ഇതിന്റെ പരികല്പനകൾ ഇടം പിടിച്ചു വരുന്നതായി കാണുന്നത്. പുസ്തകം ഒരു അർഥത്തിൽ വിപണിയിൽ എത്തുന്ന ഒരു ഉത്പന്നമാണ്. ഇന്ന് വിപണിയിലെത്തുന്ന മറ്റേതൊരു വസ്തുവിനെപ്പോലെയും പുസ്തകവും വിപണിയിലെ തന്ത്രങ്ങൾ സ്വീകരിക്കുന്നത് കാണാം. ഇതുവരെ സാഹിത്യനിരൂപണരംഗത്ത് നടന്ന വായനകൾ ശ്രദ്ധിച്ചാൽ മനസ്സിലാകുന്ന കാര്യം നിരൂപകാഭിപ്രായങ്ങൾക്കോ, പാഠത്തിനോ, എഴുത്തുകാർക്കോ പ്രാധാന്യം നൽകുന്ന തരത്തിലുള്ള വായനയാണ് ഉണ്ടായിട്ടുള്ളത്. ഭാരതീയസിദ്ധാന്തത്തിൽ പ്രധാനപ്പെട്ട രസസിദ്ധാന്തം, പാശ്ചാത്യരുടെ അനുവാചകപ്രതികരണവാദം (Readers Response Theory) എന്നിവയാണ് വായനക്കാരുടെ പക്ഷത്ത് നിന്നുകൊണ്ടു നടത്തിയ വായനാപദ്ധതികൾ. സെന്റിമെന്റൽ അനാ

ലിസിസും വായനക്കാർക്ക്(ഉപഭോക്താക്കൾക്ക്) പ്രാധാന്യം നല്കിക്കൊണ്ടാണ് നിലകൊള്ളുന്നത്. സാഹിത്യനിരൂപണമേഖലയിൽ ഇതിന്റെ പരികല്പനകളെ ഉപയോഗപ്പെടുത്തുന്നത് ഒരു പുസ്തകത്തിന്റെ സ്വീകാര്യതയെ കണക്കാക്കുന്നതിനുവേണ്ടിയാണ്.

സാഹിത്യവും സെന്റിമെന്റൽ അനാലിസിസും

വായനക്കാരുടെ അഭിപ്രായങ്ങളെയാണ് സാഹിത്യമേഖലയിൽ ഈ പദ്ധതി ലക്ഷ്യം വെയ്ക്കുന്നത്. ഒരു പുസ്തകത്തെ മുൻനിർത്തിയുള്ള അഭിപ്രായം രേഖപ്പെടുത്താൻ ഇന്ന് നിരവധി സാധ്യതകൾ സാമൂഹികമാധ്യമങ്ങൾ ഒരുക്കുന്നുണ്ട്. ഫേസ്ബുക്ക്, ഇൻസ്റ്റഗ്രാം, ബ്ലോഗുകൾ എന്നിവ ഉദാഹരണം. പുസ്തകം വിപണിയിലെത്തിക്കുന്ന പബ്ലിഷിംഗ് കമ്പനികൾ അവരുടെതായ പേജുകൾ, സൈറ്റുകൾ എന്നിവയിലും പുസ്തകത്തിന്റെ ചിത്രങ്ങൾക്ക് താഴെ അഭിപ്രായം രേഖപ്പെടുത്തുവാൻ അവസരം നല്കുന്നുണ്ട്. അപഗ്രഥനത്തിനുവേണ്ടി ദത്തം ശേഖരിക്കുന്നതിനുള്ള ഉറവിടമായി (osurce) ആയി ഇത്തരത്തിലുള്ള മാധ്യമങ്ങളെയാണ് ഉപയോഗപ്പെടുത്തുന്നത്.

വായനക്കാരുടെ സ്വാഭാവികമായ പ്രതികരണവാക്യങ്ങളിൽനിന്നും പാഠത്തോടുള്ള അവരുടെ മനോഭാവത്തെ കണ്ടെത്തുന്നത് ആ വാക്യങ്ങളിൽ ഉൾചേർന്നിരിക്കുന്ന അനുകൂല-പ്രതികൂല (Positive-Negative) വാക്കുകളെ തരം തിരിച്ചുകൊണ്ടാണ്. ഇതിൽ നിന്നും എല്ലാവിധത്തിലുള്ള ഭാവങ്ങളെയും കണ്ടെത്താൻ സാധിക്കും. ദേഷ്യം, സങ്കടം, സന്തോഷം, ഭയം എന്നിങ്ങനെ വായനക്കാർ ആവിഷ്കരിക്കുന്ന വൈകാരിക അവസ്ഥകളെ വിവിധ പട്ടികകളിൽ ഉൾപ്പെടുത്തുകയും അവയുടെ അടിസ്ഥാനത്തിൽ പുസ്തകം മുന്നോട്ടുവെക്കുന്ന സമഗ്രസങ്കല്പനത്തോട് (Total Concept)വായനക്കാർ എത്രത്തോളം താദാത്മ്യം പ്രാപിച്ചിട്ടുണ്ട് എന്നും മനസ്സിലാക്കുന്നു. ചില പ്രതികരണങ്ങളെ മുൻനിർത്തി ഇവയെ വിശദീകരിക്കാം.

1. ഈ പുസ്തകം വായിച്ചു കഴിഞ്ഞപ്പോഴേക്കും മുന്നോട്ടു പോകാനുള്ള ഊർജം ലഭിച്ചു.

(ഊർജം എന്ന പദം സന്തോഷം എന്ന വൈകാരികാവസ്ഥയെ കുറിക്കുന്നു.)

2. നായികയോട് വളരെ ക്രൂരമായി പെരുമാറിയ കഥാപാത്രത്തെപ്പോലെ തന്നെ നിരവധി വ്യക്തികൾ ഇന്നും സമൂഹത്തിൽ ഉ

ണ്ട്. ഇവരെയൊക്കെ ജയിൽ അടച്ച് തക്ക ശിക്ഷ നൽകുകയാണ് വേണ്ടത്.

(ഇവിടെ ശിക്ഷ എന്ന വാക്കുകൊണ്ട് ഒരു കഥാപാത്രത്തോടുള്ള വെറുപ്പും ദേഷ്യവുമാണ് പ്രകടിപ്പിച്ചിരിക്കുന്നത്.)

3. ഈ നോവൽ വായിക്കുമ്പോൾ ഉള്ളിൽ വല്ലാതെ ഒരു നീറ്റൽ ഉണ്ടായിരുന്നു. കഥാപാത്രങ്ങളോടൊപ്പം സഞ്ചരിക്കുകയായിരുന്നു.

(ഈ വാക്യത്തിൽ നീറ്റൽ എന്ന പദം കൊണ്ട് സങ്കടം എന്ന വികാരത്തെ ആണ് ആവിഷ്കരിച്ചിരിക്കുന്നത്.)

ഇവിടെ ഊർജം, നീറ്റൽ എന്നീ പദങ്ങൾ എടുക്കാം. ഈ രണ്ടു പദങ്ങളുടെയും അവലോകനത്തിലൂടെ വായനക്കാർ സാഹിത്യപാഠത്തെ സ്വീകരിച്ചതായി മനസ്സിലാക്കാൻ സാധിക്കും. ഒരാൾക്ക് സാഹിത്യവായനയിലൂടെ ഊർജം(മാനസികം) ലഭിക്കുന്നതായും അടുത്ത വ്യക്തിക്ക് വേദന(മാനസികം) ഉണ്ടാവുകയുമാണ് ചെയ്തത്. രണ്ടും മനുഷ്യരുടെ വൈകാരിക അവസ്ഥകളുടെ രണ്ടു തലത്തെയാണ് പ്രതിനിധീകരിക്കുന്നത്. കഥാപാത്രങ്ങളോടും, ഒരു പാഠത്തിന്റെ സമഗ്രസങ്കല്പനത്തോടും താദാത്മ്യപ്പെടുന്ന അവസ്ഥയിൽ മാത്രമാണ് വായനക്കാർക്ക് ഇത്തരത്തിൽ പ്രതികരിക്കുവാൻ സാധിക്കുന്നത്. ഇതിനു പിന്നിൽ പ്രവർത്തിക്കുന്നത് മനുഷ്യമസ്തിഷ്കത്തിലെ കണ്ണാടിനാഡി കോശങ്ങൾ (MirrorNeuron)ആണ്. കണ്ണാടിനാഡി കോശങ്ങളെ ചേർത്തുവെച്ചുകൊണ്ട് സെന്റിമെന്റൽ അനാലിസിസിന്റെ കൂടുതൽ പ്രയോഗങ്ങൾ കണ്ടെത്താൻ സാധിക്കും.

സെന്റിമെന്റൽ അനാലിസിസ് വായനാക്കരെ മാത്രമാണോ ഉന്നം വെക്കുന്നത് എന്ന മറ്റൊരു ചിന്തയെ ഇവിടെ അടയാളപ്പെടുത്തേണ്ടതുണ്ട്. ഈ പദ്ധതി എഴുത്തുകാരെയും കേന്ദ്രീകരിച്ചു നടത്താറുണ്ടെന്ന് കാണാൻ സാധിക്കും. ഒരു വിഭാഗം എഴുത്തുകാരെ ഒന്നിച്ചിരുത്തി സാഹിത്യത്തിലെ ഭാവുകത്വം, നവീന ആഖ്യാനതന്ത്രങ്ങൾ, ഓരോ എഴുത്തുകാരുടെയും അനുഭവങ്ങൾ എന്നിവയെക്കുറിച്ചുള്ള ചർച്ചകൾ സംഘടിപ്പിക്കുകയും വായനാസ്വീകാര്യതക്കുള്ള മാനദണ്ഡങ്ങളെ വിലയിരുത്തുകയുകയും ചെയ്യുന്നു. വായനക്കാരുടെ അഭിപ്രായങ്ങളെ വിലയിരുത്തുന്ന അതേ രീതിയാണ് ഇവിടെയും സ്വീകരിക്കുന്നത്.

ഇമോജികളും, ഇമോട്ടിക്കോണുകളും സെന്റിമെന്റൽ അനാലിസിസും

സെന്റിമെന്റൽ അനാലിസിസിനായി ഉപയോഗപ്പെടുത്തുന്ന മ

റ്റൊരു മേഖല സാങ്കേതികവിദ്യയുടേതാണ്. സാങ്കേതികവിദ്യയുടെ വളർച്ച സാധ്യതകളുടെയും സമയലാഭത്തിന്റെയും ലോകത്തെയാണ് രൂപപ്പെടുത്തിയത്. ഇന്ന് ചാറ്റ് ജീപിറ്റി, ആർട്ടിഫിഷ്യൽ ഇൻടെലിജെൻസ് എന്നിങ്ങനെയുള്ള പദാവലികൾ ഏവർക്കും സുപരിചിതമാണ്.

സാങ്കേതികവിദ്യ ഉപയോഗിക്കുന്നവർക്ക് പ്രത്യേകിച്ച് സാമൂഹികമാധ്യങ്ങൾ ഉപയോഗിക്കുന്നവർക്ക് സുപരിചിതമായ കാര്യമാണ് ഇമോജികൾ. ഇവയെ ഉപയോഗപ്പെടുത്തികൊണ്ടാണ് സാഹിത്യകൃതികളുടെ സ്വീകാര്യതയെ മനസ്സിലാക്കുന്നത്. 'ഇമോജി എംബെഡിങ്' എന്നാണ് ഈ മേഖലയിൽ ഉള്ളവർ ഇതിന് നാമകരണം ചെയ്തിരിക്കുന്നത്. അപഗ്രഥനത്തിനായി വിവിധതരത്തിൽ ഇമോജികളെ തരം തിരിക്കുന്നുണ്ട്. അവയിൽ ചിലത് വിശദീകരിക്കാം.

1. വെബ്സൈറ്റുകളിൽ മുൻകൂട്ടി തയ്യാറാക്കി വെച്ചിരിക്കുന്ന ഇമോജികൾ

പുസ്തകം വിപണിയിലെത്തിക്കുന്നതിനുള്ള വെബ്സൈറ്റുകളിൽ പ്രസാധകർ മുൻകൂട്ടി തയ്യാറാക്കി വെച്ചിരിക്കുന്ന ഇമോജികളാണ് ഇവ. ചിത്രത്തിൽ സൂചിപ്പിച്ചിരിക്കുന്ന ചുവന്ന നിറത്തിലുള്ള ഇമോജികൾ പുസ്തകത്തിനെ നിരസിക്കുന്നതായും നീല നിറം തുല്യ അനുപാതവും മഞ്ഞ നിറത്തിലുള്ള ഇമോജി പുസ്തകത്തിന്റെ സ്വീകാര്യതയുമാണ് വ്യക്തമാക്കുന്നത്. ഇതിലൂടെ പ്രസാധകർക്കും എഴുത്തുകാർക്കും പുസ്തകത്തിന്റെ സ്വീകാര്യതയുടെ തോത് മനസ്സിലാക്കാൻ സാധിക്കുമെന്ന് സെന്റിമെന്റൽ അനലിസ്റ്റുകൾ വിശ്വസിക്കുന്നു. പുസ്തകവിപണി ഓൺലൈനിലേക്ക് മാറിയ കാലഘട്ടത്തിൽ സാഹിത്യവായനയുടെ നവീനവഴിയായി സെന്റിമെന്റൽ അനാലിസിസ് എന്ന ഈ നിരൂപണപദ്ധതിയെ മനസ്സിലാക്കാം.

2. നിരൂപണങ്ങൾക്കൊപ്പം വായനക്കാർ രേഖപ്പെടുത്തിയിരിക്കുന്ന ഇമോജികൾ

പുസ്തകനിരൂപണം ചെയ്യുന്ന സമയത്ത് വായനക്കാർ അതിനൊപ്പം രേഖപ്പെടുത്തുന്ന ഇമോജികളെ പട്ടികപ്പെടുത്തുകയും അതിന്റെ ശരാശരി കണ്ടെത്തുകയും ചെയ്യുന്നു. ഇതിന്റെ ഒരു പോരായ്മയായി കാണാവുന്ന കാര്യം ഓരോ ഇമോജിയും ഓരോ അർഥം ഉൾക്കൊള്ളുന്നുണ്ട് അവയെക്കുറിച്ച് വ്യക്തമായ ധാരണ ഇല്ലാത്ത പക്ഷം തെറ്റായ നിഗമനങ്ങളിലേക്ക് എത്താൻ സാധ്യത ഉണ്ട്.

3. ലൈക്ക് ഡിസ് ലൈക്ക് ബട്ടണുകൾ

ഏവർക്കും ഒരുപോലെ ഉപയോഗിക്കാവുന്നതും താരതമ്യേന സങ്കീർണത കുറവുള്ളതുമായ വിഭാഗമാണ് ലൈക്ക് ഡിസ് ലൈക്ക് ഇമോജികൾ. സാങ്കേതികവിദ്യയുടെ മേഖലയിൽ അഭിപ്രായ പ്രകടനത്തിന് ഏറ്റവും കൂടുതൽ ഉപയോഗപ്പെടുത്തിവരുന്നതും ഇവയാണ്. ഒരു പുസ്തകത്തിന്റെ നിരൂപണത്തിനുമേലെ നമുക്ക് ഇതിന്റെ സാധ്യത ഉപയോഗപ്പെടുത്താവുന്നതാണ്. ദീർഘമായ നിരൂപണങ്ങൾ എഴുതാതെ തന്നെ പുസ്തതത്തോടുള്ള സമീപനത്തെ രേഖപ്പെടുത്താനുള്ള വഴിയായി ഇതിനെ കാണാം. മറ്റൊരാൾ എഴുതിയ നിരൂപണത്തിനോട് ഐക്യപ്പെട്ടുകൊണ്ട് അതിൻമേലെ ലൈക്ക് ബട്ടൺ ഉപയോഗിക്കുന്നതും സെന്റിമെന്റൽ അനാലിസിസ് ദത്തമായി ഉപയോഗിക്കുന്നുണ്ട്.

സെന്റിമെന്റൽ അനാലിസിസും പ്രയോഗമാതൃകയും

ഈ സിദ്ധാന്തത്തിന്റെ സാധ്യത സാഹിത്യത്തിൽ എത്രത്തോളമുണ്ടെന്നും അവ എപ്രകാരമാണ് നടപ്പിലാക്കുന്നതെന്നുമുള്ള ഹ്രസ്വമായ അവലോകനമാണ് മേൽ വിശദീകരിച്ചത്. സാഹിത്യത്തിന്റെ പ്രയോഗമാതൃകയാണ് ചുവടെ ചേർക്കുന്നത്. പുസ്തകവിപണിയും വായനയും ഓൺലൈൻ സാങ്കേതങ്ങളിലേക്ക് മാറിയ സാഹചര്യത്തിലാണ് സെന്റിമെന്റൽ അനാലിസിസിന് പ്രസക്തി ഉണ്ടാകുന്നതെന്ന് പറഞ്ഞുവല്ലോ. ഇതിന്റെ ഫലമായി വിപണിയിൽ ലഭ്യമാകുന്ന പുസ്തകങ്ങളിൽ നിന്നും വായനക്കാർക്ക് ഏറ്റവും അനുയോജ്യമായത് വാങ്ങാൻ സാധിക്കുന്നുണ്ടെന്ന് കണ്ടെത്താൻ കഴിഞ്ഞിട്ടുണ്ട്.

സാഹിത്യകൃതിയിൽ നിന്നും ഉദാഹരണം സ്വീകരിച്ചുകൊണ്ട് ഇതിനെ വിശദീകരിക്കാം. മലയാളത്തിൽ വായിക്കപ്പെട്ട കൃതിയാണ് എസ്. ഹരീഷിന്റെ മീശ എന്ന എന്ന നോവൽ. ഇതു വിപണിയിൽ ലഭ്യമായത് പ്രസാധകരുടെ വെബ്സൈറ്റ്, വിവിധ ഓൺലൈൻ ഷോപ്പിങ് സൈറ്റുകൾ എന്നിവ വഴിയാണ്. ഇതിൽ പ്രസാധകരുടെ വെബ്സൈറ്റ്, ആമസോൺ എന്നിവയിൽ വായനക്കാർ നടത്തിയ സാഹിത്യവായനയെ സെന്റിമെന്റൽ അനാലിസിസിന്റെ പരികല്പന ഉപയോഗിച്ചുകൊണ്ട് അപഗ്രഥനം നടത്തി നോക്കാം.

1. അനുകൂല പ്രതികൂലവാക്യങ്ങൾ

ഓൺലൈൻ ഷോപ്പിങ് സൈറ്റായ ആമസോണിൽ പുസ്തകത്തിന് നിരൂപണം എഴുതിയിരിക്കുന്നത് ഇംഗ്ലീഷിലും പ്രസാധകരുടെ വെബ്സൈസൈറ്റിൽ മലയാളത്തിലുമാണ് നിരൂപണം എഴു

തിയിട്ടുള്ളത്. അവയിൽനിന്നും ചില പദങ്ങളെ പട്ടികപ്പെടുത്തുന്നു.

ആമസോൺ	പ്രസാധകരുടെ വെബ്സൈറ്റ്
Good (+)	മികച്ചത് (+)
Waste (-)	നല്ല വായനാനുഭവം (+)
poor (-)	കൊള്ളാം (-)
rich with funny slang (+)	വായന സുഖകരം ആയില്ല (-)
can't able to read (-)	
Must read (+)	

(പട്ടിക 1)

പട്ടിക1-ൽ കാണിച്ചിരിക്കുന്നതുപോലെ -, + ചിഹ്നങ്ങൾ യഥാക്രമം പ്രതികൂല അനുകൂല വാക്കുകൾ ആണ്. ഇവയുടെ ശരാശരിയാണ് വായനക്കാരുടെ ഇടയിലെ പുസ്തകസ്വീകാര്യതയെ മനസ്സിലാക്കാൻ സഹായിക്കുന്നത്.

2. ഇമോജികൾ, റേറ്റിംഗുകൾ

ഇവിടെ പ്രധാനപ്പെട്ട ഇമോജികൾ ആയി ഉപയോഗിച്ചിരിക്കുന്നത് smiling emoji, red faced emoji എന്നിവയാണ്. പുസ്തകത്തിന് സ്വീകാര്യത ഉണ്ടായ അത്രതന്നെ വിമർശനവും നേരിടേണ്ടി വന്നു എന്നു തിരിച്ചറിയാൻ സാധിക്കുന്നുണ്ട്.

ഇന്നു വിപണിയിൽ ഒരു ഉത്പന്നത്തിന്റെ മാർക്കറ്റ് നിശ്ചയിക്കുന്നതിനുള്ള പ്രധാനഉപാധികളിൽ ഒന്നായി റേറ്റിങ്ങിനെ കണക്കാക്കാം. മാറുന്ന കാലത്തിന്റെ നിരൂപണമുഖമാണ് സെന്റിമെന്റൽ അനാലിസിസ് എന്നു പറയാം. തുടക്കം എന്ന നിലയിലുള്ള പരിമിതി നിലനിൽക്കെതന്നെ കാമ്പുള്ള പുസ്തകങ്ങളെ വിപണിയിലെത്തിക്കാനും ഭാവുകത്വനിർണയനത്തിനും ഈ പദ്ധതി വഴി ഒരുക്കുന്നുണ്ട്. സാഹിത്യപാഠങ്ങളുടെ നിർമിതിയിലും സാഹിത്യവായനയിലും കാര്യക്ഷമമായ ഇടപെടലുകൾ നടത്തുവാൻ ഈ പദ്ധതി വഴിയൊരുക്കും എന്നതിൽ സംശയമില്ല.

ഉപസംഹാരം

പ്രബന്ധത്തിൽ നിന്നു കണ്ടെത്താൻ കഴിഞ്ഞ കാര്യങ്ങളെ ഇ

പ്രകാരം ക്രോഡീകരിക്കാം.

- സെന്റിമെന്റൽ അനാലിസിസ് എന്ന ചിന്താപദ്ധതി വായനക്കാരുടെ വൈകാരിക അവസ്ഥകളെ മുൻനിർത്തിയാണ് നിഗമനങ്ങളിൽ എത്തിച്ചേരുന്നത്.
- ഈ പദ്ധതി സാഹിത്യപാഠത്തിന്റെ നിരൂപണമല്ല പ്രധാനമായും ലക്ഷ്യം വെക്കുന്നത് പകരം സാഹിത്യപാഠത്തിന്റെ സ്വീകാര്യതയാണ്.
- വായനക്കാർ പങ്കുവെക്കുന്ന നിരൂപണങ്ങളിൽനിന്നു അനുകൂല-പ്രതികൂലവാക്കുകളെ കണ്ടെത്തി അവയുടെ ശരാശരിയാണ് പുസ്തകത്തിന്റെ സ്വീകാര്യതയ്ക്കുള്ള മാനദണ്ഡമായി സെന്റിമെന്റൽ അനലിസ്റ്റുകൾ സ്വീകരിക്കുന്നത്.
- ഇമോജികളാണ് സെന്റിമെന്റൽ അനാലിസിസിൽ പുസ്തകസ്വീകാര്യത കണ്ടെത്തുന്നതിനുള്ള മറ്റൊരു മേഖല.
- സൂക്ഷ്മമല്ല സ്ഥൂലഅംശങ്ങളിൽ ചിലതാണ് ഈ സിദ്ധാന്തത്തിൽ അപഗ്രഥനത്തിനായി സ്വീകരിക്കുന്നത്.

ലേഖനസൂചി

എതിരൻ കതിരവൻ. 2019. 'സർഗാത്മകതയുടെ ഉണർവിടങ്ങൾ'. മാധ്യമം ആഴ്ചപ്പതിപ്പതിപ്പ്.

എതിരൻ കതിരവൻ. 2021. 'വാക്ക്, വായന, തലച്ചോർ അറിഞ്ഞെടുക്കുന്നത്'. മാധ്യമം ആഴ്ചപ്പതിപ്പ്. ജനുവരി ലക്കം.

൦൦

ലേഖനരചയിതാക്കൾ

1. ഡോ. പി.എം. ഗിരീഷ്
പ്രൊഫസർ, മലയാളവിഭാഗം
മദ്രാസ് യൂണിവേഴ്സിറ്റി.

2. ഡോ. തോമസ് സ്കറിയ
അസ്സോസ്സിയേറ്റ് പ്രൊഫസർ, മലയാളവിഭാഗം
സെന്റ് തോമസ് കോളേജ്, പാലാ.

3. ഡോ. ജെൻസി കെ.എ.
വകുപ്പ് മേധാവി, മലയാളവിഭാഗം
സെന്റ് ജോസഫ്സ് കോളേജ് (ഓട്ടോണമസ്)
ഇരിങ്ങാലക്കുട.

4. ഡോ. മെറിൻ ഫ്രാൻസിസ്
വകുപ്പ് മേധാവി, മലയാളവിഭാഗം
കാർമ്മൽ കോളേജ്, മാള.

5. ഡോ. അമ്പിളി എം.വി.
ഗസ്റ്റ് ലക്ചറർ
ക്രൈസ്റ്റ് കോളേജ്, ഇരിങ്ങാലക്കുട.

6. സംഗീത എം.കെ.
ഗവേഷക, എഴുത്തച്ഛൻ പഠനസ്ക്കൂൾ,
മലയാളം സർവകലാശാല.

7. ഡോ. മിജോയ് ജോസ്
അസിസ്റ്റന്റ് പ്രൊഫസർ,
സെന്റ് തോമസ് കോളേജ്, തൃശൂർ.

8. ഡോ. ഷൈജി സി. മുരിങ്ങാത്തേരി
അസിസ്റ്റന്റ് പ്രൊഫസർ
മലയാളവിഭാഗം,
ലിറ്റിൽ ഫ്ളവർ കോളേജ്, ഗുരുവായൂർ.

9. നിധിന അശോകൻ
ഗവേഷക, മലയാളവിഭാഗം
മറീന കാമ്പസ്, മദ്രാസ് യൂണിവേഴ്സിറ്റി, ചെന്നൈ.

10. അഫ്സൽ ഷാഹിദ് എ.
ഗവേഷകൻ, മലയാളവിഭാഗം
മറീന കാമ്പസ്, മദ്രാസ് യൂണിവേഴ്സിറ്റി, ചെന്നൈ.

11. ആദിത്യ എ. എസ്.
ഗസ്റ്റ് ലക്ചറർ
എം.ഇ.എസ്. അസ്മാബി കോളേജ്,
പി.ഒ. വെമ്പല്ലൂർ.

12. പ്രജിത്ത് എം. പി.
എം.ഫിൽ വിദ്യാർത്ഥി, മലയാളവിഭാഗം
മറീന കാമ്പസ്, മദ്രാസ് യൂണിവേഴ്സിറ്റി, ചെന്നൈ.

13. ഡോ. ജോജി മാടപ്പാട്ട്
അസി. പ്രൊഫസർ മലയാളവിഭാഗം
എസ്.ബി. കോളേജ്, ചങ്ങനാശ്ശേരി.

14. ഏബ്രഹാം കെ. ജെ.
ഗവേഷകൻ, മലയാളവിഭാഗം
എസ്.ബി. കോളേജ്, ചങ്ങനാശ്ശേരി.

15. വിദ്യ എം.വി.
ഗസ്റ്റ് ലക്ചറർ,
സെന്റ് ജോസഫ്സ് കോളേജ് (ഓട്ടോണമസ്)
ഇരിങ്ങാലക്കുട.

16. നിഷ കെ. ആർ.
ഗവേഷക, മലയാളവിഭാഗം
മറീന കാമ്പസ്, മദ്രാസ് യൂണിവേഴ്സിറ്റി, ചെന്നൈ.

www.ingramcontent.com/pod-product-compliance
Lightning Source LLC
LaVergne TN
LVHW100256051026
849517LV00006B/2105
* 9 7 8 9 3 9 1 0 8 5 9 7 1 *